அறிவியல் கலைஞர்
இராசேசுவரி, 1906

தொகுப்பாசிரியர்
கோ. ரகுபதி

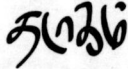

தடாகம்

அறிவியல் கலைஞர் இராசேசுவரி, 1906

- ***தொகுப்பாசிரியர்: கோ. ரகுபதி***
- ***முதற்பதிப்பு: ஆகஸ்ட் 2022***
- ***பக்க வடிவமைப்பு: கி. ஆஷா***
- ***அட்டை ஓவியம்: பி. மணிவண்ணன்***
- ***அட்டை வடிவமைப்பு: வெ. பாலாஜி***

Book Name & Editor Name: *Ariviyal Kalaignar Rajeshwari, 1906* by *K. Ragupathi*

© *K. Ragupathi*

Published by:

THADAGAM
No.112, First Floor, Thiruvalluvar Salai
Thiruvanmiyur, Chennai 600041
Mob: +91-98400-70870
www.thadagam.com | info@thadagam.com

ISBN: 978-93-93361-02-8

Published on August 2022

Price: ₹ 280

பொருளடக்கம்

	தொகுப்பாசிரியரைப் பற்றி	5
	இராசேசுவரியின் தனித்துவ முறையியல்	7
1.	குப்பைக்குள் குபேரன்	22
2.	குப்பனே பொன்னன்	28
3.	தெருக்குப்பையில் தேவாமுதம்	36
4.	சாக்கடையில் நாகரிகம்	42
5.	சாக்கடையிற் சங்கநிதி	48
6.	கரிப் புகையில் கற்பகம்	54
7.	செங்கதிரின் செல்வக் காதல்	62
8.	ஆர்க்குமிடீசர் விஞ்ஞானப் புலவர்களும் ஆர்க்குமிடீசும்	68
9.	ஆர்க்குமிடீசர் ஆர்க்குமிடீஸ் கண்ட உண்மைகள்	74
10.	ஆர்க்குமிடீசர் கண்டேன் கண்டேன் பொன்முடி	80
11.	ஆர்க்குமிடீசர் எரிக்கும் கண்ணாடி	86
12.	மண்ணும் விண்ணே!	92
13.	நாமும் சூரிய குலமே	98
14.	சூரியனை வாரி விழுங்குகிறோம்	106
15.	சூரியனை விழுங்கும் தோல்வாய்	116
16.	சூரியனார் தருகின்ற அமுத சஞ்சீவி	126
17.	அலாவுதீன் மாயவிளக்கு	136

18. உலகுக்கு எல்லாம் ஒரு விசிறி	140
19. உலகுக்கு எல்லாம் ஓர் ஏற்றக்கோல்	150
20. உலகுக்கெல்லாம் ஒரே சூடு எந்திரம்	156
21. ஊருக்கெல்லாம் ஒரே விளக்கு	166
22. ஐயோ சூரியன் சாவானா?	174
23. அண்டப்பூங்கொத்தில் அணுவின் இதழ்கள்	182
24. மின்னில் விளங்கும் எண்ணும் எடையும்	192
25. பின்னக் கணக்கில் பீறிட்டு எழும் ஆற்றல்	198
26 கருச்சிதைவுச் சங்கிலியில் கண்டெடுத்த அணுக்குண்டு	204
27. பின்னக் கணக்கில் பீறிட்டு எழும் ஆற்றல்	210
28. தொடர் நிலைச் சிதைவில் தோன்றிய அணுக்குண்டு	216
29. கதிர் வீச்சில் ஒரு கால சஞ்சீவி	230
30. ஆண் அணுவும் பெண் அணுவும்	242
31. இடம்பாச்சாரி நாடகம்	248
32. குட்டிக்கரணம்	256
கலைச்சொற்கள்	261

தொகுப்பாசிரியரைப் பற்றி

கோ. ரகுபதி (1975), தூத்துக்குடி மாவட்டம் சாத்தான்குளம் வட்டம், பிடாநேரி கிராமம், டி.கே.சி நகரைச் சேர்ந்தவர். தொடக்கக் கல்வியை தேரிப்பனை T.D.T.A. நடுநிலைப் பள்ளியிலும் நடு, உயர், மேல்நிலைப் பள்ளிக் கல்வியை நாசரேத் மர்காஷியஸ் பள்ளியிலும் பயின்றார். நாசரேத், பிள்ளையான் மனை மர்காஷியஸ் கல்லூரியில் இளங்கலைப் பட்டத்தையும் திருநெல்வேலி மனோன்மணியம் சுந்தரனார் பல்கலைக்கழகத்தில் முதுகலை, முனைவர் பட்டங்களையும் பெற்றார். தமிழ்த் தினசரி ஒன்றில் நிருபராக ஓராண்டும் மேற்குறிப்பிட்ட பல்கலைக் கழகத்தின் சமூக விலக்கல் மற்றும் உட்கொணர்வு கொள்கை ஆய்வு மையத்தில் இணை ஆராய்ச்சியாளராக இரண்டரை ஆண்டு களும் பணியாற்றினார். 2011ஆம் ஆண்டு தமிழ் நாடு அரசுக் கல்லூரியில் சேர்ந்து சேலம் மாவட்டம் ஆத்தூர், வட சென்னி மலை, அறிஞர் அண்ணா அரசுக் கல்லூரி, திண்டிவனம், திரு. ஆ. கோவிந்தசாமி அரசினர் கலைக் கல்லூரி, சென்னை மாநிலக் கல்லூரி ஆகியவற்றில் வரலாற்றுத் துறையில் உதவிப் பேராசிரியராகப் பணியாற்றி தற்போது மாற்றுப் பணியில் தமிழ் நாடு மாநில ஆதிதிராவிடர் மற்றும் பழங்குடியினர் ஆணையத்தில் உறுப்பினராகப் பணி யாற்றுகிறார். ஹிந்து ஜாதியக் கட்டமைப் பையும் இதனால் சுரண்டடப்பட்டு ஒடுக்கப்படும் ஜாதியற்றோர் குறித்து ஆய்வுக் கட்டுரைகளையும் நூல்களையும் தொடர்ந்து எழுதுகிறார்.

இராசேசுவரியின் தனித்துவ முறையியல்

பெண்களின் சிந்தனைகளைத் தொகுக்கத் திட்டமிட்டபோது ஈ.த. இராசேசுவரி அம்மையாரின் எழுத்துகளையும் வெளியிட எண்ணினேன். தமிழ்த் தென்றல் இதழ்களில் அவர் எழுதிய கட்டுரைகளை வாசித்தபோது அவற்றின் தனித்துவம் மிளிர்ந்தன. பகுத்தறிவாளர், பத்திரிகையாளர், படைப்பாளி, போராளி எனப் பன்புலங்களிலும் ஈடுபட்ட பெண்களில் பௌதிகத்தைத் தமிழில் பேசியோர் அரிது. இது ஆண்களுக்கும் பொருந்தும். தாய் மொழி வழிக் கற்பித்தல் என்னும் கருத்தாக்கம் வலுவாக இருக்கின்ற இந்தக் காலத்திலும்கூட பல்கலைக்கழக, கல்லூரி, கல்விப் புலத் தாரில் அறிவியல், சமூக அறிவியல், மொழி, இலக்கியப் பிரிவு களைச் சேர்ந்த பேராசிரியர்கள் தங்கள் ஆய்வுக் கட்டுரைகளை ஆங்கிலத்திலேயே வெளியிடும் போக்கு நிரம்பி வழிகிற இந்தச் சூழலில், ஆங்கிலவழியிலேயே கற்பிக்க வேண்டுமென்ற வாதம் வலுவாக இருந்த பிரித்தானிய – இந்தியாவில் தமிழ் மொழியில் அறிவியல், கலை இலக்கியக் கட்டுரைகளை எழுதினர். அந்தக் காலத்தில் தமிழில் வெளியான மாத இதழ்களை நுனிப்புல் மேய்வதுபோல் வாசித்தாலே அறிவியல் உட்பட அனைத்து புலங் களைச் சேர்ந்த கட்டுரைகளும் தமிழ் மொழியில் வெளியானதைக் காணலாம். அறிவியலைத் தமிழில் எழுதிய பேராசிரியர்களில் இராசேசுவரியும் ஒருவர்; இவ்வெழுத்துகள் தனித்துவமானவை. இவற்றைத் தொகுக்க முற்பட்டபோது அவருடைய சமூக, கல்வி பின்னணியைத் தேடினேன். இவருடைய தந்தை தணிகாசல முதலியார், சென்னை உயர்நீதி மன்றத்தில் வழக்கறிஞராக இருந் தவர். இவரைப் பற்றி “திருமுறைகளில் தேர்ந்த புலமையுடைய தமிழ்த் திருவாளர்” என்ற குறிப்பு அவர் “தெய்வீகம் பொருந்திய” சைவர் என்பது புலப்படுகிறது. இவருடைய துணைவியார் சொர்ணாம்பிகையம்மையைப் பற்றி அறிய இயலவில்லை. இந்தத்

தம்பதியரின் மூன்று மகள்களில் இரண்டாவதாக ஈ.த. இராசேசுவரியம்மையார், 1906ஆம் ஆண்டு அக்டோபர் 18ஆம் நாள் அன்று பிறந்தார். இவரின் தமக்கை சொக்கம்மை, சென்னை உயர்நீதி மன்ற வழக்கறிஞர். தங்கை பதுமாவதியம்மை வெலிங்கடன் கல்லூரியில் கணித ஆசிரியராகப் பணியாற்றினார்.

ஈ.த. இராசேசுவரியம்மையார் விஞ்ஞானத்தில் 1928ஆம் ஆண்டு பி.ஏ. தேர்விலும் 1931ஆம் ஆண்டு எம்.ஏ. தேர்விலும் சென்னை மாகாணத்தில் முதலிடத்தில் தேர்ச்சி பெற்றார். 1932ஆம் ஆண்டு போதனா முறையில் புலமைப் பட்டம் பெற்றார். இவர் பள்ளி, கல்லூரி கல்வியைக் கற்ற நிலையங்களை அறிய இயலவில்லை. இவருடைய தந்தை தணிகாசல முதலியார் சென்னை உயர்நீதி மன்றத்தில் வழக்கறிஞராக இருந்ததால் சென்னை அல்லது அருகாமைப் பகுதியில் அவர்கள் வசித்திருக்கலாம்; இராசேசுவரியும் சென்னையில் பள்ளி, கல்லூரி படிப்பை முடித்திருக்கலாம் எனக் கருதலாம். இராசேசுவரியம்மை மகளிர் ஆசிரியர் தொழிற் பயிற்சிக்கான சென்னை வெலிங்கடன் சீமாட்டி கல்லூரிப் பௌதிக கலைப் பேராசிரியையாகப் பணியாற்றினார். இவர் பணியில் சேர்ந்த வருடம், குடும்ப வாழ்வு உட்பட பிற தகவல்களைத் திரட்ட இயலவில்லை.

தணிகாசலம் சட்டம் பயின்று வழக்கறிஞராக இருந்ததால், அவருடைய பொருளாதார நிலை வளத்துடன் இருந்திருக்கலாம் என்பதைக் காட்டுகிறது. இவருடைய பொருளாதார வளமும் நவீனக் கல்வியும் அவரது பெண் வாரிசுகளையும் நவீனக் கல்வி கற்கத் துணைபுரிந்தன; இந்த வாய்ப்பு இராசேசுவரிக்கும் கிட்டியது. பெண்கள் கற்க வேண்டுமா? ஆம் என்றால், எதைக் கற்க வேண்டும்? ஆங்கிலம் கற்கலாமா? கூடாதா? குடும்பத்தைப் பராமரிக்கும் பாடத்தைக் கற்பதே போதுமானதா? என்பது போன்ற காரசாரமான, கூர்மையான விவாவதங்கள், அந்தக் காலத்திலேயே இராசேசுவரி அறிவியல் பாடத்தைத் தேர்ந்தெடுத்து, பி.ஏ., எம்.ஏ. தேர்வுகளில் சென்னை மாகாண அளவில் வெற்றிபெற்று, முதலிடத்தைப் பிடிக்க காரணங்களாக அமைந்தன. ஆன்மீக ஆணாதிக்கம் பேசிவந்த, 'பெண்ணுக்குப் பின் புத்தி' என்ற கதையைக் கட்டுடைத்து, பெண்ணுக்கு 'முன் புத்தி' உண்டென பறைசாற்றினார். இதனால் பெண்கள்

அறிவியலிலிருந்து விலக்கப்பட்டனர் என்று பொருளல்ல; ஸநாதந ஜாதியக் கட்டமைப்பு தீண்டத்தகாதோர், காணக்கூடாதோர் என வெறுத்து ஒதுக்கிய சமூகங்களைச் சேர்ந்த ஆண்கள், பெண்களிடம் அறிவியல் அறிவு நிரம்ப இருந்தது.

ஸநாதந ஜாதிய படிநிலைக் கட்டமைப்பில் பிராமணர், பிரா மணரல்லாத பூஜாரி, நிலவுடைமை ஜாதிகள் உடலுழைப்பைத் தீட்டு எனக் கூறி 'சுத்தமாயிருந்து' பக்தி பஜனைப் பாடல்களைப் பாடி ஆன்மீகத்திலேயே பொழுதைக் கழித்த அவர்கள் அறிவிய லிலிருந்து தங்களை விலக்கிக் கொண்டதோடு அதற்கு எதிரான கருத்தியலையும் பரப்பினர். இதற்கு அவர்களுடைய ஸநாதந சாஸ்திரங்கள் சாட்சி; அவை அறிவியலுக்கு எதிராகப் பேசுவதை தேவிபிரசாத் சட்டோபாத்யாய எடுத்துரைக்கிறார். நிலவுடைமையின் மேல் கட்டப்பட்ட பண்டைய, இடைக்கால குறு, பெருநில மன்னராட்சிகளின் ஆட்சியில் சமூக மரியாதையும் அதிகாரமும் நிலவுடைமையோடும் நிறுவனமாக்கப்பட்ட ஸநாதந ஆன்மீகத் திலும் பிணைக்கப்பட்டதால் இவற்றை உழைக்க மறுத்த ஜாதிகள் கைக்கொண்டனர். அதாவது, விவசாய உற்பத்தியை அடிப்படை யாகக் கொண்டு இயங்கிய சமூகத்தில் விவசாய உற்பத்திக்கான அறிவியலுக்கும் உழைப்புக்கும் மதிப்பும் அதிகாரமும் மறுக்கப் பட்டதோடு அவற்றைச் செய்தோரைத் தீண்டத்தகாதோர்; காணக் கூடாதோர் எனக் கூறி விலக்கப்பட்டனர். ஸநாதந ஆன்மீகத்துக்குத் தாராளமாய்ப் பொருளாதாரமும் அதிகாரமும் வழங்கப்பட்டு உழைப்பைத் தீட்டென மறுத்தோர் சுத்தமானோர், தீண்டத்தக்கோர் ஆனர். உடலுழைப்பும் அறிவியலும் இரண்டறக் கலந்தவை; வேறு வார்த்தைகளில் கூறுவதென்றால், பொருட்களோடு வினைபுரிந்து உற்பத்தியைப் பெருக்கிய ஜாதியற்ற உடலுழைப்பாளரே வினைஞ ராகவும் விஞ்ஞானிகளாகவும் இருந்தனர். பிரித்தானிய – இந்தியா உருவாக்கம் நவீன அறிவியல் உற்பத்தியின் மேல் கட்டப்பட்டதால் அதிகாரமும் பொருளாதாரமும் ஸநாதந ஆன்மீக நிலையிலிருந்து நவீன அரசியல் பொருளாதாரத்தை நோக்கி நகர்ந்ததை உணர்ந்த உழைக்க மறுத்த ஸநாதந ஜாதிகள் பொருளாதார, அதிகார நிலை களில் தங்கள் ஆதிக்கத்தைத் தக்கவைக்க நவீன அறிவியலையும் பிற பாடங்களையும் கற்கவேண்டிய கட்டாயம் தோன்றியது. கிறிஸ்துவ மிஷனரிகளும் பிரித்தானிய – ஏகாதிபத்தியமும்

உருவாக்கிய மேற்கத்திய கல்வியில் அறிவியலும் இடம்பெற்றிருந் ததால் பிராமண, பிராமணரல்லாத உழைக்காத பூஜாரி, நில வுடைமை ஜாதிகள் ஸநாதந ஆன்மீக அதிகாரத்தின் துணையுடன் அறிவியலையும் கற்க எத்தனித்தனர். ஸநாதந ஆன்மீக, நிலவுடை மையால் அவர்களிடம் ஏற்கெனவே குவிந்திருந்த பொருளாதாரம் நவீனக் கல்வியைக் கற்கும் வாய்ப்பைக் கொடுத்தது. கிறிஸ்துவ மிஷனரி, ஸநாதந ஜாதி சீர்திருத்த இயக்கம் போன்றவை பெண் விடுதலையைப் பேசியதாலும் கல்வி கற்க ஊக்குவித்ததாலும் இராசேசுவரிக்கும் கற்கும் வாய்ப்பு கிடைத்தது. ஆன்மீகப் பின் புலத்தில் பிறந்து வளர்ந்தபோதிலும் அறிவியலையும் தமிழ் இலக் கியங்களையும் பழமொழிகளையும் நன்குக் கற்றதை இராசேசு வரியின் எழுத்துகள் பளிச்சென எதிரொலிக்கின்றன.

பாரம்பரிய அறிவியலில், மண்ணியல், தாவரவியல், இயற் பியில், வேதியியல் எனப் புன்புல அறிவு ஒருங்கே இணைந்து செயல்பட்டன; தனித் தனியாகச் சிறப்பு நிபுணத்துவப் புலங்கள் இல்லை. இவற்றை நவீனத்துவம்தான் உருவாக்கியது. இந்தக் காலத்தில் பரிந்துரைக்கப்படும் பன்புல ஆராய்ச்சி நெறிமுறையை ஏற்கெனவே இராசேசுவரி செய்ததை அவருடைய கட்டுரைகளில் காணமுடிகிறது. கூடுதலாக, அறிவியலை அன்றாடச் செயல் பாடு, அரசியல், பொருளாதாரம், இலக்கியம், பழமொழி போன்ற வற்றுடன் இணைத்து விளக்குவது அவருடையை எழுத்து முறை யியலின் தனித்துவம் ஆகும். மேலும், ஐரோப்பியர்கள் உருவாக்கிய நவீன அறிவியலுக்கும் பொருட்களுக்குமான ஆங்கிலச் சொற்கள் பலவற்றைத் தமிழாக்கம் செய்தார். பிரித்தானியர்கள் எங்கெல்லாம் ஏகாதிபத்தியத்தை நிறுவினரோ அங்கெல்லாம் நவீன அறிவி யலைச் செயல்படுத்தினர். மேற்கத்தியக் கல்வி வழியும் கற்பித் தனர். நவீன அறிவியல் பொருட்கள், கோட்பாடுகள், இயக்க விதிகள் போன்றவை ஐரோப்பிய, அமெரிக்கர்களின் கண்டுபிடிப் புகள் என்பதால் அவற்றின் பெயர்களும் அவரவர் மொழிகளி லேயே இருந்தன. எனவே, இராசேசுவரி இவற்றைத் தமிழாக்கம் செய்தார். பிளாஸ்டிக் என்ற சொல்லுக்கு நெகிழி என்று சமீப காலத்தில் கூறப்படும் தமிழ்ச் சொல்லை அந்தக் காலத்திலேயே அவர் பயன்படுத்தியுள்ளார். இதுபோன்ற பல வார்த்தைகளைக் கூறலாம். அவர் உருவாக்கிய அறிவியல் தமிழ்ச் சொற்களைத்

தனியாகத் தொகுக்கப்பட்டு இந்த நூலில் தரப்பட்டுள்ளது. இவர் உருவாக்கிய தமிழ் வார்த்தைகள் அந்தக் காலத்திலேயே கவனத் தைப் பெற்றது. சிலர் இதைப் பாராட்டினர். இது குறித்து, "பெரிய மேதாவிகளும் விஞ்ஞான முதலிய கலைகளைத் தமிழில் தருவதைத் தவித்து நிற்க, நம் அம்மையார் பொழுதுபோக்காகப் புனையும் விஞ்ஞானக் கட்டுரைகள் வியப்பையும் ஆச்சரியத்தையும் தரு கின்றன. அம்மையாரின் அரும்பெரும் பணிகள் தமிழ் தழைக்க, தமிழ்நாடு செழிக்க, தமிழர் வாழ்வு கொழிக்க உதவிபுரிவன என்பது ஒருதலை" என ஒரு குறிப்பு கூறுகிறது. "விஞ்ஞானச் சொற்களைத் தனித்தமிழில் அமைத்தல் அரிது என்று பலர் எண்ணியிருக்க அம்மை இராஜேசுவரியாரின் அரும் முயற்சியால் உயர்ந்த விஞ்ஞான ஆராய்ச்சிகள் செந்தமிழில் செப்பமுற வெளி வருகின்றன" என புஷ்பம் எழுதினார். இராசேசுவரி விஞ்ஞான நுண்ணுணர்வுடன் தமிழ்ப் புலமையையும் பெற்றதால் நவீன அறிவியல் கண்டுபிடிப்புகளுக்கும் பொருட்களுக்கும் தமிழ்ச் சொற் களை உருவாக்கினார்; இது அவருடைய தனித்துவங்களில் ஒன்று. பதினான்கு ஆண்டுகள் சென்னை பேராசிரியர் கல்லூரியிலும் விஞ் ஞானப் பேராசிரியராகப் பணியாற்றிய இவருடைய நூற்களான குழவியுள்ளம், வானக்கப்பல், சூரியன், ஐன்ஸ்டைன் கண்ட காட்சி போன்றவை பல்கலைக்கழக உயர்நிலைத் தேர்வுகளுக்குப் பாடமாக அமைந்தன. பேராசிரியர் பணிக்குள் மட்டும் தன்னைச் சுருக்கிக்கொள்ளாத இராசேசுவரி பொதுவெளியிலும் இயங்கினார். சென்னை சிந்தாதிரிப் பேட்டையில் 1934ஆம் ஆண்டு டிசம்பர் 21-23ஆம் தேதிகளில் நடைபெற்ற 'தமிழில் நவீனம்' என்ற மாநாட்டில் மிஸ். இ.டி. இராஜேஸ்வரியம்மாள் எம்.எ., எல்.டி. 'தமிழில் நவீனம்' என்பது பற்றி பேசினார். 'அப்பர், சம்பந்தர் ஆகியோர்களின் பாக்களில் தற்காலத்திய இலட்சியங்கள் பிரசன்ன மாகியிருந்தனவென்றும் அந்தக் கவிஞர்கள் சமூகச் சமத்துவத்தைப் போற்றிப் பாக்கள் பாடியிருக்கிறார்கள் என்றும் அவர்கள் நந்தனார் களை வேதியர்களாக்க முயற்சித்தார்கள் என்றும்" பேசினார். இந்த மாநாட்டில், அண்ணங்கராச்சாரியர், 'வைணவமும் தமிழும்', டி. சற்குணர், 'கிறிஸ்துவ மதமும் தமிழும்', நூருதீன், 'இஸ்லாமும் தமிழும்', சண்முக சுந்தர முதலியார், 'சித்த வைத்தியமும் தமிழும்', மீனாட்சி சுந்தரம், 'சைவமும் தமிழும்' எனப் பேசினர். இந்தக்

குறிப்புகள் அவர் முக்கிய ஆளுமைகளோடு பொதுவெளியில் செயல்பட்டதைக் காட்டுகிறது. இவர் எழுதிய கட்டுரைகள் விருது நகரில் செயல்பட்டுவந்த தமிழ்த் தென்றல் என்ற பத்திரிகையில் வெளியாயின. இதன் ஆசிரியர் வே.வ. இராமசாமி, எம்.எல்.ஏ. ஆவார். சென்னைப் பல்கலைக்கழக தலைமைத் தமிழ்ப் பேராசிரியர் ரா.பி.சேதுபிள்ளை தலைமையில் 1947ஆம் ஆண்டு மே 15ஆம் நாள் அன்று தமிழ்த் தென்றல் வெளியாகியது. அரசின் இசைவுபெற்று 1949அம் ஆண்டு செப்டம்பர் 15ஆம் நாள் அன்று முதல் மாத இதழாக உருமாறியது. தமிழ் நாட்டுப் பேரறிஞர்களான திரு.வி.க., கி.ஆ.பெ.விசுவநாதம், டி.கே.சி. ரசிகமணி, ரா.பி. சேதுபிள்ளை, தெ.பொ.மீனாட்சி சுந்தரம், ம.பொ.சிவஞானம், சென்னை அரசு பொருளாதார ஆய்வுரைஞர் பா.நடராசன், சுத்தானந்த பாரதியார், ச.சோ.சோமசுந்தர பாரதியார், கோவைக் கிழார் போன்றோருடன் இராசேசுவரியின் கட்டுரைகளும் தமிழ்த் தென்றலில் வெளியாயின. இந்த அறிஞர்களுக்கு இணையான இராசேசுவரி அம்மையாரின் முக்கியத்துவத்தை உணர்ந்த தமிழ்த் தென்றல், 'விஞ்ஞானக் கலையினின்று சிறந்த ஆராய்ச்சிக் கட்டுரைகளை இதழ்தோறும் தவறாமல் எழுதி, உதவி வருகிறார்கள்' எனக் கூறியது. அறிவியல் கட்டுரைகளை எழுதினாலும் அவற்றை எளிய முறையில் நடைமுறைச் செயல்பாடு, பழமொழி, இலக்கியம் வழியாகவும் விளக்கினார்.

சூரியனே பெரியவன்

உலகையும் உடலையும் கடவுள் என்ற புலப்படாத புற சக்தி இயக்குகிறது என்ற ஆன்மீகக் கூற்றுக்கும் இதை மறுத்து அவை இயல்பாகவே இயங்குகின்றன என்ற அறிவியலுக்கும் இடையேயான முரண்பாடு தொடர்கிறது. அதேசமயம் ஆன்மீகவாதிகள் அறிவியலையும் அறிவியலாளர்கள் ஆன்மீகத்தையும் பின்பற்றுகின்றனர். தூய ஆன்மீகவாதிகளோ தூய அறிவியலாளர்களோ இவ்வுலகில் இருப்பது அரிது. ஆன்மீகப் பின்புலத்தில் பிறந்து வளர்ந்த இராசேசுவரி இவ்வுலக இயக்கத்தை அறிவியல் வழி விளக்கினார். கடவுளையும் மூடநம்பிக்கைகளையும் அறிவியல் வழியும் நாசுக்காக நக்கலடித்தார். எங்கும் இருக்கும் கடவுள் எச்சிலில் இருக்காமல் போவாரா? இறைவன் எங்கும் இருக்கிறான் என்றால் அவன் குப்பையிலும் இருக்கிறான் என்றார்.

இறைவன் இல்லாத இடமில்லை எனக் கூறுவோர் மறுபுறம் நிலம், நீர் என பஞ்ச பூதங்களை அசுத்தமாக்கும் முரண்பாட்டை எடுத்துரைத்தார். குப்பைகளை உருவாக்குவோரை அசுரர் என்றார். அறிவியலுக்கும் ஆன்மீகத்துக்கும் இடையிலான முரண்பாட்டை அறிவியல்பூர்வமாக விளக்கினார். ஒவ்வொரு பொருட்களுக்கு உள்ளும் புறமும் என்னென்ன இருக்கின்றன? அவை எவ்வாறு இயங்குகின்றன? ஒரு பொருளுக்கும் மற்றொரு பொருளுக்குமான உறவு என்ன? என்பதை விளக்குவதன் வழி உலக இயக்கத் துக்கான காரணம் பொருட்களுக்கு உள்ளும் புறமும் இருக்கின்றன என வாதித்தார். அவர் கூறிய புறப் பொருள் என்பது மற்றொரு பொருள் ஆகும். மனிதர்களின் நவடிக்கைகளால் இவ்வுலகப் பொருட்களுக்கு விளைகிற கேடுகளையெல்லாம் அறிவியலாளர் களால்தான் தீர்க்க முடியுமென வாதிட்டார். “கடவுளைப் பற்றி பேசுவதிலும் விஞ்ஞானத்தைப் பேசி உலகினை எளிதில் வாழ வைக்க முடியும்” என கூறிய அறிவியலறிஞர்கள் நரகத்துக்குச் செல்வார்களௌனப் பாதிரியார்கள் சபித்ததாகவும் ஆனால், அவ்வறி ஞர்கள் நரகத்தை விளைச்சல் நிலமாக மாற்றியதைப் பெரியவர் ஒருவர் கனவு கண்டதாகக் கூறியும், உடலுக்குத் தேவையான பிசிதத்தைக் (ப்ரோடீன்) குப்பையிலிருந்தே உடலை வளர்க்கும் காலத்தை விஞ்ஞானிகள் எதிர்பார்க்கின்றனர் எனக் கூறியும் ஆன்மீகத்தைப் புறக்கணித்து அறிவியல்தான் அனைத்தையும் சாதிக்கும் என வாதிட்டார். ‘உடல் புனிதமானது’ என்ற ஆன்மீகக் கட்டமைப்புக்கு மாறாக சூரியனின் பொருட்கள் தரையில் இருப்பதுபோல் நம் உடலிலும் இருக்கிறதென அவற்றைப் பட்டிய லிட்டு உடலைப் பொருளாகப் பகுத்தார். மனிதனின் உடற் கூறியலையும் இயங்கியலையும் அறிய பிற உயிரினங்களுடன் ஒப்பிடுவதுபோல் உடலுக்கும் சூரியனுக்குமான ஒப்பீட்டைப் பேசினார். பௌதிகத்துக்கும் உயிரியியலுக்கும் இடையேயான ஒப்புமையை விளக்கி உடலைப் பௌதிகமாக அணுகினார். உடல் என்பதே ஓர் இயந்திரம்தான். அது ஒரு தொழிற்சாலை. அங்கு ஏற்றுமதியும் இறக்குமதியும் தொடர்ந்து நிகழும் துறைமுகப் பட்டணம் என்றார். உடலில் இருக்கின்ற பொருட்களால் சவக் காரம், பேதி மருந்து, ஆணி, பென்சில் என பொருட்களைச் செய்து உபயோகிக்க இயலுமெனப் பட்டியலிடுகிறார். இறந்த

பின் உடலைத் தானம் செய்வது பெருமையாகப் போற்றப்படும் நிலையைக் கடந்து அதைப் பொருளாகப் பயன்படுத்த இயலும் என அந்தக் காலத்திலேயே எழுதினார். உயிரிகளும் உயிரற்றவைகளும் இயங்கத் தேவையான ஆற்றலான சூரியனின் முக்கியத்துவத்தை அழுத்தமாகப் பேசினார். கடவுள்தான் பெரியவன் என்ற கூற்றை மறுத்த அவர் "சூரியனே பெரியவன், அவன் அன்றி ஓர் அணுவும் அசையாது" என அறிவித்தார். உலகில் கிடைக்கும் பொருட்கள் உடலுக்கு ஏன்? எதற்குத் தேவை என விளக்கிய அதேசமயம் பௌதிகப் பொருட்கள் உடலில் ஏற்படுத்தும் சாதக, பாதக விளைவு களைப் பேசினார். "தவிடு நீங்கிய மினுக்கரிசியை உண்டதால் பசி எடுக்காது; மலச்சிக்கல் உண்டாகும்; நரம்புத் தளர்ச்சியால் தள்ளாடுவோம்" என எச்சரித்தார்!

அறிவியலும் அரசியலும்

அரசியல் அதிகாரத்தைத் தீர்மானிப்பதில் அறிவியலாளர்களும் அவர்களால் கண்டுபிடிக்கப்படும் கருவிகளும் முக்கியப் பங்கு வகிப்பதைக் கூறி மன்னர்களின் 'போர்த் திறமை' அறிவியலாளர் களையும் அவர்களின் கருவிகளையும் சார்ந்து இருப்பதை இராசேசுவரி எடுத்துரைத்தார். இந்த வாதத்துக்கு, மன்னர்களின் போர் வெற்றிகளுக்கு ஆர்க்கிமிடீஸ் கண்டுபிடிப்புகள் துணையாய் இருந்ததை உதாரணமாகக் கூறினார். அவருடைய கப்பி முறை பகைவர்களை இழுத்துத் தாக்கப் பயன்பட்டது. இந்தக் கருவியை மன்னர் முன்னிலையில் சோதனை செய்ததால் அவரை மேலும் பல பயனுள்ள பொருட்களைச் செய்துதர கோரினார். சைரக்யூஸ் நகரை ரோமர்கள் தாக்கியபோது இயந்திரங்கள் ரோம வீரர்களைத் தாக்கிய நிகழ்வை சிலப்பதிகாரம் உள்ளிட்ட பிற நூற்களில் குறிப் பிடப்படும் போர்களுடன் ஒப்பிட்டு மேனாட்டாருக்கும் தமிழகத் துக்கும் தொடர்பு இருந்ததால் அதன் பயனாக ஆர்க்கிமிடீஸ் இயந்திரங்கள் தமிழகத்தில் பரவியதாகக் கருதினார். ஆகவே, ஆர்க்கிமிடீஸ் ஒருவரே தமிழகம் அறிந்த விஞ்ஞானப் புலவர் என்ற முடிவுக்கு வருகிறார். உலகத்தை வென்ற ரோமானியர்கள் ஆர்க்கிமிடீஸின் அறிவை எதிர்க்க இயலாததால் அவரை நய வஞ்சகமாகக் கொன்றனர். மன்னர்களின் ஆதிக்கத்தை மட்டுமன்றி ஜனநாயக உரிமைகளையும் பரவலாக்குவதிலும் அறிவியல் கருவிகள் முக்கியப் பங்காற்றுவதை விளக்கினார். "பாட்டும் கூத்தும் இந்தப்

பழங்காலத்தில் செல்வர்க்குத்தான். இந்தக் குடியரசு உலகிலோ பாட்டும் கூத்தும் அனைவர்க்கும் என்பது உறுதியாகிவிட்டது. செல்வர் கலை, எளியவர் கலையான மாயம்தான் என்ன? எனக் கேள்வி எழுப்பிய அவர், பேசும் படமும் வானொலியும் இந்தப் பெரும் புரட்சியைச் செய்துவிட்டது என வாதிட்டார். அதாவது, அரசியலும் அறிவியலும் ஒன்று மற்றொன்றைத் தீர்மானிப்பதிலும் தாக்கத்தை விளைவிப்பதிலும் முக்கியப் பங்காற்றுவதைப் பேசினார்.

கருவிகளைக் கண்டுபிடித்து அவற்றைப் பயன்படுத்திய நிலையிலிருந்துதான் அநாகரிகம், நாகரிகம் எனக் காலகட்டங்களைப் பிரிக்கின்றனர். ஆனால் இடைக்கால, நவீன வரலாறுகளை எழுதுகிற வரலாற்றாளர்களும் சமூக அறிவியல் புலத்தினரும் கருவிகள் ஏற்படுத்தியத் தாக்கத்தை தங்கள் ஆய்விகளிலும் எழுத்துகளிலும் கோடிட்டுப் பேசுவது அரிதாக இருக்கின்றன. வரலாற்றையும் சமூகக் கட்டமைப்பைத் தீர்மானிப்பதில் கருவிகளின் பங்கை இராசேசுவரி எடுத்துரைத்தார். பண்டைய காலத்திலும் நவீனக் காலத்திலும் மன்னர்களும், அதிபர்களும் போர்களில் ஈடுபட்ட போது அம்புகளுக்கும் அணுகுண்டுகளுக்கும் அறிவியலாளர் களைச் சார்ந்து இருந்ததை எடுத்துரைத்தார். காலங்கள் மாறினாலும் போர்கள் நிலையாக இருப்பதை "இவ்வாறுதான் உலக வரலாறு பல முறையும் ஒன்றுபோலவே மாறிமாறி வரக் காண்கிறோம்" எனக் கூறி வரலாறு என்பது போர்களின் சுழற்சியாகக் கண்டார். அதாவது, வரலாற்றை அறிவியலாகப் புரிந்துகொண்டார். இயற்கைச் சூழற்சியைப் போல், உணவு சங்கிலி, வெயில் சங்கிலி இன்னபிற சங்கிலித் தொடர், சூழற்சிகளைப் போல் வரலாறையும் போர்களின் சூழற்சி என்றார். பண்டைய காலத்து அம்பு என்ற ஆயுதத்துக்குப் பதிலாக நவீனக் காலத்தில் அணு ஆயுதம் பயன்படுத்தப்படுவதில் ஆயுதங்களின் வடிவமும் சக்தியும்தான் மாறின; இருப்பினும், போர் சுழல்கிறது. இன்றும் போர் தொடர்வதால் வரலாறு என்பது போர்களின் சுழற்சி என்ற இராசேசுவரின் கூற்று ஏற்புடையதே. வரலாற்றைத் தீர்மானிப்பதில் அறிவியலின் பங்கை உணர்ந்து அறிவியலின் வரலாற்றைத் தேடும் இராசேசுவரி, நெருப்பும், நூலும் துணியும் என மக்கள் பயன்படுத்தும் பொருட்களைக் கண்டுபிடித்தவர்களின் பெயர்களை அறிய இயவில்லை என்ற போதிலும் அவர்களை மறக்க முடியுமா? என வினவுகிறார்.

அறிவியலாளர் சிலரின் பெயரை அறிந்தபோதிலும் அவர்களைப் பற்றிய முழுமையான வரலாறு தெரியாததால் வருந்துகிறார். இரண்டாயிரம் ஆண்டுகளுக்கு முன் அறவியலறிவின் ஊற்றுவாயக வாழ்ந்தவர் ஆர்க்கிமிடீஸ் என்கிறார். இவர் உருவாக்கிய இயந்திரங்களைப் பற்றி ப்ளூடார்க், பாலிபையாஸ், லிவி போன்ற வரலாற்றாளர்கள் பதிந்துள்ளதாகக் கூறுகிறார். வரலாறு போற்றும் மன்னர்களைவிட இயற்கையைக் காதலித்து அதன் இயக்கத்தை அறிய முற்படுவோர் விஞ்ஞானப் புலவர், வேதிப் புலவர், கணக்கறிஞர், வானநூற் புலவர் போன்ற அறிஞர்களின் வரலாறே இயற்கையோடு இயைந்ததாக வாதிட்டார்.

குப்பைதான் குபேரன்

பொருளாதாரம் என்பது உற்பத்தியால் மட்டுமல்லாமல் உற்பத்திக் கழிவு, குப்பை, சாக்கடை போன்றவற்றாலும் கிடைக்கும் என்பதை இராசேசுவரி எடுத்துரைத்தார். ஆர்ய ஸநாதநத்தின் புனிதம், தீட்டு என்ற இருமை எதிர்வு கருத்தியலால் கட்டமைக்கப்பட்ட படிநிலை ஜாதிய சமூகத்தில் உடலிலிருந்து இயல்பாக வெளியேறும் கழிவுகளையும் கத்தரிக்கப்படும் நகம், மயிர் ஆகிய பொருட்களை மட்டுமன்றி அதைச் செய்யும் கருவிகளையும் வினைஞர்களையும் “தீட்டு” எனக் கூறி “தீண்டத்தகாதவன்”, “காணக்கூடாதவன்” என இழிவாக நடத்தப்படுகின்றனர். தங்களைத் “தீண்டத்தக்கோர்” எனக் கருதுபவர்களே கழிவுகளையும் குப்பைகளையும் உருவாக்குவதில் முக்கியப் பங்காற்றியபோதிலும் அவற்றைச் சுத்தம் செய்வதையோ அல்லது மறுசுழற்சியில் பயன்படுத்துவது குறித்து சிந்திக்கவில்லை. இதனால் கழிவுகளை மறுசுழற்சியில் வேறு பொருட்களாக மாற்றி உபயோகிப்பது குறித்த சிந்தனையே அவர்களுக்கு இல்லை. இந்த நிலையை, “தீண்டக் கூடாது, இதைத் தொடக் கூடாது. தீட்டு ஒட்டிக்கொள்ளும் சைவம் கெட்டுப் போகும்’ என்று பாடிச் சோற்றுக்குத் தாளம் போடுகிறோம்” என இராசேசுவரி விமர்சித்தார். இயற்கையாலும் அறிவியலாலும் குப்பையையும் சாக்கடையையும் மறுசுழற்சியில் வேறு பொருட்களாக மாற்றி அதை உபயோகிக்க இயலும் என வாதிட்டார். குப்பையாக வீசியெறியப்படும் பொருட்களிலிருந்து உண்ணவும் உபயோகிக்கவும் பொருட்கள் தயாரிக்கப்படுவதை ஐரோப்பிய நாடுகளின் செயல்பாடுகளின் வழி விளக்குகிறார். குப்பையைப்

போல் சாக்கடையையும் எவ்வாறு மறுசூழற்சி செய்து பயன் படுத்த இயலும் என்பதை ஐரோப்பியரின் அனுபவம் வழி எடுத்துரைத்தார். சாக்கடையிலிருந்து மீத்தேன், சாக்கடை ஆவி போன்றவை வாகனங்களை இயக்கும் எரிபொருட்களாகப் பயன் படுத்த இயலும் என்றார். கழிவு, குப்பை, சாக்கடை போன்றவற்றை வேறு பொருட்களாகத் தயாரிக்க இயலும் என்பதை வலுயுறுத்தக் காரணம், இவ்வுலகில் எந்தப் பொருளும் புதிதாகத் தோன்றுவதும் இல்லை, அழிவதும் இல்லை. ஒன்று மற்றொன்றாக மாறுகிறது என்பது அவருடைய அறிவியல் கண்ணோட்டம். இதிலிருந்தே அவர் மறுசுழற்சியைப் பேசினார். சாக்கடையைத் தனிக் கால் வாயில் வெளியேற்றிய திராவிடர்களின் மொகஞ்சதாரோ நாகரிக வரலாற்றை எடுத்துரைத்த இராசேசுவரி சென்னை கூவம் ஆற்றைச் சாக்கடையாக மாற்றியதைக் கண்டு வருந்தினார்.

அறிவியலும் தீண்டாமையும்

படிநிலை சமூகத்தில் அனைத்து நிலைகளிலும் ஆதிக்கம் செய் கின்ற உழைப்பை மறுக்கும் ஜாதியினர் அறிவியலிலும் இவர்களால் சுரண்டப்படும் ஜாதியற்ற வினைஞர் சமூகங்கள் சமூக அறிவியல், கலைப் புலங்களிலும் பயில்கின்றனர். ‘தீண்டத்தக்கோர்’ எனக் கருதப்பட்ட ஜாதிகள் ஆன்மீகத்திலும், ‘தீண்டத்தகாதோர்’, ‘காணக் கூடாதோர்’ எனக் கூறி வெறுத்து ஒதுக்கப்பட்ட சமூகங்கள் அறிவியல் வினைஞர்களாகவும் இருந்தனர். இந்தக் காலத்தில் இவர்களில் ஆகப்பெரும்பாலானோர் அட்டவணைப் பிரிவிலும் சில சமூகங்கள் பிற்படுத்தப்பட்ட, மிகவும் பிற்படுத்தப்பட்ட வகைமையில் இருக்கின்றனர். பிரித்தானிய ஏகாதிபத்தியம் தன் அரசியல் பொருளாதார தேவைக்காக ஏற்படுத்திய நவீன அறி வியலை, பாரம்பரிய உற்பத்தியில் ஈடுபட்ட இந்த அறிவியல் வினைஞர்கள் சமூகங்கள் கற்றிருக்க வேண்டும். இதைக் கற்பதற் கான அரசியல் அதிகாரமும் பொருளாதார வசதியும் அவர்களுக்கு இல்லை. நவீன அறிவியலின் அதிகாரத்தையும் பொருளாதாரத் தையும் கண்டுகொண்ட ஆன்மீக ஜாதிகளிடம் மன்னர்களின் மானிய நிலம், வரியின்மை, வினைஞர்களைச் சுரண்டி குவித்த பொருளாதாரம் சமூக அதிகாரம் ஆகியவற்றாலும் பிரித்தானிய ஏகாதிபத்தியத்துக்கும் இவர்களுக்கும் இருந்த நெருக்கத்தாலும் மிக எளிதாக அறிவியலை நோக்கி நகர்ந்தனர். வேறு வழியின்றி,

வினைஞர் சமூகங்கள் கலைப் பாடங்களைக் கற்கவேண்டிய நிலை உருவானது. இந்த எண்ணிக்கையும் மிகக் குறைவு என்பது வேறு வரலாறு. ஆன்மீகப் பின்புலத்தில் பிறந்து வளர்ந்த அறிவியலுக்கு நகர்ந்த இராசேசுவரி அறிவியலை ஐரோப்பியர் வழி விளக்கினார். சனாதனத்தின் தீட்டென்ற கருத்தியல் கழிவுகளைத் தீட்டு என்ற போதிலும் ஐரோப்பியரின் அனுபவவழி அவற்றை மறுசுழற்சி செய்து உபயோகிக்க இயலும் எனக் கருதும் இராசேசுவரி போன்ற வினைஞர்கள் சமூகங்கள் கழிவுகளை 'உரக்குழி' வழி உரமாக்கி உபயோகித்ததையும், பயன்பாட்டுக் காலம் முடிந்த பொருட்களை வேறு வடிவில் மாற்றிப் பயன்படுத்தியதையும் காணத் தவறினார். கப்பி, கடப்பாரை போன்ற பொருட்கள் ஆர்க்கிமிடீஸ் கண்டுபிடித்ததாகவும் அவற்றைத் தமிழர்கள் போரில் பயன்படுத்தியதாகக் கூறும் இராசேசுவரி அப்பொருட்களை வினைஞர்கள் சமூகங்கள் விவசாயம், நெசவு, சுண்ணாம்பு உற்பத்தி போன்றவற்றில் பயன்படுத்தியதைக் காணத் தவறினார். சுருக்க மாகக் கூறினால், வினைஞர் சமூகங்களின் அறிவியல், அறவியல் நோக்கில் எழுதியிருந்தால் ஆன்மீக பக்தி, பஜனைபாடும் ஜாதிகள் எவ்வாறு அறிவியலைத் தீண்டாமை என ஒதுக்கியதைக் கண்டிருப் பார். உண்மையான அறிவியலாளர்கள் யாரென்பதையும் கூறியிருப் பார். இக்குறைபாடு இருப்பினும், ஆன்மீகப் பின்புலத்திலிருந்து அறிவியலுக்கு நகர்ந்த இராசேசுவரி ஆன்மீகத்துக்கு நேரெதிராக இவ்வுலகை முழுக்கமுழுக்க அறிவியல் வழி விளக்கி உலகளாவி, உள்ளூரவிலான பழமொழி, இலக்கியம் போன்றவற்றை எடுத் துரைத்து ஓர் ஆய்வு முறையியலை முன்வைத்திருப்பது அவ ருடைய தனித்துவம்.

அறிவியலும் கலையும்

உலகத்துக்கும் உயிரியியலுக்குமான உறவை விளங்கிக்கொள்ள முற்படும் கல்விப் புலம் அறிவியல், கலை என இரண்டாகப் பிளவுபட்டு இயங்குகின்ற. சமீபக் காலங்களில் இவ்விரு தனித்தனி புலங்களுக்குள்ளும் பன்புல ஆய்வு வேண்டுமென்ற கருத்து வலுப் பெற்று அத்தகைய ஆராய்ச்சிகள் நடைபெறுகின்றன. சமூக அறிவி யலும் கலையிலக்கியப் புலங்களும் ஒன்று மற்றொன்றைக் கணக்கில் கொள்கின்றன. ஆனால், இராசேசுவரி, அறிவியல் புலத்துக்குள் மட்டுமன்றி சமூக அறிவியல், கலையிலக்கியப் புலத்தையும்

இணைத்தே எழுதினார். பொருட்களையும் மனிதர்களையும் தனித் தனியாகப் பிரிக்க இயலாது. பௌதிகமும் உயிரியியலும் பின்னிப் பிணைத்திருந்தால் இவற்றைத் தன் எழுத்துகளில் பிரதிபலித்தார். பொருட்களையும் அறிவியலாளர்களையும் பொருட்களின் இயக் கத்தையும் பயன்பாட்டையும் விளக்க கதைகளையும் பழமொழி களையும் மிகக் கச்சிதமாகப் பயன்படுத்தினார். பொருட்களின் இயக்கங்களை விளக்க, மனிதர்கள் வெவ்வேறு செயல்களில் வளைந்து, நெளிந்து, குணிந்து, நிமிர்ந்து இயங்கும் வெவ்வேறு நிலைகளோடு ஒப்பிட்டு விளக்கினார். ஒரு செயலின்போது இந்த வெவ்வேறு நிலைகள் அறிவியலாகவும் கலையாகவும் இருக் கின்றன. பொருட்களின் இயக்கத்தில் நேர், எதிர்களின் காதலும் கவர்ச்சியும் இருப்பதை எடுத்துரைத்து அவை பொருட்களுக்கும் உரியவை என்ற கருத்தை முன்வைத்தார். மின்சாரத்தை விளக்கு கிறபோது நேர்மின்னி, எதிர்மின்னிகளை ஆண் மிகுக் கூட்டம், பெண்மிகுக் கூட்டம் அவற்றின் எதிரெதிர் கூட்டத்தோடு இணை வதை எடுத்துக்காட்டி பேசினார். அறிவியலை விளையாட்டாகவும் பேசினார். அணுவைப் பற்றிப் பேசுகிறபோது கோலி விளை யாட்டோடு இணைத்து விளக்கினார். பொருட்களில் அணுக்கள் எவ்வாறு அமைந்துள்ளன என்பதை விளக்க பலகாரக் கடையில் மிட்டாய்கள் அடுக்கப்பட்டிருக்கும் தோற்றத்தை எடுத்துரைத்தார். அணுகுண்டு விளைவிக்கும் பேராபத்துகளைப் பேசிய அவர், கண்ணகி இட்ட தீ மதுரை மாநகரை அழித்ததைப் புராணம் கூறுவதும்போல் அணுகுண்டுகளின் அழிவுகளை வரலாறு கூறும் என்று ஒப்பிட்டார். காதலையும் போரையும் அக, புற நானூறு களில் நூறு நூறாய்ப் பாடிய சங்கப் புலவர்கள் சூரியனைப் பாடாததைப் பற்றி இராசேசுவரி வருந்தினார். கடலில் பெருஞ் சூறாவளி எழுகிறபோது கடலை அமைதியாக்க எண்ணெய் ஊற்ற வேண்டுமெனக் கூறும் 'Pouring oil over troubled waters' என்ற ஆங்கிலப் பழமொழியை எடுத்துக்காட்டினார். குப்பையிலிருந்து வளம் கொழிக்கும் என்பதை விவாதிக்கும் இடங்களில் 'ஆற்றிலே போட்டாலும் அளந்து போட வேண்டும்' என்ற தமிழரின் பழ மொழியையும் 'குப்பையில் கொட்டினாலும் நிறுத்துக் கொட்டு' என்பது மேனாட்டாரின் புதுமொழி என ஒப்பிட்டு எழுதினார். குப்பையைப் பேசுகிறபோது அறிவியலையும் பொருளாதாரத்தையும்

இணைத்தார். பொருட்களின் இயக்கத்தை இயற்கையியல், இயக்க வியல், இயற்பியல், உயிரியில், வேதியியல், வரலாறு, பொருளாதாரம், அரசியல், அறவியல், இலக்கியம் எனப் பன்புலம் வழி அறிவியலையும் கலையையும் பின்னி எழுதிய பௌதிக, கலைப் பேராசிரியரான இராசேசுவரியின் முறையியல் கல்விப் புலத்தாருக்கும் இந்தச் சமூகத்துக்கும் தவிர்க்க இயலாத தேவை.

கோ. ரகுபதி

குப்பைக்குள் குபேரன்

[பேராசிரியை திரு. ச. த. இராசேசுவரி அம்மையார்]

நம்முடைய நரகம்: நம்முடைய நகரங்களைக் கண்டதும் நரகத்தின் நினைவு வருகிறது. நெருக்கம், புழுக்கம், புகை, புழுதி, தும்பு, தூசு, குப்பை, கூளம், சாக்கடை வெள்ளம்—இவையே எங்கும் காட்சி அளிக்கின்றன. நம் நகர வாழ்க்கையின் பெருமை சிலபோது நன்கு விளங்குகிறது. குப்பைக்காரர்களின் வேலை நிறுத்தத்தின்போது நகரத்தினைப் பார்க்க வேண்டுமே! தேரும் திருவிழாவுந்தான்—எந்தக் கடவுளுக்கு? "உச்சிஷ்டப் பிரம்மத்திற்கு"—எச்சில் ஆண்டவர்க்குத்தான்.

எச்சிலே இறைவன்: "உச்சிஷ்டம் பிரம்மம்" எச்சிலே இறைவன்" என்பது அதர்வண வேதம். மெய்ஞ்ஞானம் அன்று கூறியதனை, விஞ்ஞானம் இன்று விளக்குகிறது. குப்பைக்கும் கும்பிடா? ஆம், குப்பன் என்பது அக்கடவுளின் பெயர். பல முறை குழவிகள் செத்த பின்னர்ப் பிறக்கும் குழவி சாவிற்குத் தப்பிப் பிழைப்பது இக்கடவுளின் வழிபாட்டின் வழியே குப்பு என்று பெயர் பெற்றால்தான்.

எச்சில் புராணம்: எச்சில் ஆண்டார் புராணம் ஒன்று உண்டு.

"பாரிடை ஐந்தாய்ப் பரந்தாய் போற்றி
நீரிடை நான்காய் நிகழ்ந்தாய் போற்றி
தீயிடை மூன்றாய்த் திகழ்ந்தாய் போற்றி
வளியிடை இரண்டாய் மகிழ்ந்தாய் போற்றி
வெளியிடை ஒன்றாய் விளைந்தாய் போற்றி"

என்று இந்த ஆண்டவனைப்பற்றியும் பாடலாம்.

1. குப்பைக்குள் குபேரன்

நம்முடைய நரகம்:

நம்முடைய நகரங்களைக் கண்டதும் நரகத்தின் நினைவு வருகிறது. நெருக்கம், புழுக்கம், புகை, புழுதி, தும்பு, தூசு, குப்பை, கூளம், சாக்கடை வெள்ளம் - இவையே எங்கும் காட்சி அளிக்கின்றன. நம் நகர வாழ்க்கையின் பெருமை சிலபோது நன்கு விளங்குகிறது. குப்பைக்காரர்களின் வேலை நிறுத்தத்தின்போது நகரத்தினைப் பார்க்க வேண்டுமே! தேரும் திருவிழாவும்தான் - எந்தக் கடவுளுக்கு? "உச்சிஷ்டப் பிரம்மத்திற்கு" எச்சில் ஆண்டவர்க்குத்தான்.

எச்சிலே இறைவன்:

"உச்சிஷ்டம் பிரம்மம்" எச்சிலே இறைவன் என்பது அதர்வண வேதம். மெய்ஞ்ஞானம் அன்று கூறியதனை, விஞ்ஞானம் இன்று விளக்குகிறது. குப்பைக்கும் கும்பீடா? ஆம், குப்பன் என்பது அக்கடவுளின் பெயர். பல முறை குழவிகள் செத்த பின்னர்ப் பிறக்கும் குழவி சாவிற்குத் தப்பிப் பிழைப்பது இக்கடவுளின் வழிபாட்டின் வழியே குப்பு என்று பெயர் பெற்றால் தான்.

எச்சில் புராணம்:

எச்சில் ஆண்டார் புராணம் ஒன்று உண்டு.

"பாரிடை ஐந்தாய்ப் பரந்தாய் போற்றி
நீரிடை நான்காய் நிகழ்ந்தாய் போற்றி
தீயிடை மூன்றாய்த் திகழ்ந்தாய் போற்றி
வளியிடை இரண்டாய் மகிழ்ந்தாய் போற்றி
வெளியிடை ஒன்றாய் விளைந்தாய் போற்றி"

என்று இந்த ஆண்டவனைப்பற்றியும் பாடலாம்.

பஞ்ச பூதத்தைப் பாழாக்குவாரே நெஞ்சீரமில்லாத அசுரராம். யார் அந்த அசுரர்? நம்மையன்றி பிறர் யார்? இறைவன் இல்லாத

இடமில்லை; ஐம்புலனுக்கும் இன்பம் தரும் பொருள்களாய் எங்கும் பரந்து கிடக்கின்றான். அனைத்தையும் எச்சிலாக்கிக் குப்பையிற் கொட்டி அழுக வைக்கின்றோம். வெண்ணெய்க்காடும் பெருமாள், அம்பலக்கூத்தன் முதலிய கடவுள் வடிவங்களைச் சிற்பிகள் செதுக்குகின்றார்கள். எச்சிலாண்டாரின் பல வடிவங்களையும் புழுக்கப்புழுக்கச் சமைப்பவர் நம்மையன்றி யாரும் இல்லை. பஞ்ச பூதத்தில் முதல் பூதமாம் மண் எல்லாம் குப்பை மேடாம். குப்பையாண்டார் வடிவம் இது. இரண்டாம் பூதமாம் நல்ல நீர் எல்லாம் சிறுநீரும் உமிழ்நீரும் கழுநீருமாய், சாக்கடையிற் பாய விடுவோம். சாக்கடை ஆண்டாரின் கரு மாணிக்கத் திரு அருள் வெள்ளம் இது. தீயும் காற்றும் வானமும் நமக்கு அப்பாற்பட்டவை. இருந்தாலும் வீட்டிலும் தொழில் நிலையங்களிலும் ஏதேதையோ பற்ற வைத்து நெருப்பாக்கி நச்செலாம் புகையக் காற்றில் பரப்பி வானத்திற் கரைய விடுகிறோம். புகைக்கூண்டில் புகை ஆண்டாரின் பெருமை எல்லாம் பார்க்கலாம். அடியில் தீயாய், இடையில் புகைக் காற்றாய், முடியில் வானத்தோடு வானமாய் - இவ்வாறு மூவடியால் மூவுலகினை அளக்கும் புகையாண்டாரின் திருவிக்கிரம அவதாரத்தை இன்றும் காணலாம்; என்றும் காணலாம்.

எச்சிலார் திருவிளையாடல்:

புராணம் இன்னும் முடியவில்லை. கடவுளர் உலகமெல்லாம் இங்கும் உண்டு. குப்பை மேடே கைலாயம். சாக்கடையே கரும்பாற்கடல், புகைக் கூண்டே சத்திய லோகம். கோயிலும் இங்கு உண்டு. குப்பைத் தொட்டியே திருமூலட்டானம்; சாக்கடைக் கால்வாயே திருமஞ்சன மண்டபம்; புகை போக்கியே யாக சாலை. பாண்டியனிடம் மாற்றால் அடியுண்டு கண்ணப்பர் எச்சிலில் மூழ்கி, பாம்புகக்கிய நஞ்சை உண்ட வரலாறு இங்கும் உண்டு. குப்பை மேட்டில் விளக்குமாற்றுத் திருவிளையாடலைக் காணலாம். சாக்கடையில் புழு அப்ப நாயனார் புராணம் கேட்கலாம். புகைக் கூண்டில் நஞ்சுண்ட சருக்கம் ஓதலாம்.

பிடித்து வைத்தால் பிள்ளையார்:

இப்படிக் குப்பையை ஆண்டவர் எனப் பேசுவது தானா விஞ்ஞானம்? ஆம், அதுதான் விஞ்ஞானம். அதுதான் மெய்ஞ் ஞானம். எங்குமிருக்கும் கடவுள் எச்சிலில் இருக்காமல் போவாரா? எங்குமுள்ள பொருள் தான் எச்சிற் குப்பையிலுமுள்ளது. குப்பை என்றால் என்ன? இருக்க வேண்டிய இடத்தில் இல்லாத

பொருளே எச்சில். கொள்ளத் தகாத இடத்தில் குவிவதே குப்பை. அதனாலேயே தள்ளத் தக்க பொருளாகிறது. சட்டியும் பானையும் உலைக்களைத்தில் குப்பை. உளியும் வாளும் சமையல் அறையில் குப்பை. வேண்டிய இடத்தில் வேண்டிய பொருளை வைத்தால் குப்பை ஏது ? குப்பையை மாற்றி வைத்தால் கும்பிடு பொருளாகும். "பிடித்து வைத்தால் பிள்ளையார்; வழித்து எறிந்தால் சாணி." பிடித்து வைக்கத் தெரிந்த மேல் நாடு உலகினை ஆளுகிறது. வழித்து எறிய மட்டும் அறிந்த நாம், "தீண்டக் கூடாது; இதைத் தொடக் கூடாது. தீட்டு - ஒட்டிக் கொள்ளும்; சைவம் கெட்டுப்போகும்" என்று பாடிச் சோற்றுக்குத் தாளம் போடுகிறோம். மலமே எருவாய் மருக்கொழுந்தென வளர்ந்து மணப்பதனையும் உருளைக் கிழங்கு எனத் திரண்டு இனிப்பதனையும் கண்ட எவனேனும் குப்பையைக் குப்பை என்று ஒதுக்க முடியுமா?

இயற்கை வழி செயற்கை:

இயற்கையே குப்பையினை இனிய பொருளாக மாற்றுகிறது. சூரியன் காய்ந்து எரிப்பதால் குப்பையிலுள்ள பல பொருள்களும் பிரிந்து தத்தம் இடத்திற் சேர, மிகுந்த மண் மக்கி எருவாதும். இயற்கைக்கு ஓய்வு கொடுக்காமல் குப்பையைக் கொட்டிச் சாக்கடை நீரைப் பாய்ச்சினால் இயற்கை அன்னை இதனைச் சீர்திருத்த முடியாமல் திகைக்கின்றாள். தன் முறையைப் பின் பற்றுமாறு விஞ்ஞானிகளைக் கூவி அழைக்கின்றாள். இயற்கை வழியைப் பின்பற்றும் செயற்கை முறையில் மேனாட்டு விஞ்ஞானிகள் நரகமாய்க் கிடக்கும் நகரங்களை நல்லதொரு சொர்க்கமாக மாற்றுகின்றார்கள்.

நரகம் சுவர்க்கமாதல்:

இங்கு ஒரு பெரியார் கண்ட கனவு நினைவிற்கு வருகிறது. கடவுளைப்பற்றிப் பேசுவதிலும் விஞ்ஞானத்தைப்பற்றிப் பேசி உலகினை எளிதில் வாழ வைக்க முடியும் என டின்டால் (Tyndall), ஹக்ஸ்லி (Huxley) முதலிய அறிஞர் கூறிவந்தனர். பாதிரி மாரோ இவ்வறிஞர்கள் நரகத்திற்கே போவார்கள் என வைது வந்தனர். பெரியார் ஒருவர் இவர்கள் நரகத்திற்குச் செல்வதாகக் கனாக் கண்டார்; நம்முடைய நகரம் போன்ற நரகக் காட்சியைக் கண்டார். சாக்கடை நீர் பாய்ந்த சதுப்பு நிலங்களில் வாய்க்கால் வெட்டி நீரை வெளிப் பாய்ச்சினார்கள். யார்? பாதிரிமார் பதைக்கப் பதைக்க நரகத்துக்கனுப்பிய அறிஞர்களே, நல்ல வயல்களாய்

விளைந்தன. எரிவாய் நிரயத்தில் பொங்கி எரியும் பொருள்களை உருக்கி எந்திரம் பல செய்தனர். மின்சாரம்—பலபல எந்திரங்கள்—பலபல பூங்காவனங்கள் அழகு நிறைந்த வீடுகள் வளம் மிக்க வயல்கள் எல்லாம் இன்பம் கொழித்து நின்றன. சீர்கேடான இடமே தீய நரகம்.

தமிழ்த் தென்றல், 17-8-1947

குப்பனே பொன்னன்

பேராசிரியை திரு. ஈ. த. இராசேசுவரி அம்மையார்

மேலே போதல்

குப்பன் பொன்னன் ஆனான் என்று காதில் ஒலித்துக்கொண்டேயிருக்கிறது. "எப்படி? எப்படி?" என்று மற்றொரு குரல் உள்ளிருந்து கேட்கிறது. "எப்படி" என்று இங்கேகாட்டுவது? குப்புராஜ் என்ற பெயரன்றி வேறொரு சிறப்பும் இங்கே காணக் கிடையாது. இந்தியத் துரைத்தனம் குப்பையிலிருந்து சிறந்த எருவினை விளைவிக்கப் பெரிதும் முயன்றது. ஆனால் நம்நாட்டு நகரங்கள் நரகக்குழியில் இருந்து எழுந்து நாட்டுப்புறங்களை நல்வாழ்வு வாழ்விக்க ஒரு சிறிதும் முயலவில்லையாம். ஆகையால் குப்பையாண்டார் பொன் ஆண்டார் ஆக மாறிப் பிறக்கும் மாயத்தை மேனாட்டிற்குச் சென்று காணவேண்டும்.

காற்று முழுக்கு

குப்பை ஆண்டாருக்கு மூன்று திருக்கோலங்கள் உண்டு. **வீட்டுக் குப்பையே** கிடந்த திருக்கோலம். **தெருக் குப்பையே** இருந்த திருக்கோலம். **தொழிற்சாலைக்குப்பையே** நின்ற திருக்கோலம். நம்முடைய ஆகாய விமானம், இலண்டன்மா நகரத்துக் குப்பை ஆண்டார் கோயில்முன்னே நம்மை இதோ கொண்டுவந்து விட்டுவிட்டது. முக்கோலமும் ஒன்றாகி ஏகபாத உருத்திரர் போலக் குப்பனார் குப்பைமேட்டில் காட்சி அளிக்கின்றார். இவருக்கு நாள்தோறும் தேரும் திருவிழாவும்தான். மோட்டார்கார் என்கிற தானோடியே இவர் ஏறிவரும் திருத்தேர். திருமஞ்சன மண்டபம் ஒன்று உண்டு. அங்கே காற்றுத் திருமுழுக்கு நடைபெறுகிறது. கொட்டிக் குவித்த குப்பையின் மேலே மிக விரைந்து காற்று பாய்கிறது. இது ஒரு எந்திரத்தின்வேலை. சிறு சல்லடைக்கண் போன்ற சாளரத்தின் வழியே மிக நொய்தான தும்பும் தூசும் வெளிவந்து ஒருபுறம் குவிகின்றன. நாகப் பூச்சிக் குவிக்கும் நுண்ணிய மண்ணினும் மிகச் சிறந்து, புழுத்தபுழுதியாய் இவ்வாறு தெள்ளித்தந்த தூசு பயிர்களுக்கு நல்ல எருவாகி விலையாகின்றது. இவற்றைவிற்ற பொற்காசுகள் கலகல என்று ஒலிக்கின்றன.

2. குப்பனே பொன்னன்

மேலே போதல்

குப்பன் பொன்னன் ஆனான் என்று காதில் ஒலித்துக் கொண்டே யிருக்கிறது. "எப்படி?" என்று மற்றொரு குரல் உள்ளிருந்து கேட்கிறது. "எப்படி" என்று இங்கே காட்டுவது? குப்புராஜ் என்ற பெயரன்றி வேறொரு சிறப்பும் இங்கே காணக் கிடையாது. இந்தியத் துரைத்தனம் குப்பையிலிருந்து சிறந்த எருவினை விளைவிக்கப் பெரிதும் முயன்றது. ஆனால் நம்நாட்டு நகரங்கள் நரகக்குழியில் இருந்து எழுந்து நாட்டுப்புறங்களை நல்வாழ்வு வாழ்விக்க ஒரு சிறிதும் முயலவில்லையாம். ஆகையால் குப்பையாண்டார் பொன் ஆண்டார் ஆக மாறிப் பிறக்கும் மாயத்தை மேனாட்டிற்குச் சென்று காணவேண்டும்.

காற்று முழுக்கு

குப்பை ஆண்டாருக்கு மூன்று திருக்கோலங்கள் உண்டு. வீட்டுக் குப்பையே கிடந்த திருக்கோலம், தெருக் குப்பையே இருந்த திருக்கோலம். தொழிற்சாலைக் குப்பையே நின்ற திருக்கோலம். நம்முடைய ஆகாய விமானம், இலண்டன்மா நகரத்துக் குப்பை ஆண்டார் கோயில் முன்னே நம்மை இகோ கொண்டுவந்து விட்டுவிட்டது. முக்கோலமும் ஒன்றாகி ஏகபாத உருத்திரர் போலக் குப்பனார் குப்பைமேட்டில் காட்சி அளிக்கின்றார். இவருக்கு நாள்தோறும் தேரும் திருவிழாவும் கான், மோட்டார்கார் என்கிற தானோடியே இவர் ஏறிவரும் திருத்தேர். திருமஞ்சன மண்டபம் ஒன்று உண்டு. அங்கே காற்றுக் திருமுழுக்கு நடைபெறுகிறது. கொட்டிக் குவித்த குப்பையின் மேலே மிக விரைந்து காற்று பாய்கிறது. இது ஒரு எந்திரத்தின் வேலை. சிறு சல்லடைக்கண் போன்ற சாளரத்தின் வழியே மிக நொய்தான தும்பும் தூசும் வெளிவந்து ஒருபுறம் குவிகின்றன. நாகப் பூச்சிக் குவிக்கும் நுண்ணிய மண்ணிலும் மிகச் சிறந்து, புழுத்தபுழுதியாய் இவ்வாறு தெள்ளித்தந்த தூசு பயிர்களுக்கு நல்ல எருவாகி விலையாகின்றது. இவற்றைவிற்ற பொற்காசுகள் கலகல என்று ஒலிக்கின்றன.

28/அறிவியல் கலைஞர் இராசேசுவரி, 1906/கோ. ரகுபதி

பொறுக்கி

மிகுதி நிற்கும் குப்பையைச் சுழற்றிக் கொழிக்கும்போது அழுத்தம் மிக்க கனப்பொருள்கள் கீழே ஒருபுறம் போகும். அடர்த்தி குறைந்த மெல்லிய பொருள்கள் மேலே ஒருபுறம் நிற்கும். இவ்வாறெல்லாம் குப்பையிலுள்ள பொருள்களைப் பிரிப்பதற்கு வெவ்வேறு எந்திரங்கள் உண்டு. நல்ல நிலையிலுள்ள புட்டிகளை எல்லாம் எளிதில் சிலர் பொறுக்கி எடுக்கின்றனர். இவற்றைப் பலவகையாலும் தூய்மை செய்து புதுப் புட்டி போல் விற்பதால் வரும் பொற்காசு மற்றொரு பக்கம் குவிகிறது. பின்னர், வெள்ளீயம், தகரம், இரும்பு, பித்தளை, செம்பு முதலிய உலோகங்கள் வேறுபிரியும். கரித் துண்டுகளையும் பெரிதும் சிறிதுமாக வகை செய்து பொறுக்கி எடுத்து அங்குள்ளார் விற்கின்றனர். பொன் பொன்னாகக் குவிகின்றது. ஆ! என வாயைப் பிளக்கின்றோம். அருகிலுள்ள பெரியார் ஒருவர் "இதில் என்ன வியப்பு?" என்கிறார். இங்கிலாந்தில் விழும் குப்பையில் எவ்வளவு எரி கரும்பு விழுகிறது என்று தெரியுமா? 15 லட்சம் சவரன். இந்த வகையில் வருகிறது என்றால் நீங்கள் நம்புவீர்களா? இதுகொண்டே உங்கள் ஊரில் கோடீசுவரர் ஆகிவிடுவார்கள் அல்லவா? கரியிலிருந்து தாரும், தாரிலிருந்து பலவகைச் சாயங்களும், பின் நறுமணப் பொருள்களும் வருகின்றனவாம். பொன்னுக்கு அளவு உண்டா?

மின் காந்தக் காட்சி

இவ்வாறு மலபரிபாகம் பெற்ற குப்பையார், சத்தினி பாதமும் (ஆற்றல் மேல் பாய்தல்) பெறுகிறார். மின்காந்தக் காட்சியும் தோன்றுகிறது. மின்காந்தம் என்றால் என்ன? ஒருபெரிய எஃகு —அதனைச் சுற்றிப் பல வளையங்களிட்ட மின்சாரக்கம்பி ஒன்று— கம்பியிலே மின்சாரம் பாய்கிறது. பாய்ந்ததும் எஃகு காந்தமாகி அருகேயுள்ள இரும்பினை வலிக்கும். மின் ஊட்டம் பாய ஒட்டாது நிறுத்தியதும் "பழைய கந்தன் கந்தனே" என்பதுபோலக் காந்தச் சக்தி இன்றிப் பழையபடி எஃகாகி விடும். இது தான் மின் காந்தம் (Electro magnet). குப்பையின் மேலே மின்காந்தம் ஒன்று மின் ஊட்டம் பெற்று நிற்கிறது. குப்பையிலுள்ள இரும்புச் சாமான்கள் எல்லாம் ஆண்டவனைக் கண்ட அடியார் போலக் காந்தத்தில் சென்று அதனைப் பற்றிக்கொள்கின்றன. இவ் இரும்புத்

துண்டுகளை ஏற்றிச்செல்ல ஒருவண்டி எதிரே நிற்கிறது. வண்டியின் மேற்புறத்தேவரும்படி மின்காந்தம் திரும்புகிறது. மின்ஊட்டம் பாய்வது நின்றதும் காந்தம் வலி இழக்கிறது. இரும்புத் துண்டுகளும் மற்று எல்லா இரும்புச்சாமான்களும் எஃகை விட்டுக் கீழே வண்டியில் குவிகின்றன. இவ்வாறு பொறுக்கப்பட்ட ஆணி, தகரம், பெட்டித் தகடு, கத்திமுனை, காதற்றஊசி, துருப்பிடித்த எந்திர உறுப்புக்கள் இன்னும் பல விதத் துண்டு துணுக்குகள் கப்பலிலும் புகை வண்டியிலும் பயணம் போய்த் தொழிற்சாலைகளுக்குள் நுழையும். பெரிய பெரிய எந்திர உறுப்புகள் இருந்தால் ஆக்சி அசிடலீன் (Oxy-acetalyne) சுடர்கொண்டு சிறுசிறு துண்டுகளாக வெட்டிவிடுவார்கள். இவ்வாறு நுழைந்தவை புத்துருக்கு இரும் பாய்ப் புதிய புதிய எந்திரங்களாகவும், பிறபிற பொருள்களாகவும் பலபல அவதாரம் எடுத்துப் பாரினிலே வாழ விமானத்தில் பறந்து வரும். இவற்றை விற்றால் வரும்பொன் மேருமலைபோல் குவியும்.

கந்தையிற் பிறந்த வெல்வெட்

சரியை கழற்றி, கிரியை கழற்றி, போக கழற்றி என்ற நிலைகளை ஞானிகள் அடைவது போலக் குப்பை ஆண்டாரும் புழுதி கழற்றி, நிலக்கரி கழற்றி, இரும்பு கழற்றி என்ற நிலைகளை அடைந்து உயர்கின்றார். மற்றும் ஒரு நிலை எழுகிறது. அடர்த்தி நிலையின்றிக் கிடக்கும் மெல்லிய பொருள்கள் கழல்கின்றன. இவை என்ன ஆம்? உமி பொன்னுக்கு மெருகிட உதவும். வைக்கோலிலிருந்து சாயங்கள் கிடைக்கும்; தோல் பதனிடும் பொருள்களும் கிடைக்கும். கந்தையிலிருந்து அழகிய காகிதம் செய்யலாம். கம்பளித் துண்டுகள் உயர்ந்த துணிகளாகின்றன. டியூஸ்பெரி (Dewsbury) என்ற ஈகரில் 50,000 மக்கள் இந்த கம்பளித் துண்டுகளைப் பொறுக்கிப் பிழைக்கின்றார்களாம். பட்டுக் கந்தைகள் எல்லாம் வெல்வெட் (Velvet) ஆக மாறிப் பளபள எனப் பொலிகின்றன. இந்த முறையைக் கண்டுபிடித் தவர் பிராட்பர்ட் (Bradford) பிரபுவாம். ஏழையாய்க் கீழ் விழ இருந்தவர் இந்த முறையைக் கண்டு பிடித்ததும் செல்வரானார். பாழாகி விழுந்த இரப்பர் துண்டுகளும் பெரும்பயன் தருகின்றன; சாயப்பொருள்களும் பெறலாம்; கருப்பூரத் தைலம் போன்றதொரு பொருளும் கிடைக்கும்; அழுக்கினைப் போக்கும் தைலமும் வரும். இவை எல்லாம் பொன் கொழிப்பதனை எங்கும் பார்க்கிறோம்.

ஆனை இலத்தையில் அழகிய காகிதம்

புல், மூங்கில், தழை முதலியவற்றினை நைய அரைத்துத் தண்ணீரில் கரைத்துச் சல்லடைச் சதுரத்தில் படியவிட்டதும் காகிதஏடு பரந்து உருவாகிவரும், தண்ணீரைவடியவிட்டு எடுத்ததும் காகிதத்தைத் தனியே தூக்கலாம். அதனைக் கொடியில் இட்டுக் காற்றாரவிட்டதும் உலர்ந்து விடும். சில மருந்துகள் சேர்த்தால் வெள்ளை நிறம் வரும்; நீலநிறம், செம்மை நிறம், பொன் நிறம் முதலிய கண்ணைக் கவரும் பலநிறங்களும் வரும். வழவழப்பாகவும் பளபளப்பாகவும் பொலியும்படியும் செய்யலாம். புல் முதலியனவற்றை அரைக்கப் பெரிய எந்திரம் வேண்டும். இல்லையானால் ஒரு ஆட்டுக்கல்லேனும் வேண்டும். ஆனால் இந்தத் தொந்தரவெல்லாமின்றி இயற்கையே இவ்வாறு அரைத்துக் கொடுக்கும் இடம் ஒன்று உண்டு. படமாடும் கோயிலின் முன்னே நடமாடும் கோயிலாக யானைகள் நிற்கக் காணலாம். அழகர் கோயிலில் பல யானைகள் உண்டு. இவை இடும் இலத்தை பெருங் குப்பையாய்ப் புழுத்தது. கோயில் கண்காணிப்பாளர் திரு. இராதா கிருஷ்ணனார் இந்த இலத்தை என்ன என்று காணத் தொடங்கினார். புல்லும், மூங்கிலும், தழையும் யானை வயிற்றில் நைய அரைபட்டு வெளிவருவதற்கன்றோ இலத்தை என்று பெயர். இதனை உணர்ந்ததும் அதற்குள்ளே அழகிய காகிதங்கள் விளங்கக் கண்டார். இதனைக் கழுவி எடுத்துக் காகிதம் செய்து வரும் வியப்பினை அழகர் கோயிலில் இன்றும் காணலாம்.

குப்பையிற் பிறந்த கொத்தழகு

கந்தை, பஞ்சு, காகிதத்துண்டு, உடைந்து போன இசைத் தட்டுகள் (gramaphons - plates) முறிந்த பொய்ப் பல்கள் (False teeth) முதலியவற்றையும் குப்பனார் கழற்றி எறிகின்றார். இவை பிரிந்து போகிழிப் பொருள் தொழிற்சாலைக்குள் புகுகின்றன. இவற்றை மருந்திலிட்டு நைய வைத்துத்தக்க சூட்டுநிலையில் நெகிழுமாறுசெய்து, வேண்டிய வடிவில் விரும்பிய பொருள்களை அமுக்கி இறுக்கிச் செய்துகொள்வார்கள். இவைதான் நெகிழிப் பொருள்கள் (Plastics); பளபள என மின்னி, வழவழ என இளகி, பலநிறத்தோடும், மாசுமறுவின்றி விளங்கும் ஊற்றுப்பேனா, கண்ணாடிச்சட்டம், சீப்பு, பல்குச்சு, தட்டுமுட்டு, பெட்டி பேழை, கதவு, சாளரம், சுவரிலும் தரையிலும் புதைக்கும் அழகிய ஓடுகள்

முதலிய எல்லாப் பொருளுமாய் உலகினை அழகு வெள்ளத்தில் அழுத்தி இன்பூட்டவேண்டிக் குப்பையாரின் அழகவதாரம் வெளி வருகிறது. நாடெல்லாம், ஈயமாய் விற்கும் இந்த நல்ல, கண்ணைக் கவரும் அழகிய பொருள்கள் பொற்காசாகிக் குவிவதனைச்சொல்ல வேண்டுமா?

குப்பை ஓட்டும் குப்பை வண்டி

இவை எல்லாம் போனபின் எஞ்சி நிற்கும் குப்பையை உலா வைத்தால் எரிகரும்பாகும். இது எதற்கு எனலாம். மோட்டார் கார் என்ற தானோடியில் பாடெரி (Battery) என்ற மின்சாரக்கல் அடுக்குகள் உண்டு. இவை மின் ஊட்டத்தைக் கக்கி விடுகின்றன எனப் பேசக் கேட்கிறோம். ஆதலின் இவற்றிற்கு மின் ஊட்டம் தரவேண்டும். எப்படி? மின் ஊட்டம் தரும் எந்திரங்களை ஓட்ட எரிகரும்பு வேண்டும் அன்றோ? அத்தகைய எரிகரும்பாகக் குப்பையிலுள்ள கூளங்கள் பயன்படுகின்றன.

குப்பை கொண்டு தெருவை வேய்தல்

மிகுதி நிற்பதைச் சுட்டு உருக்கினால் சிட்டக் கற்கள் கிடைக்கும். இவற்றைத் தெருக்களுக்குத் தரைபோடப் பயன் படுத்தலாம். இந்தக் கற்கள் நெருப்பிற்கும் அசைவதில்லை; வெள்ளத்திற்கும் அஞ்சுவதில்லை. இந்தக் கற்களை அமைக்கும் முறையை அரேட்ஸ் (Aretz) என்பவர் கண்டுபிடித்தாராம். ஒரு டன் எடையுள்ள குப்பை கூளத்திலிருந்து 225 சதுர அடி அளவுள்ள பரப்பினை வேய்வதற்கேற்ற கற்களைப் பெறலாமாம்.

ஆங்கிலக் குப்பையில் ஆயிரம் ஆயிரம்

எவ்வளவு பொன்? ஆற்றிலே போட்டாலும் அளந்து போட வேண்டும் என்பது நமது பழமொழி. குப்பையில் கொட்டினாலும் நிறுத்துக்கொட்டு என்பது மேனாட்டார் புது மொழி. "நம் ஊரில் உள்ள பொன் எவ்வளவு? இரும்பு எவ்வளவு? கரி எவ்வளவு? மண் எண்ணெய் எவ்வளவு?" என்ற அடிப்படையான கேள்விகளைக் கேட்பாரும் இல்லை. இங்கிலாந்திலோ தெருவில் கொட்டும் குப்பையையும் அளந்து அறிந்து, ஓர் ஆண்டில் இவ்வளவு தான் என அனைவரும் கூறுவர். வீட்டுக் குப்பை 30 இலட்சம் டன்; தெருக்குப்பை 30 இலட்சம் டன்; தொழிற்சாலைக் குப்பை 10 இலட்சம் டன். குப்பை வாருவதற்கு இங்கிலாந்தில் ஓர் ஆண்டில்

ஏறக்குறைய 15½ கோடி ரூபாய் செலவாயிற்றாம். இலண்டன்மா நகரத்தில் மட்டும் 20 இலட்சம் டன் குப்பை உண்டாம். ஆனால் அந்தக் குப்பைதான் பதுமநிதி, சங்கநிதி, சிந்தாமணி; ஏறக்குறைய ½ கோடி ரூபாய் (£ 250,000) அக்குப்பையில் விளைகிறதாம். பர்மிங்காம் (Birmingham) நகரம் சில குறிப்புகளைத் தருகிறது. குப்பைச் சுரங்கத்திலிருந்து இந்நகரம் ஓர் ஆண்டில் பெறுவது என்ன? எருவாக ஒரு இலட்சம் ரூபாய்; எண்ணெய்ப் பசையாய் 60,000 ரூபாய்; இரும்புத் துண்டு முதலிய வகையில், ½ இலட்சம் ரூபாய்; பிற பொருள்களாக 2½ இலட்சம்.

நம் நாட்டிலோ

மேல் நாட்டு நகரங்களில் எல்லாம் இந்தப் பாட்டுத்தான். நம்நாட்டிலோ குப்பை வாருகிற செலவே அன்றி அதனால் தீமைவாராமல் காக்கின்ற செலவும் உண்டு. இந்த நிலையில் வருவாயைப்பற்றிப் பேசுவது எங்கே? ஆனால் சென்னையில் ஒரு காட்சியைக் காண்கிறோம், ஏழைகள் சாம்பரைத் தெள்ளிக் கரியை எடுத்து ஒரு புறம் போவர். குப்பையிலுள்ள துண்டுக் காகிதங்களைப் பொறுக்கி எடுப்பவர் ஒருபுறம்; பித்தளை இரும்பு முதலியவற்றைப் பொறுக்குவோர் ஒருபுறம்; நல்ல புட்டிகளைப் பொறுக்கி எடுப்போர் ஒருசிலர். நகராண்மைக் கழகத்திற்கு அறிவு வாராததற்கு முன்னரே பட்டினி என்ற ஆசிரியர் இந்த ஏழைகளுக்கு 20-ம் நூற்றாண்டில் குப்பை வழிபாட்டை அவர்கள் உள்ளத்துக்குள் இருந்தே ஓதாமல் ஓதி உள்ளார். மேனாட்டிலோ இவ்வாறு பொருள்களை மிகவிரைந்து வேறுபிரிக்க எந்திரங்களை அமைப்பதில் அறிஞர்கள் தங்கள் அறிவைச் செலவழிக்கின்றனர். நம்முடைய நகரங்களோ?

இவ்வளவுதானா?

இல்லை. தெருக்குப்பையில் தேவாமுதமும் விளைகிறது. எப்படி என அடுத்துக் காண்போம்.

தமிழ்த் தென்றல், 18-10-1947

தெருக்குப்பையில் தேவாமுதம்

[பேராசிரியர் ச. ந. இராசேசுவரி அம்மையார்]

துப்பே துப்பு

குப்பை ஆண்டவர் உணவு கொடுக்கும் உணவாண்டவராக அவதாரம் செய்வதுதான் வியப்பிலும் வியப்பு. குப்பையிலே ஆப்பில் (apple) பழத்தின் கரு அல்லது உட்பகுதி கிடக்கும். ஆரஞ்சுப் பழத்தோல் சிக்கி இருக்கும். வாழைத்தோல் முதலியன நிறைந்து இருக்கும். அதில் எலும்பும் உண்டு. இவை எல்லாம் உணவாகி மிக மிக இனிக்கின்றன. ஆரஞ்சுப்பழத் தோலில் ஒருவித எண்ணெய் உண்டு. ஐயம் இருந்தால் தோலை எரித்துப் பார்க்கலாம். அந்தத் தோலினை அழுத்தி எண்ணெய்யை எளிதில் பெறலாம். அது நன்றாக எரியும். உலர்ந்த தோல் வயிற்றுவலிக்கு மருந்தாகுமாம். ஆப்பிள்பழக் கருவில் பெக்டின் (Pectin) என்ற மருந்துப் பொருள் உண்டு. பழம் முதலியவற்றின் சாறு கொண்டு மேனாட்டார் சவ்வு போல் இருக்கும் ஒரு வகைப் பாகு (Jelly) காய்ச்சுவர். அது சுவைக்கத்தகும் ஒருவகையாக இறுகிக்கொள்ளும். தொட்டால் வழுவழுவென்று வழுக்கும். உண்பதற்கு நன்றாக இருக்கும். இந்தவகை இனிய பாகு காய்ச்சுவதற்கு இந்த மருந்துப்பொருள் இன்றியமையாது வேண்டப்படும். இது இல்லையானால் பாகு இறுகாது. இதன் உதவியால் பலவகையான செயற்கைப்பாகுகளும் செய்து வருகிறார்கள். ஆப்பிளிலிருந்தும்; அதுவே இவ்வாறு துப்பு (உணவு) ஆகிறது.

எலும்பும் இனித்துக் கொழுத்தல்

மேல் நாட்டில் இனிப்புப் பொருள்கள், குழம்பு, புகைப் படம்பிடிக்கும் தகடுகள், கசப்பு மருந்துகளை அடைக்கும் காப்சியூல்ஸ் (capsules) என்ற குழைகள் முதலியன செய்வதற்கு ஜெலட்டின் (gelatine) என்றச் "சவ்வுப்பாகு" வேண்டும். குப்பையிலுள்ள எலும்பையெடுத்துக் கழுவி, இடித்து நன்றாகச் சூடேற்றித் தக்க இரும்புப் பாத்திரங்களில் இட்டுக் காய்ச்சினால் இந்தச் சவ்வுப் பாகு தோன்று

3. தெருக்குப்பையில் தேவாமுதம்

துப்பே துப்பு

குப்பை ஆண்டார் உணவு கொடுக்கும் உணவாண்டாராக அவதாரம் செய்வதுதான் வியப்பினும் வியப்பு. குப்பையிலே ஆப்பில் (apple) பழத்தின் கரு அல்லது உட்பகுதி கிடக்கும். ஆரஞ்சுப் பழத்தோல் சிக்கி இருக்கும். வாள் தூள் முதலியன நிறைந்து இருக்கும். அதில் எலும்பும் உண்டு. இவை எல்லாம் உணவாகி மிக மிக இனிக்கின்றன. ஆரஞ்சுப்பழத் தோலில் ஒருவித எண்ணெய் உண்டு. ஐயம் இருந்தால் தோலை எரித்துப் பார்க்கலாம். அந்தக் தோலினை அழுத்தி எண்ணெய்யை எளிதில் பெறலாம். அது நன்றாக எரியும். உலர்ந்த தோல் வயிற்றுவலிக்கு மருந்துமாம். ஆப்பில்பழக் கருவில் பெக்டின் (Pectin) என்ற மருந்துப் பொருள் உண்டு. பழம் முதலியவற்றின் சாறு கொண்டு மேனாட்டார் சவ்வுபோல் இருக்கும் ஒரு வகைப் பாகு (Jelly) காய்ச்சுவர். அது குளிர்ந்ததும் ஒருவகையாக இறுகிக்கொள்ளும். தொட்டால் வழவழாஎன்று வழுக்கும். உண்பதற்கு நன்றாக இருக்கும். இத்தகைய இறுகுபாகு காய்ச்சுவதற்கு இந்த மருந்துப் பொருள் இன்றியமையாது வேண்டப்படும். இது இல்லையானால் பாகு இறுகாது. இதன் உதவியால் பலவகையான செயற்கைப்பாகுகளும் செய்து வருகிறார்கள். துப்பி எறிகிறோம்; அதுவே இவ்வாறு துப்பு (உணவு) ஆகிறது.

எலும்பும் இனித்துக் கொழுத்தல்

மேல் நாட்டில் இனிப்புப் பொருள்கள், குழம்பு, புகைப் படம்பிடிக்கும் தகடுகள், கசப்பு மருந்துகளை அடைக்கும் காப்சூயூல்ஸ் (Capsules) என்ற குழைகள் முதலியன செய்வதற்கு ஜெலடீன் (Gelatine) என்றச் “சவ்வுப்பாகு” வேண்டும். குப்பையிலுள்ள எலும்பை எடுத்துக் கழுவி, இடித்து நன்றாகச் சூடேற்றித் தக்க இரும்புப் பாத்திரங்களில் இட்டுக் காய்ச்சினால் இந்தச் சவ்வுப் பாகு தோன்றுகிறது. உணவுப் பொருள்களில் ஒரு

வழவழப்பைத் தந்து சுவையைப் பெருக்குகின்றது. மருத்துவர் கைப்பு மருந்துகளை, நோயாளிகளின் முகங் கோணாது உட்கொள்வதற்காக, உள்ளே வைத்து மூடிக் கொடுக்கும் குழைகள் (Capsules), தொண்டைநோய் தீர்க்கும் மாத்திரைகள் (Pastilles), சிறுகுழவிகள் உண்ணும் ஜுப்ஜுப் என்னும் சவ்வு மிட்டாய்கள், இவை எல்லாம் இந்தச் சவ்வுப் பாகால் ஆனவையே. இந்தப் பாகினைப் பிரித்து எடுத்தபின் மிகுதி நிற்கும் எலும்பேனும் வீணாகின்றதா? எலும்பினைப் பொடிசெய்து மாவாக்கிச் சிறந்த எரு என விற்கின்றனர். இந்த எருவில் எரிகந்தகம் (phospherous) நிறைய உண்டு. பழம், கிழங்கு முதலியவை கொழுத்து இனித்து வளர்ந்து வருவது இந்த எருவினாலேயேயாம். “எலும்பு பெண்ணும் ஆம்; ஆணும் ஆம்” எனச் சொல்ல வேண்டுமா?

வான் தூளே வாய்க்குணவு

தவிடும், பொட்டும் பசுவின் உணவாதலை அறிவோம். தவிடு வைடமின் B (Vitamin B) இல்லாக் குறையைத் தீர்க்கும் அரு மருந்தாதலையும் அறிவோம். வாள் தூள், சிறுமாத் தண்டுகள் இவைகளும் கன்றுகாலிகளுக்கு உணவாகின்றனவாம். சுழலும் கத்திகள் நிறைந்த ஓர் எந்திரம் உண்டு. அதிலே இந்த மரத்துண்டுகள் எல்லாம் சிறிது சிறிதாக நறுக்கி வெட்டப்படும். பின் இவற்றின் மேல் நீர் ஆவியைக் ‘குண்டுகொண்டு சுடுவது’ போல மிக உயர்ந்த அமுக்க நிலையில் பாய்ச்சுவார்கள். மாத்துண்டுகள் நார்நாராக நைந்துபோகும். நீரை வடிகட்டி எடுத்து விட்டு நைந்த பொருள்களை அழுத்தித் தட்டுகள் ஆக்கிக் கொள்வார்கள். கரும்பிலிருந்து. சாற்றைப் பிழிந்து எடுத்தபின் மிகுதி நிற்கும் சக்கைகொண்டும் இத்தகைய தட்டுகள் செய்வது உண்டு. சோடியம் ஹைட்ராக்சைட் (Sodium Hydroxide' அல்லது உவர நீரகத் தீயதை) என்ற மருந்தைச் சேர்த்து வேக வைத்தால் இது, கால்நடைகளுக்குச் சிறந்த உணவாகும். முதலில் நடந்த உலகப்போரின்போது ஜர்மானியர் உணவு நெருக்கடியிற் புழுங்கி இதனையே தங்கள் குதிரைகளுக்கு உணவாக ஊட்டி வந்தனராம்.

கசடு செய்யும் விருந்து

கரும்பிலிருந்து சருக்கரைப்பாகு காய்ச்சி வடிகட்டினால் கசடே எஞ்சி நிற்கும். இந்தக் கசட்டினை முன் எல்லாம் குப்பையில்

ஈ மொய்க்க அழுக விடுவார்கள். ஆனால் அதிலே நீர் விட்டு வைத்தால் அது புளிக்கத் தொடங்கும். ஈஸ்ட்டு (Yeast) என்ற "உறை" பல்கத் தொடங்கும், வைடமின் B என்ற உயிர்ச்சத்து இதில் நிறைய உண்டு. வாய்ப்புண், மலக்கட்டு முதலிய நோய்கள் இந்த உயிர்ச் சத்துக் குறைந்த போதே தலைகாட்டத் தொடங்கும். உடலுரத்திற்கு வேண்டியது ப்ரோடீன் (Protein) என்ற "பிசிதம்" ஆகும். இது பருப்பு, இறைச்சி முதலியவற்றில் உண்டு. இவற்றினைப் பெறுவதோ இப்போதுள்ள பெரியதொரு உணவுச் சிக்கலாம். ஆனால் ஈஸ்ட்டு என்ற உறையே சிறந்த பிசிதம். ஆதலின் குப்பையிலிருந்தே உணவினைப் பெற்று உடலினை வளர்க்கும் காலத்தினை விஞ்ஞானிகள் எதிர்பார்க்கின்றார்கள். உறையை வடிகட்டி எடுத்தால் தூயநறவம் (alcohol) பெறலாம். உறை பிரியும்போது கார்பன்டை ஆக்ஸைட் (Carbon-dioxide) என்ற ஆவியும் வெளிவருகிறது. சோடா (Soda) குடிக்கும்போது "விர் விர்" என்று நாவில் இன்பந்தந்து களைப்பாற்றுவது இந்த ஆவிதான்.

சுருட்டுத் துண்டில் மருந்து

சுருட்டுத் துண்டு, புகையிலைத் துண்டு முதலியனவும் குப்பையில் விழுந்து கிடக்கும். புகையிலையில் நிகோடைன் (Necotine) என்ற நஞ்சு உண்டு. சித்தர் முறையில் நஞ்சும் மருந்தாவதுபோல இந்த நஞ்சும் இந்நாளைய அறிஞர்கள் கையாளும் ஒரு சிறந்த மருந்தாகும். குப்பையிலிருந்தே இந்தச் சஞ்சீவியைப் பெறலாம் அன்றோ?

சஞ்சீவி மலை

"கொக்கோ" (Cocoa) என்ற பழத்தின் பருப்பினைப் பொடிசெய்து இனிய குடிநீராகப் பருகி மகிழ்கின்றோம். இந்த வித்தின் மேலோடு குப்பையாய்க் கிடந்த காலம் உண்டு. 1936ல் இந்தத் தோலில் வைடமின் D என்ற உயிர்ச்சத்து நிறைய உண்டு என்ற உண்மை வெளியாயிற்று. இந்த உண்மையைக் கண்ட பெருமை "ரீடிங்" நகர (Reading) ஆராய்ச்சி நிலையத்திற்கே உரியதாம். உணவில் உள்ள சுண்ணாம்புச் சத்தையும் எரி கந்தகத்தையும் நம்உடலம் உறிஞ்சி, எடுப்பதற்கு இந்த உயிர்ச்சத்து மிக இன்றியமையாது வேண்டப்படும். இந்த உயிர்ச்சத்து இல்லாதபோது எலும்புகள் உறுதியாக இல்லாமல் வளைந்து கொடுத்துவரும்; மார்பு

புறாக்கூண்டு மார்பாகும். பசுவுக்கு இந்தக் கொக்கோத் தோலை —மிகுதியாக அல்ல—நாளுக்கு அரை விசையளவு கொடுத்து வந்தாலும் போதுமாம். மிகுதியாகக் கொடுப்பதால் - பயனில்லை என்பதே இங்குள்ள வியப்பு. இத்தகைய பசுவின்பால் உயிர்ச்சத்து நிறைந்ததாய் மக்கள் உயிரை வளர்க்கின்றதாம். குப்பையே உயிராக மாறும் பெருஞ்சித்து இது தான். இவ்வளவும் மேனாட்டார் கண்டது. நமது சித்தர் முறையிலோ பயனில்லாத பொருளே இல்லை என்பதனைப் பதார்த்த குணசிந்தாமணியை ஒருமுறை ஓதியவரும் உணர்வர். அதன்படி அனைத்துப் பொருளையும் பயன்படுத்தும் முறையையும் அறிந்தால் குப்பையன்றோ சஞ்சீவி மலையாகும்.

குப்பையிற் கொழுக்கும் வெண்ணெய்

நெய், எண்ணெய் முதலியவற்றை நாம் பயன்படுத்துகிறோம். மேல் நாட்டிலோ கொழுப்பையே அவர்கள் பயன்படுத்தி வருகிறார்கள். ஆதலின் அங்கே குப்பையில் கொழுப்புக் துண்டுகளும் விழுந்து கிடக்குமாம். இவற்றைப் பிரித்து எடுத்துத் தூய்மையாக்கினால், மார்கரைன் (Margarine) என்ற பொருளைச் செய்ய அது உதவும். இப்பொருள் அன்னாசிப் பழச் சுருக்கைச் (Essence of pineapple) செய்வதற்கும், சோப் என்ற சவுக்காரம் செய்வதற்கும் இது இன்றியமையாது வேண்டும். குப்பையில் வீசி எறிந்த ஆட்டு இறைச்சியில் ஒட்டிக் கிடக்கும் கொழுப்பினை வடிகட்டி எடுத்துப் பாலும் எண்ணெயும் சேர்த்துச் செயற்கை வெண்ணெயைச் செய்கிறார்கள். இது உடலுக்கு உரந்தரும் கொழுமை வாய்ந்த பொருளாம்.

வயல் கொழிக்கும் உயிரும் அழகும்

தெருவினுக்கு ஊட்டமும் உயிரும் கொடுக்கும் கற்கள் குப்பையிலிருந்து விளைவதனைக் கண்டோம். வயலுக்கு எருவே உரமும் உயிரும் கொடுப்பதனையும் பார்த்தோம். வயலிலே போகும் வழிக்கும் உரங்கொடுக்கும் பொருள்களும் உண்டு. தானோடி (கார்) முதலியவற்றின் சக்கரங்களில் மாட்டப்பெறும் இரப்பர்மூடிகள் (டையர் - Tyre) தேய்ந்து கிழிந்து போனால் குப்பையில் போடுவது எங்கும் வழக்கம். இவற்றைப் பற்ற வைத்ததும் இவை உருகி வழியும். வயலில் போகும்வழி இவ்வாறு மரப்பால் பூசப்பெற்று வழவழ என அழகாக விளங்கும். வயலில்

விளையும் பயிர்களை அழிக்கவரும் பூச்சி புழுக்களை எல்லாம் இந்த மரப்பால் புகை அடியோடு கொல்கிறதாம். எனவே இதுவும் பயிர்களுக்கு உயிர் கொடுக்கும் வகை என்றே நாம் பேசலாம். நமக்கும் உயிர் கொடுக்கும் வகை என்று கூறலாம்.

எச்சத்தில் ஒரு சித்து

குப்பையும் கூளமும் வயலுக்கு எருவாதலை உழவர்கள் அறிவார்கள். சாணமும் வீணாவதில்லை. குழி ஒன்று வெட்டி அதில் குப்பையை மட்கவைத்து எருவாய்க் கொழுமையான பயிராய்ப் பொன்னாய் வளர்க்க நாட்டுப் புறத்துப் பெண்களுக்கும் தெரியும். மிகமிக அருவருக்கும் மலத்தினையும் எருவாக இட்டு மிகமிக மணக்கும் மருக்கொழுந்தினையும் மிகமிக இனிக்கும் கிழங்குகளையும் வளர்க்கும் முறையும் நம்நாட்டவர் அறிந்த தொன்றே. தென் அமெரிக்காவில் பழைய நாகரிகத்திற்கு ஊற்றா யிருந்த பெரு (Peru) என்ற நாடு உண்டு. அதன் கடற்கரையில் உள்ள தீவுகளில் கடலிற் பாயும் நீரோட்டத்தின் காரணமாகக் கடற் பறவைகள் கூட்டம் கூட்டமாக வருமாம்; நிறைய மீனை உண்டு தங்குமாம். பின் பறந்துபோகுமாம். தங்கிய போது அவை விட்ட எச்சம் குவிந்து கிடக்குமாம். பயிர்களுக்கு வேண்டிய பொருள்கள், அனைத்தும் வேண்டிய அளவில் இந்த எச்சத்தில் உண்டாம். இதனைப் போன்றதொரு எரு வேறு இல்லை எனலாம். இந்த காட்டுக் குப்பையும் இவ்வாறு நாட்டுப் பயிர்களுக்கு உயிர் கொடுத்து நம்உயிரையும் வளர்க்கின்றது. "எச்சம் சித்தரன்று என்றாலும் சித்து விளையாடுறது" என்பது அந்நாட்டுப் பழமொழி.

சாக்கடை நாகரிகம்

குப்பையின் பெருமைகளைக் கண்டோம். சாக்கடை...* துள்ளது, அதில் நாகரிகம் வளர்வதனை இனிக் காண்போம்.

தமிழ்த் தென்றல், *16-11-1947*

---

* எழுத்துகள் தெளிவற்று இருக்கின்றன.

40/அறிவியல் கலைஞர் இராசேசுவரி, 1906/கோ. ரகுபதி

சாக்கடையில் நாகரிகம்

[பேராசிரியர் ஈ. த. இராசேசுவரி அம்மையார்]

சாக்கடையார்

குப்பையாண்டார் பொன்னுண்டாராகவும் உயிராண்டாராகவும் மாறிப் பிறக்கும் திருவிளையாடலைக் கண்டோம். எச்சிலாண்டார் புராணத்தில் குப்பையார் படலம் இவ்வளவோடு ஒருவாறு முடிகிறது. இனிச் சாக்கடையார் படலம் தொடங்குகிறது. பன்னிரண்டாம் திருமுறை தந்த சேக்கிழார் பிறந்தது குன்றத்தூர். அவர்க்கெனப் பெரியோர்கள் எடுத்த கோயில் ஒன்று அங்கு இன்றும் உண்டு. அதனைச் சாக்கடையார் கோயில்என அங்குள்ளார் வழங்குகின்றனர். சேக்கிழார் சாக்கடையார் ஆகும் வரையில் அவர்களது பச்சைத்தமிழ் வாய் கோணுகிறது. அவ்வாறு கோணுவதற்குச் சாக்கடையிலும் ஒரு பெருமை இருக்கவேண்டும். சாக்கடை ஆண்டாரின் பலவகை அவதாரங்களை அறிந்தால் இந்தப் பெருமை விளங்கலாம்.

சாக்கடை நாகரிகம்

சாக்கடையே நாகரிகத்தின் அடையாளம். மக்கள் கூடிவாழ வந்தபோது எழுகிற சமுதாயச் சிக்கலில் சாக்கடைச் சிக்கலும் ஒன்று. தனியே வாழும்போதும் ஒரு சிலராய் வாழும்போதும் கழுநீரும் சிறுநீரும் சூரிய ஒளியிற் காய்ந்து, பலபல இயற்கைப் பொருள்களாகமாறி இயற்கையோடு இயற்கையாக இயைந்துவிடுகின்றன. கூட்டம் பெருத்தால் இயற்கை இவ்வாறு இயங்க முடிவதில்லை. அழுக்கு நீர் தேங்குகிறது. சாக்கடை வெள்ளம் புரள்கிறது. ஆற்றங்கரை ஓரமாக நாகரிகம்வளர்வதே இயல்பு. அங்கெல்லாம் ஆற்று வெள்ளத்தைப் பயன்படுத்தி மகிழும் மக்கள் மனம் புழுங்கிச் சாக்கடை வெள்ளத்தையும் அடக்கி ஆள வேண்டியதாயிற்று. இவ்வாறு சாக்கடை வெள்ளத்தினை அடக்கிஆளுவதில் நம் இந்திய நாடு மிகமிகப் பழங்காலத்திலும் வெற்றியே பெற்றுள்ளது. சாக்கடை கண்ணிற் படாமலே தரைக் கீழ் ஓடுகின்ற அமைப்பு இந்நாளைய நகரங்களின் சிறப்பியல்பெனப் பலர் நம்புகின்றனர். ஆனால் அத்தகைய அமைப்பினை மண் மேடுண்டு போன பழைய தமிழ் நாகரிகத்தின் பிறப்பிடம் எனக் கருதும் முகிஞ்சதரை (Mohenjadaro Excavation) என்ற

4. சாக்கடையில் நாகரிகம்

சாக்கடையார்

குப்பையாண்டார் பொன்னாண்டாராகவும் உயிராண்டாராகவும் மாறிப் பிறக்கும் திருவிளையாடலைக் கண்டோம். எச்சிலாண்டார் புராணத்தில் குப்பையார் படலம் இவ்வளவோடு ஒருவாறு முடிகிறது. இனிச் சாக்கடையார் படலம் தொடங்குகிறது. பன்னிரண்டாம் திருமுறை தந்த சேக்கிழார் பிறந்தது குன்றத்தூர். அவர்க்கெனப் பெரியோர்கள் எடுத்த கோயில் ஒன்று அங்கு இன்றும் உண்டு. அதனைச் சாக்கடையார் கோயில் என அங்குள்ளார் வழங்குகின்றனர். சேக்கிழார் சாக்கடையார் ஆகும் வரையில் அவர்களது பச்சைத்தமிழ் வாய் கோணுகிறது. அவ்வாறு கோணுவதற்குச் சாக்கடையிலும் ஒரு பெருமை இருக்கவேண்டும். சாக்கடை ஆண்டாரின் பலவகை அவதாரங்களை அறிந்தால் இந்தப் பெருமை விளங்கலாம்.

சாக்கடை நாகரிகம்

சாக்கடையே நாகரிகத்தின் அடையாளம். மக்கள் கூடிவாழ வந்தபோது எழுகிற சமுதாயச் சிக்கலில் சாக்கடைச் சிக்கலும் ஒன்று. தனியே வாழும்போதும் ஒரு சிலராய் வாழும்போதும் கழுநீரும் சிறுநீரும் சூரிய ஒளியிற் காய்ந்து, பலபல இயற்கைப் பொருள்களாகமாறி இயற்கையோடு இயற்கையாக இயைந்து விடுகின்றன. கூட்டம் பெருத்தால் இயற்கை இவ்வாறு இயங்க முடிவதில்லை. அழுக்கு நீர் தேங்குகிறது. சாக்கடை வெள்ளம் புரள்கிறது. ஆற்றங்கரை ஓரமாக நாகரிகம்வளர்வதே இயல்பு. அங்கெல்லாம் ஆற்று வெள்ளத்தைப் பயன்படுத்தி மகிழும் மக்கள் மனம் புழுங்கிச் சாக்கடை வெள்ளத்தையும் அடக்கி ஆள வேண்டியதாயிற்று. இவ்வாறு சாக்கடை வெள்ளத்தினை அடக்கி ஆளுவதில் நம் இந்திய நாடு மிகமிகப் பழங்காலத்திலும் வெற்றியே பெற்றுள்ளது. சாக்கடை கண்ணிற் படாமலே தரைக் கீழ் ஓடுகின்ற அமைப்பு இந்நாளைய நகரங்களின் சிறப்பியல்பெனப் பலர்

நம்புகின்றனர். ஆனால் அத்தகைய அமைப்பினை மண்மேடுண்டு போன பழைய தமிழ் நாகரிகத்தின் பிறப்பிடம் எனக் கருதும் முகிஞ்சதரை (Mohenjadaro Excavation) என்ற இடத்தில் காணக் கிடக்கும் நகர அமைப்பில் கண்டு களிக்கின்றோம்.

சாக்கடைத் தீர்த்தம்

சாக்கடை நீரைக் கால்வாய்வெட்டிப் புறக்கடையிலுள்ள தோட்டத்து மரங்களுக்குப் பாயவிடுவது பழைய வழக்கமே. நாம் குளித்ததும் தண்ணீர் மாசுண்பது ஈம்முடைய உடலின் பெருமை. அவ்வாறு குளித்த நீரை வாய்க்கால்கள் வழியே வயலுக்குப் பாய்ச்சுவதும் நம்முன்னோர் கையாண்ட முறையேயாம். ஊர்களிலே இரண்டு வகை வெள்ளம் பெருகி ஓடும். ஒன்று மழை நீர் வெள்ளம். மற்றொன்று கழுநீர் வெள்ளம். மழை நீர் வெள்ளம் பெருக்கெடுத்தோடி அருகிலோடும் ஆற்றிலே பாயும். கழுநீர் வெள்ளமும் அந்த இயற்கை வழியேயே பெருக்கெடுத்தோடி ஆற்றிலே கலக்கும். "நெல்லுக் கிறைத்த நீர் வாய்க்கால் வழியோடி புல்லுக்கும் ஆங்கே பொசியும்" இது தானே உலகின் இயல்பு. மழை நீர்க்கென எடுத்த கால்வாயில் சாக்கடை நீரும் பாய்கிறது. சென்னையில் கூவம் ஆறு இவ்வாறு சாக்கடை ஆறாக மாறி உள்ள தனை இன்றும் காண்கின்றோம். ஆதலின் இது புதிய வரலாறு அன்று. மிகமிகப் பழைய புராண மரபேயாகும்.

ஊரங் கணநீர் உரவுநீர்ச் சேர்ந்தக்கால்
பேரும் பிறி தாகித் தீர்த்தமாம் ஒரும்
குலமாட்சி இல்லாரும் குன்றுபோல் நிற்பர்
கலமாட்சி கல்லாரைச் சார்ந்து.

என நாலடியார்க்கு சாக்கடையிலிருந்து ஞானோபதேசம் பிறக்கின்றதனைக் காணலாம்.

தொட்டி வளர்க்கும் தெளிவு

சாக்கடையினால் எழும் தீமையினைத் தடுப்பது ஒரு வேலை. அதனைப் பாழாக்காது வாழ்வாக்குவது மற்றொருவேலை. சாக்கடையிற் கசடெல்லாம் கலங்கிக் கிடக்கும். சாக்கடைக் கால்வாயில் இடை இடையே பள்ளமான தொட்டிகளைக் கட்டுவதனைக் காணலாம். நீர் ஓடும்போது கனமான கசடெல்லாம்

தொட்டிகளில் தங்கிவிடும். நீர் மட்டும் ஏறக்குறையத் தெளிந்து பாயும். சென்னை முதலிய நகரங்களில் தரையடிக்கால்வாய்கள் (Underground Drainage) கட்டும் போது அங்கங்கே இவ்வாறு தொட்டிகளை அமைப்பதனைப் பார்க்கலாம். பள்ளத்தில் விழுந்த கசடுகளை எடுத்து உலர்த்தி எருவாக மரங்களுக்கு இடுவதனையும் உலகம் அறியும்.

வடிகுளத்து வருநீர்

இதனினும் சிறந்த வழி ஒன்றனை இந்நாளைய உலகம் கையாளுகின்றது. சாக்கடை வடிகிணறுகளும் வடிகுளங்களும் (Septic tanks) இந்த நாட்டிலும் உள்ளவையே. பெரிய கிணறு அல்லது பெரிய குளம் போல ஆழ அகல வெட்டுவார்கள். அந்தப் பள்ளத்தில் படை படையாகப் பெருங்கல், சிறுகல், கரி, மணல் எனத் தனி அடுக்காக்காக இவற்றைப் பரப்புவார்கள். சாக்கடை நீர் முடிவாக இந்த வடிகுளத்தில் வந்துவிழும். இவ்வாறு பாயும்போது சாக்கடை நீரில் உள்ள பலவகை அழுக்குகளும் பலவகைப் படைகளில் சிக்கிக் கொள்ளும். தெளிந்த நீர் கீழே இறங்கும். சில மருந்துகளை இடையே இட்டால் தெளிந்த நீர் குடிநீர் போலத் தூயதாகும். தேற்றாங்காயைத் தேய்த்துக் கலங்கல் நீரைத் தெளிய வைக்க அறிந்த தமிழர்க்கு இந்த முறை விளங்காமற்போகாது. இவ்வாறு சாக்கடை நீரைப் பச்சைத் தண்ணீர் ஆக்குவதில் மேனாட்டு நகரங்கள் மிகமிக ஈடுபட்டுள்ளன. இதனால் தான் அண்மையில் ஒருவர் 'பம்பாய் நகரத்துப் பசும்பாலைவிட இலண்டன்மா நகரத்துச் சாக்கடை நீர் எவ்வளவோதூயது' என்று பெருமை பாராட்டினாராம். தூய் நீரானாலும் இதனைத் துணிந்து குடிக்க எவர்மனமும் ஒவ்வாது. ஆனால் பயிர்களுக்குப் பாய்ச்ச இந்த நீரினும் சிறந்தது எது? வானம் பார்த்த பயிர்களுக்கு வற்றாத பெருங்கடலாய் நீர் தந்துதவ நம்முடைய நகரத்துச் சாக்கடைகள் இருப்பதனை இன்னமும் நாம் அறியவில்லை. சென்னையில் சாக்கடை நீர் கொண்டு புல் வளர்த்த வரலாறு பழங்கதையாய் ஒழிந்தது. உண்மையறியாது அந்த முறையைப் பழித்து ஒழித்தனர். சகரர் தோற்றிய கீழ்க் கடலில் சாக்கடை நீர் எல்லாம் வீணே விழுந்து சுற்றுப்புறத்தை பாழாக்கும் முறையினையே சென்னை நகராண்மைக் கழகம் கையாளுகிறது. இது தான் முன்னேற்றம்!

சாக்கடையிற் சங்கநிதி

சாக்கடையில் நாகரிகம் மட்டுந்தான் வளருமா? குப்பையிற் போலக் குபேரன் பிறவானா? குபேரனது மூலபண்டாரம் சாக்கடையே; சங்கநிதி பதுமநிதி அங்கிருப்பதை அடுத்துக் காண்போம்.

தமிழ்த் தென்றல், 17-12-1947

சாக்கடையிற் சங்கநிதி

[பேராசிரியர்-ச. த. இராசேசுவரியம்மையார்]

சாக்கடை ஓட்டும் எந்திரம்

மேனாட்டார் கண்ணும் கருத்தும் சாக்கடையில்தான். நாகரிகம் அங்கு வளர்கிறது என்றது மட்டும் அவர்கள்கருத்தைக் கவரவில்லை. பொன்னே நாட்டமாகக் கடல் கடந்து அலைந்தவர்களுக்குச் சாக்கடை பொன் கொழிக்குமானால், விடுவார்களா? சாக்கடை எருவெலாம் பொன்னாகின்றது என்றோம். அதுமட்டுமா மேனாட்டில் நிகழ்கின்றது? சாக்கடை என்றால் அழுகு நாற்றம்தானே? பலபல ஆவிப் பொருள்கள், பலபல முடைநாற்றத்துடன், அதிலிருந்து வெளிக்கிளம்புகின்றன. இவற்றினை வேறுபிரிக்கும் முறையினை விஞ்ஞானம் நமக்குக் கற்றுக்கொடுத்துள்ளது. மெத்தீன்(Methane) என்ற ஆவி ஒன்று சாக்கடையினின்று பிறந்து வளர்கிறது. செடி கொடி அழுகிப் புழுக்கும் சதுப்புநிலத்தில் நாறும் நாற்றம் இந்த ஆவியின் நாற்றம்தான். டால்டன் (Dalton) என்ற பெரியார் வேதி நூலை (Chemistry) வளர்ப்பதற்குச் சதுப்புநிலத்தில் இந்த ஆவியைத் திரட்டினாராம். பிறந்தது கிடக்க, வந்த பயன் தான் என்னை? பெட்ரோல் என்ற தெளிவு மண் எண்ணெய் கொண்டு மக்கள் தானோடிகளை (மோட்டார்கார்) ஓட்டுவதனைப் பார்க்கின்றோம். இவற்றினுள்ளே அந்த மண்எண்ணெய் துளிதுளியாய் ஆவியாக மாறி எரிந்து எந்திரத்தினை ஓட்டுகின்றது. ஆதலின் இவற்றினை உள் எரி எந்திரங்கள் (Internal Combustion engines) என வழங்குவர். இத்தகைய எந்திரங்கள் மேலே கூறிய **மெத்தீன்** என்ற ஆவிகொண்டும் அவ்வாறேஓடும். மேனாடெல்லாம் அவ்வாறு ஓடவும் செய்கிறது.

ஆவி பூத்த பொன்

சாக்கடை ஆவி என்ற ஒன்றனை (Sewage gas) விஞ்ஞானிகள் வெளியாக்குகின்றார்கள். இதனை ஆராய்ந்தவர்கள் என்ன காண்கிறார்கள். இதில் நூற்றுக்கு எழுபது பங்கு (70%) மேலே கூறிய **மெத்தீன்** என்ற ஆவியாகவே விளங்கக் காண்கிறார்கள். இனிச் சாக்கடை ஆவி

5. சாக்கடையிற் சங்கநிதி

சாக்கடை ஓட்டும் எந்திரம்

மேனாட்டார் கண்ணும் கருத்தும் சாக்கடையில்தான். நாகரிகம் அங்கு வளர்கிறது என்றது மட்டும் அவர்கள் கருத்தைக் கவர வில்லை. பொன்னே நாட்டமாகக் கடல் கடந்து அலைந்தவர் களுக்குச் சாக்கடை பொன் கொழிக்குமானால், விடுவார்களா? சாக்கடை எருவெலாம் பொன்னாகின்றது என்றோம். அது மட்டுமா மேனாட்டில் நிகழ்கின்றது? சாக்கடை என்றால் அழுகு நாற்றம்தானே? பலபல ஆவிப் பொருள்கள், பலபல முடை நாற்றத்துடன், அதிலிருந்து வெளிக் கிளம்புகின்றன. இவற்றினை வேறுபிரிக்கும் முறையினை விஞ்ஞானம் நமக்குக் கற்றுக் கொடுத்துள்ளது மெத்தீன் (Methane) என்ற ஆவி ஒன்று சாக்கடையினின்று பிறந்து வளர்கிறது. செடி கொடி அழுகிப் புழுக்கும் சதுப்புநிலத்தில் நாறும் நாற்றம் இந்த ஆவியின் நாற்றம்தான். டால்டன் (Dalton) என்ற பெரியார் வேதி நூலை (Chemistry) வளர்ப்பதற்குச் சதுப்புநிலத்தில் இந்த ஆவியைத் திரட்டினாராம். பிறந்தது கிடக்க, வந்த பயன்தான் என்னை? பெட்ரோல் என்ற தெளிவு மண் எண்ணெய் கொண்டு மக்கள் தானோடிகளை (மோட்டார்கார்) ஓட்டுவதனைப் பார்க்கின்றோம். இவற்றினுள்ளே அந்த மண்எண்ணெய் துளி துளியாய் ஆவியாக மாறி எரிந்து எந்திரத்தினை ஓட்டுகின்றது. ஆதலின் இவற்றினை உள் எரி எந்திரங்கள் (Internal Combustion engines) என வழங்குவர். இத்தகைய எந்திரங்கள் மேலே கூறிய மெத்தீன் என்ற ஆவிகொண்டும் அவ்வாறே ஓடும். மேனாடெல்லாம் அவ்வாறு ஓடவும் செய்கிறது.

ஆவி பூத்த பொன்

சாக்கடை ஆவி என்ற ஒன்றனை (Sewage gas) விஞ்ஞானிகள் வெளியாக்குகின்றார்கள். இதனை ஆரரய்ந்தவர்கள் என்ன காண்கிறார்கள். இதில் நூற்றுக்கு எழுபது பங்கு (70%) மேலே

கூறிய மெத்தீன் என்ற ஆவியாகவே விளங்கக் காண்கிறார்கள். இனிச் சாக்கடை ஆவி எனப் பிரித்துப் பேசுவானேன், இந்தக் கலவைக்குச் சில சிறப்பியல்புகள் உள. சாக்கடை ஆவி எப் போதும் எழுபது சுழி (70) சுடுநிலையில் மாறது நிற்கும். இதன் குடேற்றும் ஆற்றல்—இதன் வினைவீதம் (Power) பிற ஆவிகளின் வினைவீதத்தை நோக்க 100-க்கு 150 ஆகப் பொங்குகிறது. 9 கோடி காலன் சாக்கடை நீரில் 4 இலட்சம் கட்டிஅடி (Cubic feet - குழி) சாக்கடை ஆவி கிடைக்குமாம். இதில் எழும் வினைவீதமோ 12 கோடி குதிரை ஓட்டமாம். (25,000 Kilo Walt hours) கில்லோ வாட் (Kilo Walt) என்றதும் மின்சாரத்தின் நினைவு வருகிறது. மின்சாரமும் சாக்கடையில் விளைகின்றது. வானத்தில் மட்டுமா மின்னல்? சாக்கடையிலும் இதோ மின்சாரம். கிளாஸ்கோ (Glasgow) என்ற நகரத்தில் 31,000 டன் நிலக்கரி கொண்டு விளைவிக்கக்கூடிய மின்சார ஆற்றலைச் சாக்கடையிலிருந்தே அங்குள்ளார் விளைவித்தனராம்.

“பெரும் பேர் இயவுள்”

சாக்கடை ஆவி கொண்டு எந்திரத்தை ஓட்டுவதையே எந்திர ஓட்டிகள் விரும்புகின்றார்கள். ஏன்? நிலக்கரி கொண்டு எந்திரத்தை ஓட்டுவதென்றால் கரியை எந்திரத்தில் கொட்டும் போது, கொட்டுவோரும் எந்திரமும் சுற்றுப்புறமும் கரியாகிக் கெடுகின்றதாம். இக்கேடு ஒருபுறம். குத்திக் கிளறிச் சாம்பலை வெளியே எடுத்துத் தள்ளிக்கொண்டே இருக்கும் தொல்லை மற்றொருபுறம். சக்கைகொண்டு சாறு பிழியும் கதைதான் இது. சாக்கடை ஆவி கொண்டு எந்திரத்தினை ஓட்டும்போதோ இந்த வம்புமில்லை, தும்புமில்லை - வன்புமில்லை, துன்புமில்லை காற்றைத் தெள்ளத்தெளிய வடித்து எடுத்துத் திரட்டி உருட்டி வாயில் ஊட்டிய கதையாகும் இது. சாக்கடை ஆண்டார் இங்கே அனைத்தினையும் ஓட்டி இயக்கும் இயக்கராய் விளங்குகின்றார். முருகனை நக்கீரனார் போற்றியது போல நாமும் இவரைப் “பெரும்பேர் இயவுள்” (இயவுள் - இயக்கும் தலைவன்) எனப் போற்றிப் புகழச் சாக்கடையார் காட்சியளிக்கும் படலம் இதுதான்.

சாக்கடையில் புடமிட்ட மருந்து

சாக்கடையிலே பல பொருள்களையும் கழுவி விட்டு விடுகிறார்கள். மருத்துவர் கழுவும், மருந்து எவ்வளவு எவ்வளவு?

கிளாஸ்கோ நகரில் இதனைக் கணக்கெடுத்துப் பார்த்தனர். 5,000 காலன் மருந்துகள் வீணே சாக்கடையிற் பாழாய்ப் பாய் கின்றனவாம். இவ்வாறு வீணாய் ஓடியதனை விஞ்ஞானிகள் கண்டார்கள். பென்சால் (Benzol) என்ற ஓடிப்பொருளாக (Fluid - திராவகம்) அவற்றை மாற்றி எடுக்கும் வழியையும் கண்டார்கள். இதனைக் காலன் ஒன்று, ஒன்றரை ரூபாய் என அந்நகரத்தார் விற்றார்களாம். மருந்து கழுவப் பெறாத சாக்கடை நீரில் இருந்தும் இந்த ஓடிப் பொருளைப் பிரித்து எடுக்கலாம். சாக்கடையிற் சங்கநிதியும் பதுமநிதியும் பொன்கொழித்து நிற்கும் புதுமை இப்பொழுது இனிது விளங்குகின்றது .

வரவும் செலவும்

சாக்கடையிலுள்ள பொருள்களை வடிகட்டி எடுப்பதனைக் கண்டோம். ஆவிகளைப் பிரித்து விற்பதனையும் கண்டோம். மேலும் பலபல காட்சிகள் காண்கின்றோம். தொழில் நிலையங் களில் கைகளிலும் பொறிகளிலும் ஒட்டிக்கொள்ளும் எண்ணெ யைப் பஞ்சு எடுத்துத் துடைத்து வீசி எறியக் காண்கின்றோம். எண்ணெய் துடைத்த துண்டுகளும் பஞ்சுகளும் சாக்கடையில் மிதந்து போகக் காண்கின்றோம். இதில் ஒட்டிய எண்ணெயை யேனும் பாழாக்க விடுவார்களா? இதனைத் தனியே பிரித்து எடுப்பதற்கு எந்திரம் ஒன்றனை இப்போது கண்டுபிடித்துள்ளார்கள். இதனை முதல்முதல் கையாண்டு பார்த்தது பெட்போர்ட் (Bed ford) என்ற நகரமேயாம். இப்படிச் செய்வதென்றால் செலவு கண்டு தடுமாறாத நெஞ்சுறுதி வேண்டும். இந்த எந்திரம் அமைக்க என்ன செலவு தெரியுமா? 2,300,000 சவரன் செலவாயிற்றாம். (ஏறக்குறைய 3½ கோடி ரூபாய்) ஏழை இந்தியா இவ்வாறு பணத்தினை வாரி இறைக்க முடியுமா? இது பண “வேட்டு” (Fire works) அன்று; பணவேட்டையாம். “இந்த முதலை 50 ஆண்டு களில் திருப்பி எடுத்துவிடக் கூடும்” என்ற உறுதிகொண்டே பெட் போர்ட் நகரத்தார் இந்தத் துறையில் பெருஞ் செலவு செய்ய முற்பட்டனர். 50 ஆண்டிற்குப் பின் இந்த எந்திரம் பொன் காய்க்கும் மரம் ஆகும் அன்றோ?

சாக்கடையில் ஆடிய எண்ணெய்

நிலப் பரப்பில் விளங்கும் சாக்கடையின் நிலை இது. கடற் பரப்பிலும் சாக்கடை உண்டு. கப்பலில் இருந்தும் கழுநீர்

வெளிவரும் அன்றோ? கடலில் சாக்கடையைத் திறந்துவிடுவதால் இதனைப்பற்றிய கவலை அங்கு இல்லை. கப்பலோட்டும்போது எண்ணெயும் செலவாகும். நீராவியில் ஓடும் கப்பலில் செலவாகிக் கெட்ட எண்ணெயோடு நீராவியும் சிக்கிக்கொண்டு சாக்கடையிற் பாயும். நீரும் எண்ணெயும் ஒன்றோடொன்று கலவாது. பகைத்துத் தனித்தனி நிற்கும் பொருள்களாம். ஆனால் கப்பலிலோ இவ்வாறு இரண்டும் கெட்டுச் சாக்கடையில் பாய்வதற்கு என்றால் ஒன்றோடொன்று சிக்கிக்கொண்டு முந்தியோடிக் கடலில் மூழ்கிக் கெட்டு ஒழிகின்றன. தான் கெட்டு ஒழிவதேயல்லாமல் கடலில் விழுமிடத்கில் உள்ள மீன்களுக்கும் பறவைகளுக்கும் எமனாய் வந்து முடிகின்றன. பறவைகளையும் மீன்களையும் பரிந்து காத்து அருளை வளர்ப்பது அந்த உலக வேலை. எண்ணெயை அழிய விடாது பாதுகாத்துப் பொருளை வளர்ப்பது இந்த உலக வேலை. ரிட்லி (A. E. Ridley) என்ற அறிஞர் இந்த முயற்சியில் ஈடுபட்டு வெற்றிகண்டார். ஓர் எந்திரத்தினை அமைத்தார். கப்பலிற் சிக்கிக் கொள்ளும் எண்ணெயையும் நீரையும் இந்தப் புதிய எந்திரம் எளிதில் வேறு வேறு பிரிக்கின்றது. நீரோ தூயதாகும். குடிநீர் அகப் படாத நடுக்கடலில் குடிநீராக உதவ வந்து உயிரை வளர்க்கும். எண்ணெயோ - எண்ணெய் அகப்படாத நடுக்கடலில் கப்பல் ஓட்ட உதவ வந்து பொருளை வளர்க்கும். இவை எல்லாம் விஞ்ஞானத்தின் விளையாட்டேயாம். சாக்கடையில் சங்க நிதியை முழக்கிப் பதுமநிதியை மலர்த்துவது விஞ்ஞானமேயாம்.

கற்பகம்

“சங்கநிதி பதுமரிதி வந்தால் கற்பகம் எங்கே?” என்ற கேள்வி பிறக்கின்றது. கரிய புகைக் கொடியே கற்பகக்கொடியாய்ப் பொன் பூத்து நிற்பதளை அடுத்துக் காண்போம்.

தமிழ்த் தென்றல், 14-01-1948

கரிப் புகையில் கற்பகம்

[பேராசிரியர் ஈ. த. இராசேசுவரி அம்மையார்]

புருஷார்த்தப் புகை

குப்பை அவதாரமும் சாக்கடை அவதாரமும் எடுத்த எச்சிலாரின் மூன்றாவது திருமேனி புகை ஆண்டார் திருக்கோலமேயாம். "புகை நாற்றம் அடித்த பொருள்" என இனிய உணவையும் இகழ்கின்றோம். அவ்வளவு நுட்பமாக இருக்கின்றது நம்முடைய சுவைஉணர்வு. புகையிலோ பலவகை. அவ்வகைகளில் எல்லாம் ஈடுபட்ட பாவலர்களிடத்தே அவற்றின் அருமை பெருமையை அறிதல் வேண்டும். மேல் நோக்கி வளைந்து வளைந்து செல்லும் மெல்லிய புகை அழகியதொரு நீலக்கொடியாக ஆடி அசைகிறது. இளங்கோ அடிகள் மதுரைமா நகரைப் பாடத் தொடங்குகின்றார். கண்ணகியும் கோவலனும் மதுரையை நோக்கி வருகின்றார்கள். அவர்களுக்குத் தொலைவில் காட்சி அளிப்பது நறுமணம் ஊட்டி நல்வரவேற்கும் புகையேயாம். நாகரிகத்தின் நலன்எல்லாங் கமழும் தென்றற் காற்றோடு இணைந்து, பிணைந்து தவழ்ந்து, உலவுகிறது அந்தப் புகை. புலவர் பெருமானார் நிமிர்ந்து ஓடும் புகையை நேரிற் கண்டு நெஞ்சு மகிழ்ந்தவர் போலும். அறம், பொருள், இன்பம், வீடு என்ற நான்கு துறைகளிலும் தமிழர் வாழ்க்கையாம் நாகரிக ஆறு வெள்ளமிட்டு ஓடுகிறது. மதுரைமாநகரின் புகையும் அந்த நான்கு துறைகளிலும் செழித்து ஓங்கி வானகத்தை எட்டிப் பார்க்கின்றது. வீட்டினைத் தேடி வேள்வி செய்கின்றபோது எழுகின்ற வீட்டுப் புகை ஒருபுறம்; மனைவியும் மணாளனும் மணந்து வாழும்போது காதலி தன் கூந்தலுக்கு ஊட்டும் இன்பப்புகை ஒருபுறம்; பலரும் கூடி வாழும் பொருட் துறையில் விலைக்கு விற்கும் அறுசுவை அப்பமும் பிறவும் நறுமணம் கமழ்ந்து நாவில் நீர்ஊறநிற்கும் பொருட்புகை ஒரு புறம்; பசிப்பிணி நீக்கி உண்டி கொடுத்து உயிரை வளர்க்கும் அறப்பள்ளியின் அட்டிலில் எழும் அறப்புகை ஒருபுறம்; இந்த மணத்தாலேயே எதிரில் இருப்பது மதுரைஎன நகரைநோக்கி வருவோர் அறிகின்றார் என அடிகள் பாடுகின்றார்.

6. கரிப் புகையில் கற்பகம்

புருஷார்த்தப் புகை

குப்பை அவதாரமும் சாக்கடை அவதாரமும் எடுத்த எச்சிலாரின் மூன்றாவது திருமேனி புகை ஆண்டார் திருக்கோலமேயாம். "புகை நாற்றம் அடித்த பொருள்" என இனிய உணவையும் இகழ்கின்றோம். அவ்வளவு நுட்பமாக இருக்கின்றது நம்முடைய சுவை உணர்வு. புகையிலோ பலவகை. அவ்வகைகளில் எல்லாம் ஈடுபட்ட பாவலர்களிடத்தே அவற்றின் அருமை பெருமையை அறிதல் வேண்டும். மேல்நோக்கி வளைந்து வளைந்து செல்லும் மெல்லிய புகை அழகியதொரு நீலக்கொடியாக ஆடி அசைகிறது. இளங்கோ அடிகள் மதுரைமா நகரைப் பாடத் தொடங்குகிறார். கண்ணகியும் கோவலனும் மதுரையை நோக்கி வருகிறார்கள். அவர்களுக்குக் கொலைவில் காட்சி அளிப்பது நறுமணம் ஊட்டி நல்வரவேற்கும் புகையேயாம். நாகரிகத்தின் நலன் எல்லாங் கமழும் தென்றற் காற்றோடு இணைந்து, பிணைந்து தவழ்ந்து, உலவுகிறது அந்தப் புகை. புலவர் பெருமானார் நிமிர்ந்து ஓடும் புகையை நேரிற்கண்டு நெஞ்சு மகிழ்ந்தவர் போலும். அறம், பொருள், இன்பம், வீடு என்ற நான்கு துறைகளிலும் தமிழர் வாழ்க்கையாம் நாகரிக ஆறு வெள்ளமிட்டு ஓடுகிறது. மதுரைமா நகரின் புகையும் அந்த நான்கு துறைகளிலும் செழித்து ஓங்கி வானகத்தை எட்டிப் பார்க்கின்றது. வீட்டினைத் தேடி வேள்வி செய்கின்றபோது எழுகின்ற வீட்டுப் புகை ஒருபுறம்; மனைவியும் மணாளனும் மணந்து வாழும்போது காதலி தன் கூந்தலுக்கு ஊட்டும் இன்பப்புகை ஒருபுறம்; பலரும் கூடி வாழும் பொருட் துறையில் விலைக்கு விற்கும் அறுசுவை அப்பமும் பிறவும் நறுமணம் கமழ்ந்து நாவில் நீர்ஊறநிற்கும் பொருட்புகை ஒரு புறம்; பசிப்பிணி நீக்கி உண்டி கொடுத்து உயிரை வளர்க்கும் அறப்பள்ளியின் அட்டிலில் எழும் அறப்புகை ஒருபுறம்; இந்த மணத்தாலேயே எதிரில் இருப்பது மதுரை என நகரைநோக்கி வருவோர் அறிகின்றார் என அடிகள் பாடுகின்றார்.

புகைப் பூதம்

இளங்கோ அடிகளின் கண் இருந்தால் இந்தக் காட்சி காணலாம். ஆனால் நாம் காணும் காட்சி என்ன? பழைய காலத்தில் திடீரென உலகெங்கும் ஆனைப் பல்லிகள், ஆனைப் பாம்புகள் என்றென்று பலவகையான உயிர்ப் பொருள்கள் (Dinasaurus) பூதங்கள் போலத் தோன்றினவாம். அது போல நம் உலகிலும் திடீர் என இந்த எந்திர ஊழியில் பெரிய பெரிய தொழிற்சாலைகள் பழைய அரக்கர்போலப் பல் ஆயிரந் தலையும், பல்லாயிரங்கையும், பளபள என ஒளி விடும் பல்லாயிரங்கண்ணுமாகத் தோன்றியுள்ளன. இவற்றின் பேயாட்டத்தில் தலை விரித்து ஆடுவது போலப் புகையானது ஆடி அலைகிறது. இவை கக்கிக்கொண்டே இருக்கும் கரும்புகை காற்றுவழியே காதம் காதமாக வெள்ளமிட்டோடி உலகைக்கரிய இருளில் கவிழ்த்துவிடுகிறது. பழைய பெருவிலங்குகள் போல இவையும் அழிந்து ஒழியாவா என நம்மையும் அறியாது ஓர் எண்ணம் பிறக்கிறது. புகைக்கூண்டு புகையைக் கக்கிக்கொண்டு வானளாவிப் பெரும் பூதமாகி ஓங்குவ தனை யார் அறியார். எங்கும் கரி! எங்கும் தூசு! வானமும் மூடுபனியாய்ப் புகை வெள்ளத்தில் புதைகிறது.

காளிக் கூத்து

இது கரிய காளியின் கருங்கூத்து. இந்தக் காளியின் களி யாட்டத்தை அடக்கி ஆடும் விஞ்ஞான ஆண்டவனாரின் இன்ப ஒளிக் கூத்தும் எதிரே எழுகின்றது. புகைக் காளி விஞ்ஞான நடராஜர் முன்னே பொன் பூத்த பூங்கொடியாய்க் கொலையைமறந்து பெண் தன்மை சிறந்த பேர் அழகியாக விளங்குகிறாள். புகை வளைந்து போவதனைக் கண்டு புகைக் கொடி என்று புகழ்கின்றோம். வானத்தின் மேலே இந்தப் புகைக் கொடி வளைந்து வளைந்து தவழ்கிறது. எந்தமரத்தை வளைந்து தவழ்கிறது? வானிலுள்ளது ஒரு மரமே. அதற்குக் கற்பகம் என்று பெயர். அதனைச் சுற்றிக் கொள்ளுங் கொடிக்குக் கற்பகவல்லி என்று பெயர். அது நினைத்ததனைத் தந்து பொன் பூக்கும் பொன் மரம். இது எண்ணியதனைத் தந்து பொன் பூக்கும் பொற் கொடியாம். உண்மையில் புகைக் கொடியும் பொற் கொடியே. குப்பையும் சாக்கடையும் வீணாகாது பொன்னாய்ப் பொலிந்தபோது புகை மின்னாகாது வீணாகுமோ? இந்த மண்ணகத்தில் தரையில்

கிடைக்காத பொருள் எல்லாம் விண்ணகத்தில் புகையில் கிடைக்கும். இளங்கோ அடிகள் கண்ட அறமும், பொருளும், இன்பமும், வீடும் இன்றும் புகையில் பொலிகின்றன. காணத்தான் கண்வேண்டும்.

பொற் கூத்து

பல இருந்தாலும் உலகம் பார்க்க விரும்புவது பொருளைத்தான். பொருளிலார்க்கு இவ்வுலகம் இல்லை. புகையில் பொன் கொழிப்பது உண்மையில் நடப்பதொன்றே. ஆஸ்திரேலியாவில் பல பொற் சுரங்கங்கள் உண்டு. பொற் கட்டிகளை வெட்டி எடுத்துத் துரிசு எல்போக்கித் தூய்மை செய்து உருக்கி வரும்போது பொற்றுகள்கள் பொறி பொறியாய்ப் பறக்குமாம். புகையோடு பொறிகளைக் கலந்து போக விட்டால் அவை பாழாயன்றோ போகும். மேலே பறந்து போகாமல் உருக்கிடத்திற்குள்ளே விழும் படி அப்பொற்றுகள்களை வலித்து இழுத்து வருவதற்கெனப் பல விசிறிகள் அங்கே சுழன்று விசிறிக்கொண்டே இருக்குமாம். விசிறியினால் துகள்கள் பறக்கும் என நினைக்கலாம். ஆனால் அவை உறிஞ்சு விசிறிகள். நாம் உறிஞ்சும்போது பொருள்கள் வாய்க்குள் போவதுபோல இந்த எந்திர விசிறிகள் இயங்கத் தொடங்கியதும் பொறிகள் வெளியே போக வழி இன்றி உள்ளாக வாய்க்குள்ளே வந்து விழும். கும்பகர்ணன் மூச்சு வாங்கிய போது நடந்ததெல்லாம் நிகழும் எனலாம். இவ்வாறு புகைக் கூண்டிற்போகும் புகையிலிருந்து பொன்னைத் தெள்ளிக் கொழிக்கும் பெருமையை ஆஸ்திரேலியாவிலுள்ள கல்கூர்லி (Kalgoorlie) முதலிய இடங்களில் இன்றும் காணலாம்.

நீலப்பொன் அம்பலம்

பொன்னினும் அரிய பொருள்கள் புகையிற் கிடக்கின்றனவாம். காலியம் (Gallium) என்பது அத்தகைய அரும் பொருளில் ஒன்று. அரிசி எடையாகத்தான் அதனைப்பற்றிப் பேசுவது வழக்கம். லெகாக் (Lecogue) என்பவர் 1875ல் இந்தப் பொருளைத் தனியே பிரித்து எடுத்தார். காக் (Cock) என்றால் ஆங்கிலத்தில் கோழி என்று பொருள்: கோழிக்கு லத்தீனில் (Latin) கால் (Gall) என்று பெயர். இப்பெரியாரின் நினைவை நிலைநாட்டச் சுற்றி வளைத்த மொழி பெயர்ப்பாம் காலியம் என்றதனை அந்தப் பொருளுக்கு அறிஞர் உலகம் பேராக வைத்து வழங்கியது. இரட்டுற மொழிதல் என்ற

சிலேடை மொழியில் விஞ்ஞானிகளுக்கும் விருப்பம் உண்டு போலும். கல்லும் மண்ணுமாகக் கிடந்த துத்தநாகக்கட்டியை உருக்கி ஆராய்ந்தபோது இந்தப் புதிய உலோகம் கிட்டியதாம். இது நாகம் (Zinc) என்ற இனத்தைச் சேர்ந்ததேயாம். இது வல்லென்று இருக்காமல் மெல்லென்று இருக்கும்; கரு நீலங் கலந்த வெண்மை நிறங்கொண்டு ஒளிரும்; மிகக் குறைந்தது சுடுநிலையிலேயே (86 F) உருகிவிடும். எங்கும் தேடி அலையாதபடி புகை கூண் டில் எல்லாம் இந்த அரும் பொருள் எளிதில் கிடைக்கின்றதாம். ஆங்கிலத் துரைத்தனத்தார் தம் நாட்டில் டெட்டிங்கடன் (Teddington) என்ற இடத்தே வேதி ஆராய்ச்சி செய்காட்சி நிலையம் ஒன்று அமைத்துள்ளனர். (Chemicel Research Experimental Burean) அந்தச் செய்க்காட்சி நிலையமே இவ்வாறு காலியச் சுரங்கமாக ஆங்கில நாட்டுப் புகைக் கூண்டுகள் அமைந்துள்ளன எனக் கண்டு பிடித்துக் கூறியது.

குடியரசுக்கலை

இந்தக் காலியத்தின் பயனை அறிந்தால் மட்டுமே புகைக் கூண்டின் பெருமை விளங்கும். "ஒய்வெடுக்கப் பிறந்தவர் ஒரு சிலரே. மிகுதிநிற்கும் உலகம் எல்லாம் உழைக்கப் பிறந்ததே" என்ற காலமும் உண்டு. பாட்டும் கூத்தும் இந்தப் பழங்கால உலகில் செல்வர்க்குத்தான். இந்தக் குடியரசு உலகிலோ பாட்டும் கூத்தும் அனைவர்க்கும் என்பது உறுதியாகிவிட்டது. இவ்வாறு எல்லோரும் அனுபவிப்பதும் இயல்பாகிவிட்டது. செல்வர் கலை இப்படி எளியவர் கலையான மாயந்தான் என்ன? பேசும் படமும் வானொலியுமே இந்தப் பெரும் புரட்சியைச் செய்துவிட்டன. தொலைவில் பாடுவதனை அப்பொழுதைக்கப்பொழுதே கேட் கின்றோம். தொலைவில் நிகழ்வதனை அப்பொழுதைக்கப் பொழுதே காணவும் விரும்புகிறோம். பேசும் படம் பார்க்கிறோம். தொலைவில் பேசுகிறோம். இன்னும் சில நாளில் இங்கிலாந்தில் நடப்பது இங்கு எதிரே தோன்றும். இதற்குத் தொலைவில் காட்சி என்று பெயர். (Television) இதுவும் விஞ்ஞானத்தின் வழியே பொது உடைமைக் கலையாகப் பொலியுமாறு கைகூடி வருகிறது.

ஞான திருஷ்டி

எப்படி? தொலைவில் பேசுவது எவ்வாறு கேட்கிறது? ஒலி அலை அலையாகப் பரவி விரைவில் வந்து நம்மை எட்ட

முடியாது நம்மைக் கேட்பிக்குமாறு செய்ய, எந்திரத்தின் உதவி வேண்டும். ஒலி அலை எழுந்ததும் அதன் எதிரே கரித்துகளோ வேறொன்றோ அமைந்த பொறி ஒன்று இருக்கும். அந்தத் துகளை ஒலி அலை அசைக்கும். ஒலி அலையும் அசைக்குமாறு அவ்வளவு நுட்பமாக அமைந்தது அந்தப் பொறி. இதில் மின்சாரம் ஓடும் கம்பி கரித்துகளை ஒட்டிக் கிடக்கும். கரித்துகள் மேலும் கீழும் ஏற்றத் தாழ்வாய் அசையும் போது அந்தக் கம்பியின் மின்சார ஓட்டத்திலும் ஏற்றத்தாழ்வு நிகழ்கிறது. ஒலி அலை இவ்வாறு மின்காந்த அலையாக (Electro Magnetic Waves) மாறி ஓடி வருகிறது. மின் காந்த அலை மிகப் பெரிய எல்லையையும் எட்டிப் பார்க்கும். வினாடிக்கு 1140 அடி ஓடும் ஒலி அலை போல அன்றி வினாடிக்கு 1,86,000 மைல் வேகத்தில் மின்காந்த அலை ஓடும். ஆகையால் பாடிய பாட்டினை உடனுக்கு உடனே கேட்கிறோம். கேட்கும் நம் எதிரே மின்காந்த அலை திரும்பவும் ஒலி அலையாக மாறுகிறது. இந்த மாற்றத்தைச் செய்யும் கருவியே வீடுதோறும் நாம் காணும் வானொலிப் பெட்டி. தொலைவில் நிகழும் காட்சியைக் காணவேண்டும் என எழும் ஆசையை நிறைவேற்றிக் கொள்ளும் வழியும் இங்கே தோன்றுகிறது. காட்சி என்றால் என்ன? ஒளி அலை கண்ணில் தாக்குவது தான். ஒளி அலைகள் மிகமிக நுட்பமானவை. ஆகலின் இவற்றினையும் மிகப்பெரிய மின் காந்த அலைகளின் மேல்ஏற்றி வானொலியில் அனுப்புவது போல அனுப்ப வேண்டும். ஒலி அலையிலும் மிக நுண்ணிய ஒளி அலைகள் அசைந்ததும் உடன் அசைந்து மின்சார ஓட்டத்தில் ஏற்றத்தாழ்வினை உண்டுபண்ணக் கூடிய கருவி ஒன்று வேண்டும். விஞ்ஞானப் புதுமை என்றால் இந்தக் கருவிக்கே தகும். மிக நுண்ணிய ஒளி மாற்றத்தினையும் மிக விரைவில் அறிந்து இயங்கிக்காட்டும் இந்த மின்சாரப் பொறிக்கு ஒளிமின் கலம் (Photo-Electric Cell) என்று பெயர். இத்தகைய ஒளி மின் கலத்திற்கு இன்றியமையாது வேண்டற்படுவது காலியமேயாம் (Gallium). செல்வர்க்குக் கிட்டாத செல்வமானாலும் குடி அரசில் பொது மக்களுக்கு உகந்த பொருள் இதுவே ஆம். காளி ஆனவள் நாணமடைந்து நாணங் கொண்டு நங்கையாய் மாறிய வரலாறு இங்கும் உண்டு. தொழிலாளரை வாட்டி உயர்ந்தபுகைக் கூண்டரக்கி காலியத்தின் எதிரே அழகிய காட்சிகளைக்காட்டிக் கலைமகளாகக் காட்சி அளிக்கின்றாள். மிக உயர்ந்த சூடுநிலையை அளக்கும்

சூடுநிலை அளப்பான்களுக்கும் (High Tempereture thermometers) இது வேண்டுமாம். விஞ்ஞான ஆராய்ச்சிக்கும் இது இவ்வாறு பயன்படுகிறது. ஆங்கில நாட்டில் ஓர் ஆண்டில் ஒன்றரைக் கோடி ரூபாய் விலையுள்ள காலியம் கரிபுகையும் கருஞ்சாம்பலுமாகப் புகைக் கூண்டில் வீணாகின்றதாம். இதனைத் தடுத்துப் பயன் படுத்தினால் உலகெல்லாம் கலை உலகாகக்களித்துத் தழைக்கும் அன்றோ?

சாவா வாழ்வு

புகையாண்டார் ஞான திருஷ்டியால்கண்டு, சித்து விளையாடு வதனைப் பார்த்தோம். புத்துயிர் தரும் சஞ்சீவியை அளிக்கும் சித்து விளையாடுவதனையும் பார்க்க வேண்டும். புகைக் கூண்டில் மற்றோர் அரும் பொருள் கிடைக்கின்றது. அதன் பெயர் ஜெர்மானியம் (Germanium). 1887-ல் விங்கலர் (Winkler) என்பவர் இதனை முதல் முதல் பிரித்து எடுத்தார். இவர் ஜெர்மானியர் ஆதலின் இந்தப் பொருளும் ஜெர்மானியம் என்ற பெயர் பெற்றது. ஜெர்மனியில், சாக்சனி (Saxony) என்ற இடத்தில் கிடைக்கும் ஒரு பொருளை (argyrodite) ஆராய்ந்து இந்தப் பொருளை இவர் பிரித்து எடுத்தாராம். இது உருகுவது 900 சுழியுள்ள சுடுநிலையிலாம். இது உப்பாகும் முறை, கரைசலாகும் முறை முதலிய எல்லாம் இதற்குச் சிறப்பியல்பாக விளங்கக் காண்கிறோம். இதனால் மருத்துவ ஆராய்ச்சி நிலையங்களுக்கு இது மிகமிக வேண்டியதாகிறது. புகைக் கூண்டில் இருந்து இதனைப் பெற முடியுமானால் பலபல புது மருந்துகளையும் முறைகளையும் கண்டு பிடித்து சாவாது வாழும் பெருவாழ்வினை நிலைநாட்டக்கூடும்.

எச்சில் இறைவன்

இவ்வளவும் கூறியதனால், எச்சில் இறைவனை விஞ்ஞான முறையிற்கண்டு வழிபடவேண்டுமெனச் சொல்லவும் வேண்டுமா?

தமிழ்த் தென்றல், 13-02-1948

செங்கதிரின் செல்வக் காதல்

[விஞ்ஞானப் பேராசிரியர், ஈ. த. இராசேசுவரி அம்மையார்]

அன்னை எங்கே?

பல குழவிகளைப் பெற்ற அன்னையின் திருவிளையாடலைச் —செல்வக் காதல் திருவிளையாடலை அறிவோமா? எங்கே நிகழ்ந்தது? வீடும் இல்லை நாடும்இல்லை; வானகமேபெருங் குடிசை. தாய்க்கு மருந்துண்டை தருவார் இல்லை. இயற்கையே மருத்துவச்சி; அண்ட உருண்டையே மருந்துருண்டை. பெற்ற குழவியைச் சீராட்டிப் பாராட்டுவாருமில்லை. அழுகிறகுழந்தைக்குப் பாலூட்டுவாரும் இல்லை; ஏணையில்இட்டுத் தாலாட்டுவாரும் இல்லை. வாயுமண்டலத்திற்கும் அப்பாற்பட்ட இருள் மண்டலமே இந்தப் பெருந்திருவாள் பிள்ளை பெறும் மண்டபம். வெட்டவெளியே கட்டிலும் தொட்டிலும். தன்னந்தனி நின்று குழவிகளைப்பெற்று வாழவிடுகின்றாள் ஓர் அன்னை. இன்று வரை நம்மை இமை கொட்டாது காத்துத் தன்னைக்கொண்டே ஊட்டி வளர்த்து வருகிறாள். யார்? இந்த அன்னை?

எப்போது?

‘எங்கு’ என்று தெரியாமற் போனாலும் எப்போது என்றேனும் தெரியாதா? பத்துமாதம் மட்டும் வயிற்றில் வைத்த அன்னையா எப்போது என்று கூற? எத்தனையோ நாட்கள், ஆண்டுகள், ஊழிகள்—ஊழி ஊழியாக நம்மை வைத்துக் காப்பவள் இவள்; காலதிசை தேசமெல்லாம் கடந்து நின்றவள். காலம் கண்ட கிழவியே ஆயினும் இன்றும் இவள் கன்னியே. காலத்தினைக் கணக்கிட்டுப் பார்த்தாலும் எவர் அறிவுக்கும் எட்டவில்லை.

ஆடலும் பாடலும்

பாடுகிறாள்; ஆடுகிறாள். பாடலே அவள் மூச்சு; ஆடலே அவள் வடிவம். வானொலிப் பாட்டெல்லாம்அலையாகவன்றோ நம் காதில் புகுந்து தாக்கி ஒலிக்கின்றன. அன்னையின்

7. செங்கதிரின் செல்வக் காதல்

அன்னை எங்கே?

பல குழவிகளைப் பெற்ற அன்னையின் திருவிளையாடலைச் -செல்வக் காதல் திருவிளையாடலை அறிவோமா? எங்கே நிகழ்ந்தது? வீடும் இல்லை நாடும் இல்லை; வானகமே பெருங்குடிசை. தாய்க்கு மருந்து உண்டை தருவார் இல்லை. இயற்கையே மருத்துவச்சி; அண்ட உருண்டையே மருந்து உருண்டை பெற்ற குழவியைச் சீராட்டிப் பாராட்டுவாருமில்லை. அழுகிற குழந்தைக்குப் பாலூட்டுவாரும் இல்லை; ஏணையில் இட்டுத் தாலாட்டுவாரும் இல்லை. வாயுமண்டலத்திற்கும் அப்பாற்பட்ட இருள் மண்டலமே இந்தப் பெருந்திருவாள் பிள்ளை பெறும் மண்டபம். வெட்ட வெளியே கட்டிலும் தொட்டிலும். தன்னந்தனி நின்று குழவிகளைப் பெற்று வாழவிடுகின்றாள் ஓர் அன்னை. இன்று வரை நம்மை இமை கொட்டாது காத்துத் தன்னைக்கொண்டே ஊட்டி வளர்த்து வருகிறாள். யார்? இந்த அன்னை?

எப்போது?

'எங்கு' என்று தெரியாமற்போனாலும் எப்போது என்றேனும் தெரியாதா? பத்துமாதம் மட்டும் வயிற்றில் வைத்த அன்னையா எப்போது என்று கூற?

எத்தனையோ நாட்கள், ஆண்டுகள், ஊழிகள் - ஊழி ஊழியாக நம்மை வைத்துக் காப்பவள் இவள்; காலதிசை தேசமெல்லாம் கடந்து நின்றவள். காலம் கண்ட கிழவியே ஆயினும் இன்றும் இவள் கன்னியே. காலத்தினைக் கணக்கிட்டுப் பார்த்தாலும் எவர் அறிவுக்கும் எட்டவில்லை.

ஆடலும் பாடலும்

பாடுகிறாள்; ஆடுகிறாள். பாடலே அவள் மூச்சு; ஆடலே அவள் வடிவம். வானொலிப் பாட்டெல்லாம் அலையாகவன்றோ

நம் காதில் புகுந்து தாக்கி ஒலிக்கின்றன. அன்னையின் உருவமும் இத்தகைய அலைகளே. அலைமாதுதான்; ஆனால் கடல்களை எல்லாம் ஒரு துளியாகக் கொள்ளும் பேரலைமாது இவள். வான் மீன்களில் எழும் ஒளியலைகள் அன்றோ மினுக்கு மினுக்கு என்று தோன்றுகின்றன. மினுக்கு மினுக்கு என ஒளிர்வதனைக் கண்டால் கண்ணை மூடித் திறந்து இமைப்பது போலத் தோன்றுகின்றதன்றோ. அலையில் எழும் இறுக்கமே மேடாகவும் நெகிழ்வே பள்ளமாகவும் மாறி மாறி முடிவின்றி வரவில்லையா? கண்ணை மூடும்போது உண்டாகும் ஒடுக்கம் போலவும், கண்ணைத் திறக்கும் போது உண்டாகும் விரிவும் போல அன்றோ இந்த மினுக்கு மினுக்கு மிளிர்கின்றது.

நோன்பு

நம் அன்னையின் காட்சியோ ஊனக் கண்ணுக்கு எட்டாத பேரொளி. இதனை அருள்வடிவக் கண்ணாடி வழியே கண்டு களிக்க வேண்டும். அணு அணுவாய்க் கரைந்து ஒன்றாய் கிடக்கின்றாள். ஆவியாய்ப் பரந்துகிடப்பவள். முறுகி இறுகி உருள்கிறாள். பந்து போலச் சுருள்கிறாள் தன்னைத் தானே சுற்றிச் சுற்றிச் சுழன்றோடுகிறாள். அங்கப்பிரதக்ஷிணமா? ஆத்மப் பிரதக்ஷிணமா? என்ன நோன்பு இது உடல் எல்லாம் உருகிச் செய்யும் தவம் என்னே என்னே! நம்மைப் பெற்று எடுக்கப்படும் பாடு சிறிதோ?

ஆணில் பெண்

நம் அன்னையா? யார் இவள்? ஒளிவு மறைவு ஏன்? திறப்பாக இருப்பதனைத் திறப்பாகவே கூறலாம். உலகுக்கு எல்லாம் ஒருகண்; உலகுக்கெல்லாம் ஒரு விளக்கு - செங்கதிர்தான். சூரியனை ஆண் என்று உலகம் பேச அந்தச் செங்கதிரையா பெண்ணாக்கத் தாயாக்குவது என்று தயக்கமா?

“தோலும், துகிலும், குழையும் சுருள் தோடும்,
பால்வெள்ளை நீறும், பசுஞ்சாந்தும், பைங்கிளியும்,
சூலமும் தொக்க வளையும், உடைத்தொன்மைக்
கோலமே நோக்கிக் குளிர்ந்து ஊதாய் கோத்தும்பி’”

என்று பாடும் தமிழர் ஆண்டவனை அம்மை அப்பனாகக் கொள்வர். கடவுள் ஒருவனும் அல்ல; ஒருத்தியும் அல்ல. ஒருவர்

என்று கூற தமிழில் தானே ஒரு பொதுச் சொல் உண்டு. மேலான கடவுளை விட்டுக் கீழான உயிர்களிடம் வந்தாலும் ஆண் பெண் என்பது தனித் தனி இல்லை. செடி கொடிகள் பலவும் ஆண்மையும் பெண்மையும் ஒருங்கு பெற்று விளங்குபவை. பூவில் இருந்து எழும் மஞ்சள் கருப்பொடி மற்றொரு பூவின் கருப்பையில் விழுமானால் கருக் கொண்டு காய்த்துப் பழுத்து இனத்தினைப் பெருக்கி வளர்த்து வருவதனைப் பார்க்கவில்லையா சூரியனை நாராயணன் எனும் வழக்கும் உண்டு. நாராயணன் சிவபெருமான் எதிரே மோகினிப் பெண்ணாய்க் குழவியைப் பெற்ற புராணமும் உண்டு. அந்தப் பாவம் தான் இங்கு நிகழ்கின்றது.

சிவன் எதிர் மோகினி

செங்கதிர் எதிரே மிகமிகப் பெரிய வான்மீன் ஒன்று வருகிறது. சூரிய மோகினி எதிர்வான் மீனச் சிவனார் தோன்றுகின்றார். காதல் வெள்ளம் கரை புரண்டு ஓடுகிறது. காதல் என்றால் என்ன? ஒருவரை ஒருவர் இன்றியமையாமை. உள்ளங்கவர்கள்வராய் நிற்கின்ற கவர்ச்சிதானே காதல். ஒரு பொருளை ஒரு பொருள் 'இடைவெளிவழியாகவும் வலித்து இழுக்கும் கவர்ச்சியை நியூடனுக்குப் பின் சிறு பிள்ளையும் வரையறுத்துக் காட்டுவான். பழுத்த பழம் கரைமீது விழுவது இந்தக் கவர்ச்சி ஆற்றலின் காதல் திருவிளையாடல் என்பதனை நாம் மறப்போமா? வெள்ளிய திங்கள் முழுவட்டமாய் நிறைந்து விளங்கும் பௌர்ணமியன்று தரை மகளின் காதல் கடல் ஓதமாகப் பெருமலைபோலப் பொங்கி எழுந்து கரையையும் கடந்து பாய்வதனை மீன் பிடிப்பவர் எல்லாம் அறிவர். செங்கதிர் நங்கையின் காதலும் இவ்வாறு வான் மீனச் சிவனார் திருமுன்பில் பொங்கி எழுகின்றது. ஓங்கி எழுவது அவள் உடலின் ஒரு பகுதியே ஆம். வயிறு வாய்க்கின்றாள் மாதரசி. கருவோ குழைபோல மேலெழுந்து வீங்கி நீள்கிறது. வான் மீனச்சிவனார் ஓடுகின்றார். கருவும் இவரைநோக்கி வலமிருந்து இடமாகச் சிறிது வலம் வருகின்றது. சிவனார் போகின்ற போக்கினைத் தடுப்பார் யார்? காதற்கவர்ச்சி மிகுதியாக மிகுதியாக இந்த உருளைக் கரு தாய் வயிற்றிலிருந்தும் வெளியேறுகிறது. இவ்வாறு குழவி பிறக்கின்றது. தந்தையார் எங்கே? அவர் மிக விரைவாக ஓடிக் கண்ணிற்படாமல் மறைகின்றார். சகுந்தலையைப் பெற்றதும் மேனகையை விட்டோடிய விசுவாமித்திரர்க்குப் பூட்டனார் போலும் இவர். எங்குப் போகின்றார்? எங்கு இருக்கின்றார்? யார் அறிவார்? புராணமும் அறியாது? சிவன் அறிவான்?

தாயின் பலி

பிறந்த சூரியன் குஞ்சு, மின்னற்கொடிபோலத் தோன்றுகிறது. செங்கதிர் நங்கையின் செல்வக் குழவியும் எவரும் காணலாகாத பேர் ஒளியோடு மிளிர்கின்றது. தாய்க்குத் தகுந்த தனிப்பெருங் குழவியே இது. அன்னையின் குணங்கள் அனைத்தும் உருக்கி வார்த்தாற்போலக் குழவியிடம் அழகொளி வீசுகின்றன. அணு வின் நெருக்கத்தால் அலை வீசி ஒளிரும் அனலாவிப் பிழம்பு விளங்குகிறது. அன்னையின் உடற்பகுதிதானே இந்தக் குழவி. பெருநெருப்பில் பட்டென வெடித்து எழுந்த சிறுநெருப்பு. தன்னையே வெட்டிக் குழவிகளாகக் காட்டும் பெருஞ்சித்து இது. கீழ்நிலை உயிர்கள் இன்னும் இவ்வாறு ஒன்றிரண்டாக ஒன்றிரண்டாகப் பிரிந்து தொடர்ச்சியாக இடைவிடாது நெடுகப் பெருகி வளர்ந்துகொண்டே போகின்றன. உயிர்கள் வளரும் முதல்வழி இது தான். தன் கழுத்தையே வெட்டிப் பலி கொடுப்பார் போலச் சூரியமாதும் தன் உடலையே வெட்டிப் பலிகொடுத்து மக்களைப்பெற்று உயர்கின்றாள்.

காந்தாரியின் கரு

தாய் வயிற்றிலிருந்து விடுபட்டுச் சுழலும் விசையில் இந்தப் புத்தம் புதுக் குழவி பல குழவிகளாகப் பல்கிச் சுழல்கிறது. கண்கெட்ட திருதராட்டிரனது கற்பரசியாம் காந்தாரியின் வயிறு வாய்ந்த கரு பொறாமையால் குழம்பி நூறு பிள்ளைகளாகப் பிறக்கவில்லையா? சூரிய மங்கையின் வயிற்றில் எழுந்த ஆவிப் பிண்டமும் கவர்ச்சி ஆற்றலுக்கேற்பப் பல பல பிண்டமாகிப் பிரிகின்றது. செங்கதிர் அன்னையின் திருவடிக்கருகே புதன் அம்மை தவழ்கின்றாள். வெள்விப் பாவை அதற்கருகே தளர்நடையிட்டு நடக்கின்றாள். தரை நங்கை அடுத்து நாணி வருகின்றாள். அவளோடு குடல் தொடக்குடைய செவ்வாய் மங்கை கள்ளச் சிரிப்போடு மெள்ளப் போகின்றாள். சிறு சிறுஒளியாய் முறிந்து சிதைந்து அண்டத்தில் பறக்கும் பேயம்மை (Asteroids) அடுத்துச் சுழல்கின்றாள். வியாழப் போரசி பெருங்கோலம் கொண்டு வீற்றிருந்து உலாப்புறம் போகின்றாள். அடுத்து வருபவள் சனி ஆத்தாள். யுரானஸ், நெப்டியூன், ப்ளூடோ என ஆங்கிலப் பெயரோடு மேனாட்டு முறையில் அடைவே நிற்கின்றனர் இன்னும் பலர்.

ஊழிக் கூத்தில் ஒரு பிரம்மா

எரிமலை எரிவதென்றால் உலகம் தலைகீழாகப் புரளும், மேலே கூறிவருகிற அண்டப் பேரூழிக்கூத்தின் எதிரே எரிமலை எல்லாம் பிள்ளைச் சிறு விளையாட்டே எனலாம். வாயுமண்டலம் கிடு கிடு என நடுங்குகிறது. குழவிகள் எந்த எந்தப் படியோ சுற்றி வருகின்றன. சூரியன் எதிரே தொலைவிலும் அருகிலும் வந்து போகின்றன. அருகு வரும்போது காதல் பொங்குகிறது. கவர்ச்சி ஆற்றல் இயங்குகிறது. சூரியன் ஆணாகத் தரை நங்கை (பூமி) முதலானார் பெண்ணாய் மாறிவிடுகின்றனர். அண்டக் குழப்பத்தில் காதற் குழப்பமும் எழுகின்றது. பெற்றோர் பெண்ணையா காதலிப்பது? சூரியன் பெற்ற பெண் அல்லவா பூமி தேவி. பிரமன் தான் பெற்ற பெண்ணான திலோத்தமை மேல் காமவெறி கொண்டு துரத்தி ஓடிய கதைதான் இது. பூமி செவ்வாய் வியாழன் சனி போன்ற இளமங்கையரும் வயிறு வாய்த்து மக்களைப் பெறுகின்றனர். இவைகளுக்குத் திங்கள் என்று பெயர். தரை நங்கைக்கு ஒரே ஒரு திங்கட் பிள்ளை தான். வியாழ மங்கைக்கும் சனிப் பாவைக்கும் பல திங்கட் குழவிகள். செங்கதிரோன் குடி வழி இவ்வாறு பல்கிப் பெருகுகிறது.

யார் குடும்பம்

இது நம் குடும்பம், நம்முடைய கதை. நாமும் வானவரே. எப்படி? அடுத்து அதனைக் காண்போம்.

தமிழ்த் தென்றல், *14-03-1948*

ஆர்க்குமிடீசர்

ஆர்க்குமிடீசர்

பேராசிரியர்:
ஈ. த. இராசேசுவரி
யம்மையார்
எம். ஏ., எல். டி.

(1) விஞ்ஞானப்புலவர்களும் ஆர்க்குமிடீசும்

சேர்த்து வைப்பதும், உண்டு களிப்பதும் இயற்கை. ஆ! என்ன செல்வம்! என்ன இன்பம்! எத்தனை பொருள்கள்! எத்தனை நிறம்! எத்தனை வடிவம்! இவற்றிடையே வாழ்கின்ற நமக்கு என்ன குறை? மன்னர்களைப் போல மனமகிழ்ந்து வாழலாம் அன்றோ? என்ற பொருள்பட ஆங்கிலப் புலவர் (R. L. Stevenson) குழந்தைப் பாட்டொன்று பாடியுள்ளார்; இது உண்மையே. ஆனால் இந்த இயற்கை விருந்திலே இன்பம் கொள்ளுவார் யார்? வயிற்று நோயாளி, தலை எழுத்தே என்று விருந்திற்கு வருகிறான். அவன் உண்டுகளிப்பது எங்கே? பழக்க வழக்கத்தின்படி வந்து போகின்றான் - அவ்வளவே. விருந்தில் மட்டுமா? சுவடிகள், செல்வர்கள் வீட்டில் பட்டுப் போர்த்து பொன் எழுத்தோடு பொலிவதனை நாம் பார்க்கவில்லையா? அவர்கள் அவற்றைத் திறந்தது கூட இல்லை. "போற்றும் புலவரும்வேறுபொருள்தெரிந்து தேற்றும் புலவரும் வேறு" என்று நாலடியார் பாடுகிறது. சுவடியைச் சேர்த்து வைப்பவர் வேறு, படித்துப் பார்ப்பவர் வேறு! அப்படித்தான் இயற்கை விருந்திலும்; கண்டு களிப்பவர் வேறு, உண்டு சுவைப்பவர் வேறு; சேர்த்துப் புதைப்பவர் வேறு; பார்த்து உணர்பவர் வேறு, 'இயற்கைப் பொருள்களில்இந்த அரசனிடம் எதுதான் இல்லை" என்று புலவர்கள் பாடிய பாட்டிற்கு அளவு உண்டா? "மண் மகளைக்கைப்பிடித்த மணவாளப் பிள்ளை", என்று மன்னர்களைப்

8. ஆர்க்குமிடீசர்

விஞ்ஞானப் புலவர்களும் ஆர்க்குமிடீசும்

சேர்த்து வைப்பதும், உண்டு களிப்பதும் இயற்கை. ஆ! என்ன செல்வம்! என்ன இன்பம்! எத்தனை பொருள்கள்! எத்தனை நிறம்! எத்தனை வடிவம்! இவற்றிடையே வாழ்கின்ற நமக்கு என்ன குறை? மன்னர்களைப் போல மன மகிழ்ந்து வாழலாம் அன்றோ? என்ற பொருள் பட ஆங்கிலப் புலவர் (R.L.Stevenson) குழந்தைப் பாட்டொன்று பாடியுள்ளார்; இது உண்மையே. ஆனால் இந்த இயற்கை விருந்திலே இன்பம் கொள்ளுவார் யார்? வயிற்று நோயாளி, தலை எழுத்தே என்று விருந்திற்கு வருகிறான். அவன் உண்டுகளிப்பது எங்கே? பழக்க வழக்கத்தின்படி வந்து போகின்றான் - அவ்வளவே. விருந்தில் மட்டுமா? சுவடிகள், செல்வர்கள் வீட்டில் பட்டுப் போர்த்து பொன் எழுத்தோடு பொலிவதனை நாம் பார்க்கவில்லையா? அவர்கள் அவற்றைத் திறந்தது கூட இல்லை. "போற்றும் புலவரும் வேறு பொருள் தெரிந்து தேற்றும் புலவரும் வேறு" என்று நாலடியார் பாடுகிறது. சுவடியைச் சேர்த்து வைப்பவர் வேறு, படித்துப் பார்ப்பவர் வேறு! அப்படித்தான் இயற்கை விருந்திலும்; கண்டு களிப்பவர் வேறு, உண்டு சுவைப்பவர் வேறு; சேர்த்துப் புதைப்பவர் வேறு; பார்த்து உணர்பவர் வேறு, "இயற்கைப் பொருள்களில் இந்த அரசனிடம் எது தான் இல்லை" என்று புலவர்கள் பாடிய பாட்டிற்கு அளவு உண்டா? "மண் மகளைக்கைப்பிடித்த மணவாளப் பிள்ளை", என்று மன்னர்களைப் புகழ்வது இந்த நாட்டு வழக்கம். கையைப் பிடித்தவர் முகத்தைப் பார்த்தாரா? மனத்தினை உணர முயன்றாரா? அந்த அம்மையார் முன்தானையில் முடிந்த முடிப்பினையேனும் அறிந்தாரா? இல்லை இல்லை. அந்த மன்னர்களுடைய சுடுகாட்டுப் பயணத்தில் இவற்றிற்கெல்லாம் இடம் இல்லை.

தாயின் மக்கள்:-

அதற்கென அம்மண்மகளின் மக்கள் வேறு இருக்கின்றனர். கையைப் பிடிப்பதன்று இவர்கள் முயற்சி; காலைப் பிடிப்பதே இவர்கள் உயர்வு. இவர்களே புலவர்கள். இவர்களில் ஒரு சிலர் இயற்கையின் அழகிலே ஈடுபட்டுத்தாயின் உள்ளத்தினை அறிந்து பாடுவர். இவர்களே பாவாணர்கள். வேறு சிலர் - அம்மையார் வைத்துள்ள ஒவ்வொரு பொருளையும் சிறு குழவிகள்போல ஐம்புலனாலும் ஆராய்வர் அதன் அமைப்பு, தோற்றம், இயக்கம், வரலாறு முதலிய அனைத்தினையும் கேட்டுக் கேட்டு ஆராய்வர். அதன் பயனாக அவற்றினை அடக்கி ஆளும் திறமையைப் பெறுவர். இயற்கை அன்னையின் உண்மையை அறிவோர் இவரே, விஞ்ஞானப் புலவர். (Physicists) வேதிப் புலவர் (Chemists) கணக்கறிஞர் (Mathematicians) வானநூற் புலவர் (Astronomers) என்று பலவகையாகப் பிரிந்து இம்மியும் விடாது ஆராய்கின்றனர். பொன்னும், மண்ணும் புழுவும், புலியும், அணுவும், வான் மீனும், தூசும், தும்பும் - எல்லாம் ஒன்றே - எல்லாம் இயற்கையின் விளக்கமே இயற்கை இன்பப் பொலிவே எனக் கொண்டு ஆராய்கின்றனர். “இயற்கை மேலுள்ள இவர்களுடைய காதலுக்கு எல்லை இல்லை. அவ்வம்மையின் பல பல வடிவங்களோடும் இவர்கள் உள்ளம் துள்ளிக்குதிக்கின்றது பல வகை நிலைகளிலும் அவள் பேசுகின்ற பேச்சு இவர்களுக்கு இந்த அன்பு நிலையில் தெள்ளத்தெளிய விளங்கி விடுகிறது”, என்று ஆங்கிலப் புலவர் பாடுவது உண்மை, உண்மை, என்றும் உண்மை!

அறிவுத் தினவு:-

ஆதலின் - மன்னர்களின் வரலாற்றினைவிட இவர்களுடைய வரலாறே இயற்கையோடியைந்ததாகும் “இயற்கையோடு இயைந்த இன்பம்” இங்குத்தான் ஊற்றெடுத்துப் பெருகுகின்றது. நமக்கும் இளைப்பாற இங்கு இடம் உண்டு. இவர்கள் கூட்டம் இன்று நேற்று எழுந்ததன்று. அன்பு வடிவான இயற்கை அன்னையின் செயல்கள் இன்றுபோல என்றும் நிகழ்ந்து கொண்டே இருந்தன. இவளது இன்பத்தில் திளைத்து இவளது மடியில் புரண்டு விளையாடிய மக்கள் பலர் அன்றும் இருந்தனர். இவர்கள் “கண்டதே காட்சி, கொண்டதே கோலம்” எனக் கவலை இன்றி உண்பதும் உறங்குவதுமாய்த் தம் வாணாளை வீணாள் ஆக்கவில்லை. “நாம்

வாழும் உலகம் எதனாலாயது? இதன் உண்மை இயல்பு என்ன? இரவில் இன்பப் பொறிகள் போல மின்னும் வான்மீன்கள் யாவை? இரவு என்றும் பகல் என்றும் மாறி மாறி வருவான் ஏன்? காற்று வீசுவது எப்படி? மழை பெய்வது எப்படி? சீவராசிகள் வளர்கின்ற அதிசயம் என்ன?" எனப்பற்பல கேள்விகளைத் தங்களுக்குத் தாங்களே கேட்கத் தொடங்கினர். இது ஒருவகை அறிவுத்தினவு. இதனை ஆற்றிக் கொள்ளாமல் இருக்க முடியவில்லை. அறிவு விளக்கமே நோக்கமாக ஆராய்ந்தனர். பலமுறை விளக்கம் கண்டனர், உலகிற்கும் காட்டினர். இன்றைய உலகத்தின் செல்வ நிலை இந்த அறிவு விளக்கத்தின் மேலேயே பல நிறத்தோடும் பொலிந்து மின்னி மிளிர்கிறது. அவர்களோ செப்புக் காசும் பெறவில்லை' அவர்கள் பெற்றது அறிவு விளக்கத்தில் தோன்றும் ஒப்பற்ற மனஆறுதல்; அம்மட்டே!

வேதாளத்தின் முருங்கை மரம்:-

நம் நாடு விஞ்ஞான வாழ்வில் முந்திக்கொள்ள வேண்டுமென்று எல்லாரும் பேரவாக் கொண்டு அலைகின்றோம். "வெறுங் கல்வியால் என்ன பயன்? எங்களுக்கு வேண்டியதனை விஞ்ஞானம் தரவேண்டும்." என வற்புறுத்துகின்றோம். "ஏட்டுச் சுரைக்காய் கறிக்கு தவுமா?" என்றும் சிலர் எள்ளி நகையாடுகின்றனர். ஆனால் அறிவாராய்ச்சியோ பயனை நோக்கி எழுவதில்லை. வானத்தே நிமிர்ந்து பார்த்து வான் மீன்களை எண்ணியவன் அதனால் ஒரு பயனையும் எதிர் பார்க்கவில்லை ஆனால் அவன் கண்ட உண்மைகளைக் சொண்டு இரவில் வான் மீன்கள் உதவியால் திசைகளை அறிந்து கப்பலோட்டி வந்தோம்; இன்று ஆகாய விமானத்தையும் ஓட்டுகிறோம். இருந்தாலும் நிகழ்காலத்தின் குறையைத் தீர்க்கவும் விஞ்ஞானி முயலுதல் வேண்டும். இந்தக் கட்டுப்பாட்டினைப் பலமுறையும் விஞ்ஞானிகள் மகிழ்ச்சியுடன் ஏற்றுக் கொண்டு வழிகாட்டி யுள்ளார்கள். விக்கிரமாதித்தன் கதையில் வருகின்ற வேதாளம் என விஞ்ஞானியைக் கூறலாம். அங்கே வேதாளம் முருங்கை மரத்தில் ஏறுவது போல, இங்கே விஞ்ஞான ஆராய்ச்சியில் ஈடுபடுவதே விஞ்ஞானியின் பெரு மகிழ்ச்சி. ஆனால் அப்போதைக்கப்போது விக்கிரமாதித்தன் அதனை அம்மரத்தினின்றும் கீழே இறங்கச்செய்து, தன்னுடைய கேள்விகளுக்கு விடையளிக்குமாறு வற்புறுத்தியதுபோல, உலகம் அப்போதைக்கப்போது தனது தேவைக்கேற்ற வழியைக்

காட்டுமாறு விஞ்ஞானியை வற்புறுத்தி வந்துள்ளது. இரண்டாயிர ஆண்டிற்கு முன் விஞ்ஞானப் புலமையின் ஊற்றுவாயாக இருந்த ஆர்கிமிடீஸ் என்பாரும் அவ்வாறே, விஞ்ஞானச் சமாதியில் இருந்தும் அப்போதைக்கப்போது வெளிவந்து உலகம் ஈடேறப் பல பல வழிகளைக் காட்டினார். இன்றும் விஞ்ஞானப் புலவர்கள் அணுக்குண்டினைச் செய்து கொடுக்கவில்லையா?

பண்டைப் பெரியார்:-

உலகம் தோன்றிய நாளாய் எத்தனையோ விஞ்ஞானப் புலவர்கள் எண்ண முடியாத தொண்டினைச் செய்துள்ளார்கள். நெருப்பு மூட்டிச் சமைக்கக் கற்றுக் கொடுத்த பெரியார் யாரோ? நூல் நூற்றுத் துணி உடுக்க வழிகாட்டியவர் யாரோ? பெயர் தெரியாமற் போனாலும் இவர்களை மறக்கமுடியுமா? சில பெரியார்களின் பெயர் தெரியும். ஆனால் அவர்கள் வாழ்க்கை வரலாறு முழுதும் நமக்குத் தெரியவரவில்லை. இப்போது நமக்குத் தெரிந்தவர்களில் மிக விளக்கமாகப் பழைய நாளிடையே தோன்றுபவர் ஆர்குமிடீஸ் என்பவரே ஆம். இற்றைக்கு 2234 ஆண்டுகளுக்குமுன் (கி.மு. 287) கிறிஸ்து பிறப்பதற்கு 287 ஆண்டுகளுக்கு முன்) பிறந்தார். 2159 ஆண்டுகளுக்கு முன்னம் (கி.மு.212) இறந்தார். இவர் உலகில் வாழ்ந்தது 75 ஆண்டுகள். இவரை அறிவிலா இரத்த வெறிபிடித்த ரோமநகர மக்கள், விண்ணுலகுக்கு அனுப்பாமல் இருந்தால், இந்த ஞான விளக்கு பின்னும் கொஞ்ச காலம் அணையாமல் இருந்து உலகினுக்குப் பயன்பட்டிருக்கும்.

தமிழ்த் தென்றல், 01-06-1948

ஆர்க்குமிடீசர்

ஆர்க்குமிடீசர்

பேராசிரியர்:
ஈ. த. இராசேசுவரி
யம்மையார்
எம். ஏ., எல். டி.

3. ஆர்க்குமிடீஸ் கண்ட உண்மைகள்

(தொடர்ச்சி)

நெம்புகோல்:

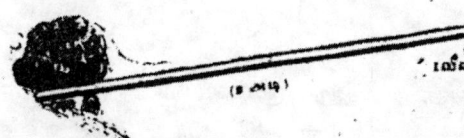

உலகினைப் புரட்டுவதாக வீருப்புடன் பேசியது ஏன்? அவர் கண்டதோர் உண்மை அவரை அவ்வாறு பேசத்தூண்டியது. கட்டப்பாரையை ஏதாவது கல் முதலியவற்றில் தாங்க வைக்கின்றோம். அவ்வாறு அழுத்தும் இடத்தினை நடுவிடமாக வைத்தே கட்டப்பாரையை மேலும் கீழும் அசைக்கலாம். ஆதலால் அந்த இடத்தைத் திருப்புமையம் (Fulcrum) என்பர். கட்டப்பாரை போன்று இவ்வாறு பயன் படுவனவற்றிற்கு நெம்புகோல் என்று பெயர். ஒரு மணங்கு எடையுள்ள மூட்டையை ஒரு வீசை எடை கொண்டு தூக்கி விடலாம். தராசில் ஒரு தட்டில் வைப்பதும் மற்றொரு தட்டில் வைப்பதும் இது காரணங்கொண்டே ஒத்திருக்கக் காண்கிறோம். இந்த ஒப்புமை நெம்புகோலில் எங்கும் உண்டு என்று ஆர்க்கிமிடீசு கண்டார்.

திருப்புமையத்திலிருந்து ஒரு மூலையில் ஒரு பொருள் எவ்வளவு தொலைவில் இருக்கிறது? நூர் அடி - என வைத்துக்கொள்வோம். அந்தப்பொருளின் எடை என்ன? ஒருமணங்கு அல்லது 8 வீசை என்போம். தொலைவு, எடை என்ற இந்த இரண்டினையும் பெருக்கி வரும் 8 என்ற தொகையே அந்த மூலையில் உள்ளது. மற்றொரு மூலையில் உள்ளதும் அதே தொகை தான் என்றார் ஆர்க்கிமிடிஸ். திருப்பு

9. ஆர்க்குமிடீசர்
ஆர்க்குமிடீஸ் கண்ட உண்மைகள்

நெம்புகோல்:

உலகினைப் புரட்டுவதாக வீறாப்புடன் பேசியது என்? அவர் கண்டதோர் உண்மை அவரை அவ்வாறு, பேசத் தூண்டியது. கட்டப்பாரையை ஏதாவது கல் முதலியவற்றில் தாங்க வைக்கின்றோம். அவ்வாறு அழுத்தும் இடத்தினை நடுவிடமாக வைத்தே கட்டப்பாரையை மேலும் கீழும் அசைக்கலாம். ஆதலால் அந்த இடத்தைத் திருப்புமையம் (Fulcrum) என்பர். கட்டப்பாரை போன்று இவ்வாறு பயன்படுவனவற்றிற்கு நெம்புகோல் என்று பெயர். ஒரு மணங்கு எடையுள்ள மூட்டையை ஒரு வீசை எடை கொண்டு தூக்கி விடலாம். தராசில் ஒரு தட்டில் வைப்பதும் மற்றொரு தட்டில் வைப்பதும் இது காரணங்கொண்டே ஒத்திருக்கக் காண்கிறோம். இந்த ஒப்புமை நெம்புகோலில் எங்கும் உண்டு என்று ஆர்க்கிமிடீசு கண்டார்.

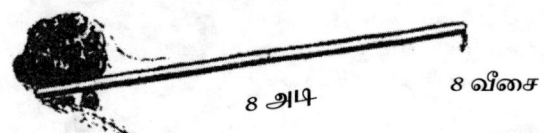

8 அடி   8 வீசை

திருப்பு மையத்திலிருந்து ஒரு மூலையில் ஒரு பொருள் எவ்வளவு தொலைவில் இருக்கிறது. ஓர் அடி - என வைத்துக் கொள்வோம். அந்தப் பொருளின் எடை என்ன? ஒருமணங்கு அல்லது 8 வீசை என்போம். தொலைவு, எடை என்ற இந்த இரண்டினையும் பெருக்கி வரும் 8 என்ற தொகையே அந்த மூலையில் உள்ளது. மற்றொரு மூலையில் உள்ளதும் அதே தொகைதான் என்றார். ஆர்கிமிடிஸ், திருப்பு மையத்திலிருந்து அந்தப் பொருள் 8 அடி தொலைவில் இருந்தால் 8 என்ற தொகைவர அங்கு இருக்க வேண்டிய எடை என்ன? 8x1/8 ஒரு

வீசையே ஆகும். அவர் விளக்கி வைத்த நுட்பங்களிற் செல்லாமல் பொதுவாக இவ்வாறு அவர்கண்ட காட்சியைப் பொது முறையில் கூறி விடலாம். இவ்வாறு பெரிய பெரியசுமைகளையும் தக்கி விடலாம் என்பதே அவர் எண்ணம்.

சக்கரம்:

இந்த நெம்புகோலமைப் பினைச் சக்கரமாகவும் அமைக்கலாம். ஒரு பெரிய சக்கரத்தினை அதனோடு பிரிபடாது ஒட்டிக்கிடக்கும் அச்சாணியோடும் அமைக்கலாம். அச்சாணி சிறிய அளவினது. அதன்மேலே கயிற்றினைச் சுற்றிச் சுமையைத் தொங்க வைக்கலாம். சக்கரத்தில் இதற்கு எதிரிடையாகக் கயிற்றினைச்சுற்றி வைக்கலாம். ஒன்றை இழுத்துச் சுற்றினால் மற்றொன்றும் எதிரிடையாகச் சுற்றும். அச்சாணியில் நீர் மொள்ளும் குடத்தைக் கட்டி விட்டுப் பெரிய சக்கரத்தின் கயிற்றை இழுத்தால் குடம் மேலே வரும். இதற்கு வின்ட்லாஸ் (Windlass) என்று பெயர். குடமும் நீரும் ஒரு மணங்கு (8 வீசை) எடை என்றால் இழுப்பதற்கு எவ்வளவு எடைவேண்டும்? அச்சாணியின் மையத்திலிருந்து அதன் கயிறு ஒரு அங்குலம் தொலைவில் இருக்கிறது. ஆகவே முன் சொல்லிய கணக்குப்படி (8வீசை x 1 அங்குலம்) 8 என்ற தொகையே வருகிறது. சக்கரத்தின் மையத்திலிருந்து அங்குள்ள கயிறு 8 அங்குல தூரத்தில் இருக்கிறது. மேலே கூறிய 8 என்ற தொகைவர (8x1=8) 1 வீசை எடைபோதும். சக்கரத்தின் ஆரை இன்னும் பெரிதானால், 8 வீசையை இழுப்பதற்கு வேண்டிய எடையோ ஆற்றலோ மேலும் குறையும். இந்த அமைப்பும் ஆர்க்கிமிடிஸ் கண்டதே ஆகும்.

கப்பிகள்:

சக்கரம் போல் அமைத்து அதிலே கயிற்றினை நுழைத்துக் கீழேயுள்ள பொருள்களை மேலே இழுக்கச் சில கருவிகளைப் பயன்படுத்துகின்றோம். அவற்றினைக் கப்பிகள் (Pulleys) என வழங்குகின்றோம். இந்தக் கப்பிகளை ஒன்றின்கீழ் ஒன்றாகவோ ஒன்றின் பக்கத்தில் ஒன்றாகவோ வரிசையாக அமைக்கக்கூடும். அவற்றின் பாதியை ஓர் அமைப்பிற்குள் பதிய வைத்து அந்த அமைப்பினை ஒரு கட்டையில் மாட்டி விடலாம். அவற்றிற்குக் கீழே பாதி கப்பிகளை வைக்கலாம். அந்தக் கீழ்க் கப்பி அமைப்பின் கீழே ஒரு மணங்கு மூட்டையைத் தூக்கிவிடலாம். மேலே இருக்கும் கப்பியிலுள்ள கொக்கியிலிருந்து தொடங்கிக் கயிற்றினைக் கீழ்க் கப்பியிலும் பின் மேல் கப்பியிலுமாக முறையே கொண்டுபோய் எல்லாக் கப்பிகளிலும் செலுத்திய பின், வெளியே தொங்கும் முனையைப் பிடித்து இழுத்தால் மணங்கு மூட்டையும் எளிதில் மேலே எழும். ஆனால் என்வளவு எடைவைத்து இழுப்பது? 4 கப்பி மேலும் 4 கப்பி கீழும் இருந்தால் 8 வரிசை கயிறுகள் இருக்கக் காண்போம். ஆகவே ஒவ்வொறு கயிறும் ஒரு மணங்கில் அரைக்காற்பங்கே. அதாவது ஒரு வீசை அளவே தாங்குகிறது. ஆகவே ஒரு வீசை எடை கொண்டு ஒரு மணங்கினை இழுத்து விடலாம் எனக்கண்டார் ஆர்க்கிமிடிஸ் என்ற பெரியார்... சித்து:

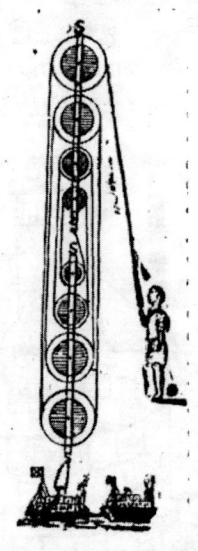

76/அறிவியல் கலைஞர் இராசேசுவரி, 1906/கோ. ரகுபதி

ஹீரோ

மன்னர் கேட்டுக் கொண்டபடி எல்லோருக்கும் விளங்க இந்த ஒப்புமைச் சட்டத்தின் இயல்பினைக்காட்ட ஆர்க்குமிடிஸ் முன்வந்தார். அரசர் பெருமானாரும் இவரும் ஒரு கப்பலில் அமர்ந்தனர். வேறொரு கப்பலில் போர் வீரர் பலர், பல பல பொருள்ளோடு ஏறியிருந்தனர். மேலே கூறியவாறு கப்பிகளைக் கோவையாகக் கட்டி அக்கப்பலை அக்கோவை அமைப்போடு மாட்டிவிட்டார். கயிற்றில் விடுதியாக இருக்கும்மற்றொரு முனையைக் கையிற் பிடித்து வலித்தார் எளிதில் மற்றைய கப்பல் வீரர்களோடும், சுமையோடும் தக்கை போல அருகே வந்தது. அரசர் பெருமானாரும் பிறரும் அந்தக்காட்சியைக் கண்டு களித்து இவரைப் பாராட்டினர். பகைவர் கப்பலை இப்படி எளிதில் வலித்திழுத்தும், மேலே தூக்கி எறிந்தும் சிதைக்கச் சிறந்த வழி ஒன்று வெளியாகி விட்டது என எல்லோரும் மகிழ்ச்சி அடைந்தனர்.

துரப்பணம்:

இப்படியே மேலும் மேலும் நாட்டிற்குப் பயன் படக் கூடியவற்றைச் செய்து உதவுமாறு அரசர் பெருமானார் வேண்டிக் கொண்டனர். பொருள்களில் துளை போடுவதற்குத் துரப்பணம் (Drill) ஒன்று அமைத்துத் தந்தார். மேலே ஒரு குமிழி, அதன் பூணிற்குள் ஒரு கம்பி மரையோடு விளங்கும். இடையே பிடி போன்ற வளையம் உண்டு. அந்த வளையத்தை மேலும் கீழும் அழுத்த மரையுள்ள கம்பி துளை போடுகிறது. இதற்கு ஆர்க்கிமிடீஸ் துரப்பணம் என்று பெயர் (Alchimeder drill).

ஆர்க்கிமிடீஸ் திருகி (Archimedes screw) என்ற ஓர் அமைப்பும் அந்நாள் முதல் இந்நாள் வரை அவருடைய பெயராலேயே வழங்கி வருகிறது. இதனையும் முதல் முதல் அமைத்து உலகிற்கு உதவியவர் அவரேயாம். அது ஒரு பெரிய குழாய்; அதற்குள் அகன்ற ஆழமான மரைகள் குழாயின் அகல முழுதும் வந்து நெடுக மேலே ஏறும். குழாயின் நடுவே கழி ஒன்று இவற்றை ஒன்று படுத்தி இவற்றின் நடுவிடமாக ஓடும். மரையின் கீழ்ப்பாகம் தண்ணீரில் இருக்கும். குழாயின் மேற்பாகம் நீர்த மட்டத்திற்கு மேல் நீர் பாயவேண்டிய சில மட்டத்தில் இருக்கும். மேலே வெளிவந்து தோன்றும் கழிகொண்டு குழாயைச் சுழற்றினால்

தண்ணீர், மரைகள் வழியாகச் சுழன்று சுழன்று மேலேறி, நிலத்தில் பாயும். (படங்களைப் பார்க்க) பள்ளத்திலிருந்து மேட்டிற்கு நீரினைப் பாய்ச்சுவதற்கு இந்த எந்திரம் பெரிதும் பயனாகும் என்று சொல்லவும் வேண்டுமா? ஆகாய விமானங்களின் மூக்கில் அமைத்திருக்கும் காற்றுத் திருகி என்னும் அமைப்பும் இவர் காட்டிய வழியே உருப்பெற்றுச் சிறந்து விளங்கிய ஓர் அரிய அமைப்பு எனலாம்.

(தொடரும்)

தமிழ்த் தென்றல், *01-08-1948*

ஆர்க்குமிடீசர்

பேராசிரியர்:
ஈ. த. இராசேசுவரி
அம்மையார்
எம். ஏ., எல். டி.

3 ஆர்க்குமிடீஸ் கண்ட உண்மைகள்

(தொடர்ச்சி)

ஆர்க்குமிடீசர்

கண்டேன் கண்டேன் பொன்முடி

சைராக்யூசின் அரசர் பெருமானார் பொன்முடி யொன்று செய்வித்தார். பொற்கொல்லன் மேல் எது காரணம்பற்றியோ அரசருக்கு சிறிது ஐயப்பாடு இருந்தது.

பொன் அல்லவா? அரசராயினும் கவலைப்படாது இருக்க முடியுமா? வெள்ளி கலந்த கிரீடத்தைப் பூண மனம் வருமா? "கொல்லன் களவாடினானோ? வெள்ளியையும், செம்பினையும் கலந்து இருப்பானோ?" என்றெல்லாம், அரசர் திசைப் புல்லை மிதித்தவர் போலத் தயங்கினார். திடீர் என ஓர் எண்ணம் தோன்றியது. ஆர்க்குமிடீஸின் ஆராய்ச்சி நுட்பம் அனைத்தும் அரசர் மனக்கண் எதிரே தோன்றியது. "அந்தப் பொன் முடியில் வெள்ளி கலந்ததுண்டா என்றறிய வேண்டும்" என அரசர் பெருமானார் ஆர்கிமிடீஸினை ஆராயுமாறு ஏவினார். ஆர்கிமிடீஸும் இதே எண்ணமாயினார். "எப்படிக் கண்டு பிடிப்பது? பொன் முடியை உடைப்பதா? அழிப்பதால் என்ன பயன்?" என்றெல்லாம் எண்ணமிட்டார்.

ஆழ்வார் தந்தார்:

தம்மை மறந்த நிலையில் தண்ணீரில் குளிக்கப் போயினார். வீடுகளில் பெரிய தொட்டியில் தண்ணீர் நிரப்பி அதில் புகுந்து உடையின்றிக் குளிப்பது அவர் நாட்டு வழக்கம். அன்று தொட்டி முழுதும் தண்ணீர் நிரப்பி இருந்தது. தொட்டியில் இறங்கியதும் அவரது அளவுள்ள தண்ணீர் வெளியே பாய்ந்தது. தாமும் எடைகுறைந்து மிதவை போல மிதக்கக் கண்டார். பேசாத பெருமௌனப் பெருமானை தக்ஷிணாமூர்த்திபோல, இருந்ததனை இருந்தபடி இருந்து காட்டிற்றுத் தண்ணீரும். அந்தப் பேசாத பெருமௌன ஞானத்தினை அவரும் உணர்ந்து கொண்டார். பேரறிவில் ஒரு பேரின்பம் உண்டு. அப்போது அந்த அறிவும் அந்த இன்பமும் அன்றி வேறொன்றும்

10. ஆர்க்குமிடீசர்

கண்டேன் கண்டேன் பொன்முடி

சைரக்யூசின் அரசர் பெருமானார் பொன்முடியொன்று செய் வித்தார். பொற்கொல்லன் மேல் ஏது காரணம்பற்றியோ அரசருக்கு சிறிது ஐயப்பாடு இருந்தது.

பொன் அல்லவா? அரசராயினும் கவலைப்படாது இருக்க முடியுமா? வெள்ளி கலந்த கிரீடத்தைப் பூண மனம் வருமா? “கொல்லன் களவாடினானா? வெள்ளியையும், செம்பினையும் கலந்து இருப்பானோ?” என்றெல்லாம்; அரசர் திகைப் புல்லை மிதித்தவர் போலத் தயங்கினார். திடீர் என ஓர் எண்ணம் தோன்றியது. ஆர்க்குமிடீஸின் ஆராய்ச்சி நுட்பம் அனைத்தும் அரசர் மனக்கண் எதிரே தோன்றியது. அந்தப் பொன் முடியில் வெள்ளி கலந்த துண்டா என்றறிய வேண்டும்? என அரசர் பெருமானார் ஆர்கிமிடீஸினை ஆராயுமாறு ஏவினார். ஆர்கிமிடீஸும் இதே எண்ணமாயினார். “எப்படிக் கண்டு பிடிப்பது? பொன் முடியை உடைப்பதா? அழிப்பதால் என்ன பயன்?” என்றெல்லாம் எண்ண மிட்டார்.

ஆழ்வார் தந்தார்:

தம்மை மறந்த நிலையில் தண்ணீரில் குளிக்கப் போயினார். வீடுகளில் பெரிய தொட்டியில் தண்ணீர் நிரப்பி அதில் புகுந்து உடையின்றிக் குளிப்பது அவர் நாட்டுவழக்கம். அன்று தொட்டி முழுதும் தண்ணீர் நிரப்பி இருந்தது. தொட்டியில் இறங்கியதும் அவரது அளவுள்ள தண்ணீர் வெளியே பாய்ந்தது. தாமும் எடை குறைந்து மிதவை போல மிதக்கக் கண்டார். பேசாத பெருமௌனப் பெருமானான தக்ஷிணாமூர்த்திபோல, இருந்ததனை இருந்தபடி இருந்து காட்டிற்றுத் தண்ணீரும். அந்தப் பேசாத பெருமௌன ஞானத்தினை அவரும் உணர்ந்து கொண்டார். பேரறிவில் ஒரு பேரின்பம் உண்டு. அப்போது அந்த அறிவும் அந்த இன்பமும் அன்றி

வேறொன்றும் விளங்குவதில்லை. "கண்டேன்" "கண்டேன்", என்று குதித்துத் தெரு வழியே ஓடினார். தாம் உடையில்லாமல் இருப்பதும் அவருக்குத் தோன்றவில்லை. விஞ்ஞானச் சமாதியின் ஊற்றம் இருந்தபடி அது.

கண்ட காட்சி:

அங்கு அவர் கண்டது என்ன? ஒவ்வொரு பொருளும் நீரிலே அழுத்தப்பெறும் போது, தத்தம் அளவுள்ள நீரின் எடையை இழந்து நீரில் இருக்கும் வரை எடை குறைந்து விளங்கும் இந்த உண்மை விளங்கியது. இதனால் என்ன? பொன் முடியின் பருமனை அளந்து பார்க்க முடியும். அந்த அளவு அப்பட்டமான பொன் என்ன எடை இருக்கும் என்றும் அறியலாம். அந்த அளவு பொன் தண்ணீரில் மூழ்கினால் எவ்வளவு எடை குறையும் என்றும் கூறலாம். (உ-ம். கிரீடம் 1900 கிராம் எடையுள்ளது என்று வைத்துக் கொள்வோம். அப்போது அதன் பருமன் 100 கனசென்டிமீடர். எனெனில் ஒரு கனசென்டி மீடர் அளவு தண்ணீர் எடை ஒரு கிராம். ஆனால் ஒரு கனசென்டிமீடர் பொன் எடை 19 எனக்கண்டு உள்ளார்கள். இதையே அடர்த்தி நிலை என வழங்குவது. இந்த 1900 கிராம் உள்ள கிரீடம் தண்ணீருக்குள்ளே அழுந்தியதும் அதன் பருமனான 100கன சென்டிமீடர் தண்ணீரை வெளிப்படுத்தும். எனவே இந்த 100 கிராம் எடை குறைந்து (1900 - 100) = 1800 கிராம் எடையே காட்டும்.) வெள்ளியோ செம்போ கலந்திருந்தால் அவற்றின் அடர்த்தி நிலை வேறபடுவதாலும், பொன்னை விட மிக மிகக் குறைந்து இருப்பதாலும், தண்ணீரில் இருக்கும்போது உள்ள எடை வேறுபட்டுக் காட்டும். இது மாத்திரம் அல்ல. எந்தப் பொருளோடு பொன்னை எந்த அளவில் கலந்துள்ளார் பொற்கொல்லர் என்றும் கண்டு பிடிக்கலாம் என ஆர்கிமிடீஸ் கண்டார். அதன்படியே கண்டு கூறினார். பக்கத்தே இருந்து பார்த்தவர்போலக் கலவையின் அளவை ஆர்கிமிடீஸ் கூறியதனைக் கேட்ட பொற்கொல்லர் திடுக்கிட்டு உண்மையையை ஒப்புக்கொண்டாராம். இங்கு இவர் கண்ட உண்மையினை இன்றும் உலகம் ஆர்கிமிடீஸ் கொள்கை என பாராட்டிப் புகழ்ந்து சிறுவர்களுக்கும் கற்பித்து வருகிறது. எந்தப் பொருளும் நீரிப் பொருளில் தன்னளவுள்ள நீரிப் பொருளின் எடையை இழக்கின்றது என்பதே இந்தச் சீரிய இயற்கைச் சட்டம்.

தோணியப்பர்:

தண்ணீர்த் தொட்டியில் தம் எடை குறைந்து தாம் மிதப்பது கண்டு மற்றோர் உண்மையும் கண்டார். அதுவே மிதவைக் கொள்கை. ஓர் அளவுள்ள எந்திரம் அல்லது பிற பொருளின் எடை அதே அளவுள்ள நீரிப் பொருளின் எடையினும் குறைந்திருந்தால் அது அந்த நீரிப்பொருளில் மிதக்கும். இதனாலே தக்கை, மரம் முதலியன நீரில் மிதக்கின்றன. அம் மட்டுமா? இரும்பினை அகல்போல குடவாக்கி விட்டால் உள்வெளியும் சேர்ந்து அதன் அகல நீள ஆழங்களாக அதன் கனஅளவு பெரிதாகும். ஒரு கன சென்டி மீடர் அளவுள்ள கட்டி இரும்பினைத் தட்டிக் குடவாக்கிப் 10 கன சென்டிமீடர் அளவாக்கி விடலாம். முன் 7.4 கிராம் எடையுள்ளது இப்போதும் அதே எடையே இருக்கும். 10 கன சென்டிமீடர் அளவுள்ள நீரின் எடையாம் 10 கன கிராமை விடக் குறைந்தே இதன் 7.4 கிராம் எடை இருக்கிறது. அதனால் இப்போது இது மிதக்கிறது. இந்த உண்மையைக் கண்டதன் பயனால் அன்றோ இன்று பெரிய பெரிய கப்பல்கள் கடலில் மிதந்து செல்கின்றன. கப்பலின் எடை, தான் அப்புறப்படுத்தும் நீரின் எடையைக் காட்டிலும் குறைவாக இருக்குமானால் கப்பல் மிதக்கும் என்ற உண்மை இதனால் விளங்குகிறது. 4000 டன் எடையுள்ள கப்பல்கள் இன்று ஆயிரக்கணக்கான மக்களை ஏற்றிக்கொண்டு பயணம் செய்வது இத்தகைய அறிவாராய்ச்சியின் பயனே அன்றோ?

மாயப் போர்:

இத்தாலியில் ரோமாபுரி மக்களது பெருமை எங்கும் பரந்தது. அவர்களது அரசு உரிமையும் பிற நாடுகளில் சிறந்து ஓங்கியது. கார்தேஜ் (Carthage) என்ற ஆப்ரிக்க நகரத்தைச் சேர்ந்த ஹனிபால் (Hannibal) என்பாரோடு ரோமர்கள் போரிட வேண்டியதாயிற்று. சைரகூஸ் நகர மன்னர் ஹனி பாலின் நண்பரானார். இதனைக் கேட்ட ரோம நகர வீரர்கள் சைரகூசினை வெல்லுவதென முடிவு செய்தனர். மார்கெல்லஸ் (Marcellus) என்ற படைத் தலைவர் இந்தப் போரை நடத்தி வெற்றிபெற வேண்டி கப்பற்படையோடு சிசிலித் தீவிற்கு வந்தார். அம்பு எறியும் சில எந்திரங்களையும் கப்பலில் ஏற்றி வந்தாராம்.

விஞ்ஞானம் அழிவிற்கா?

இப்போர் முழக்கத்தினைக்கேட்ட சைரக்யூஸ் அரசர் ஆர்கிமிடீஹினை உதவிக்கு அழைத்தனர். ஆங்கிலேயரும் அமெரிக்கரும் உலகினைக் காக்க வேண்டி விஞ்ஞானிகளை அழைத்து அணுக்குண்டினை ஆராய்ந்து செய்து தருமாறு இந்நாளில் கேட்கவில்லையா? இவ்வாறுதான் உலக வரலாறு பலமுறையும் ஒன்று போலவே மாறி மாறி வரக்காண்கிறோம். விஞ்ஞானம் பயனில்லாத வெறும் ஆராய்ச்சியாக நில்லாமல் போர்த் திறம் செழிக்க வழிகாட்டும் முறையில் வளர்வதனையும் அப்போது அப்போது காண்போம். அமைதியாக வாழ்வதற்கு வேண்டிய பலபல எந்திரங்களை அமைத்துத்தந்த ஆர்க்கிமிடீஸ் என்ற பெரியாரே உலகத்தை அழிக்கும் எந்திரங்களாய்ச் சங்கார உருத்திரரைப் போலக் கொன்று குவிக்கும் பல அமைப்புகளையும் எமனோடு போட்டி போட்டுச் செய்து தந்தார். தம் நாட்டினைக் காப்பதே தலை சிறந்த அறம் என எண்ணினார் போலும். ஆக்குவதற்கு என்று மூட்டிய நெருப்பு பகைவன் ஊரைப் பற்ற வைத்து அழிப்பதற்கும் உதவ வில்லையா?

பூத எந்திரங்கள்:

ஆர்க்கிமிடீஸ் அமைத்த எந்திரங்களைப் பற்றி ப்ளூடார்க் (Plutarch), பாலிபையஸ் (Polybius), லிவி (Livy) முதலிய வரலாற்று ஆசிரியர்கள் எழுதி வைத்துள்ளார்கள். ஆனால் அந்தக் குறிப்புகளில் இருந்து அவற்றின் அமைப்பினை முழுதும் அறிய இயலவில்லை. நெம்புகோலின் உண்மைத் திறமனைத்தும் விளங்க அமைத்த இவருடைய எந்திரங்கள் பகைவர் கப்பற்படையை வலித்து இழுத்தன. மேலே விர் என்று தூக்கின. தலை கீழாக விழுமாறு கடலில் தள்ளின. வேறுசில பெரிய கற்களை வாரிக் கன்மாரி பொழிந்து பகைவர் கொண்டு வந்த எந்திரங்களைத் தூள் தூளாக்கின. ரோமர் நடுநடுங்கிப் போயினர். 'பூதங்களோ' என்று உரோமர் அஞ்சினர்.

(தொடரும்)

தமிழ்த் தென்றல், *01-09-1948*

ஆர்க்குமிடீசர்

எரிக்கும் கண்ணாடி

[ஈ. த. இராசேசுவரியம்மையார்]
எம். ஏ., எல். டி.

எரிக்கும் கண்ணாடிகள் கொண்டு சூரிய ஒளியை ஒரு முகப்படுத்திக் கப்பற் படையை எரித்து விட்டார் என்றும் எழுதி வைத்திருக்கின்றார்கள். இதனை நம்பாதவர் சிலர். ஏன் நம்புதல் கூடாது என விளங்கவில்லை. சூரிய ஒளியின் சூட்டினைக்கொண்டு பல எந்திரங்கள் அமைக்கும் முயற்சியில் இந்நாளைய விஞ்ஞானிகள் ஈடுபட்டிருக்கின்றனர். கப்பற்படையை எரிக்கும் அத்தகைய பெருந்தியை எவ்வாறு விளைவித்தார் என்ற நுட்பம் இன்று விளங்காமையால் கண்கூடாகக் கண்டவர்கள் கூறிய வரலாற்றை நம்பாது போவது அறிவுடைமையாகாது.

தள்ளிவெட்டி:-

அழுத்தமாகச் செறிந்த காற்று நீர் முதலியவற்றின் இயல்பினை எல்லாம் அறிந்து பல பல எந்திரங்களை அவர் அமைத்தார். சைரக்யூஸ் நகரைச் சுற்றி நிலத்தில் இறங்கி ரோமர் முற்றுகை இட்டபோது இவருடைய எந்திரங்களில் பல பகைவரின் தலையை உலக்கைகொண்டு இடித்துக் கூழாக்கின. வேறு சில எந்திரங்கள் எண்ணெயையும் செம்பையும் காய்ச்சி வாரி இறைத்துப் பகைவர்களைப் பொறித்து வறுத்துவிட்டன. அம்புகள் நேரே குறிவைத்து எய்யப்படாமல் வளைவுவளைவாக எல்லாம் வந்து தாக்குவதைக் கண்டு ரோமர்கள் பதைபதைத்தார்கள். தொலைவில் இருந்தால் மட்டுமே இவ்வாறு செய்யக்கூடும் என எண்ணி, "நகரின் சுவருகே சென்று போர் புரிந்தால் உயிர் தப்பிவெற்றி பெறலாம்" எனக் கோட்டை மதிலின் அடிவாரத்திற்கு வந்தனர். துளைகள் வழியே பல அம்புகள் ஓடிவந்தன. பல பல கருவிகள் "தேள்" என்றும் பிறஎன்றும் பெயர் பெற்று இவர்களைக் கடித்தும் பற்றியும் இடித்தும் நொறுக்கியும் பிடித்தும் அடித்தும் பல பலவாறு துன்புறுத்திக் கொன்றனவாம்.

சிலப்பதிகாரம்:-

இவ்வாறெல்லாம் படிக்கும்போது சிலப்பதிகாரம் முதலிய நூல்களில் நம்முடைய பழங்கோட்டைகளிலும் அவற்றின் மதிற் சுவர்களிலும் இருந்த எந்திரங்கள் நினைவிற்கு வருகின்

11. ஆர்க்குமிடீசர்

எரிக்கும் கண்ணாடி

எரிக்கும் கண்ணாடிகள் கொண்டு சூரிய ஒளியை ஒரு முகப் படுத்திக் கப்பற்படையை எரித்து விட்டார் என்றும் எழுதி வைத்திருக்கின்றார்கள். இதனை நம்பாதவர் சிலர். ஏன் நம்புதல் கூடாது என விளங்கவில்லை. சூரிய ஒளியின் சூட்டினைக்கொண்டு பல எந்திரங்கள் அமைக்கும் முயற்சியில் இந்நாளைய விஞ் ஞானிகள் ஈடுபட்டிருக்கின்றனர். கப்பற்படையை எரிக்கும் அத் தகைய பெருந்தீயை எவ்வாறு விளைவித்தார் என்ற நுட்பம் இன்று விளங்காமையால் கண்கூடாகக் கண்டவர்கள் கூறிய வரலாற்றை நம்பாதுபோவது அறிவுடைமையாகாது.

தள்ளிவெட்டி:-

அழுத்தமாகச் செறிந்த காற்று நீர் முதலியவற்றின் இயல்பினை எல்லாம் அறிந்து பல பல எந்திரங்களை அவர் அமைத்தார். சைரக்யூஸ் நகரைச் சுற்றி நிலத்தில் இறங்கி ரோமர் முற்றுகை இட்டபோது இவருடைய எந்திரங்களில் பல பகைவரின் தலையை உலக்கைகொண்டு இடித்துக் கூழாக்கின. வேறு சில எந்திரங்கள் எண்ணெயையும் செம்பையும் காய்ச்சி வாரி இறைத்துப் பகை வர்களைப் பொறித்து வறுத்து விட்டன. அம்புகள் நேரே குறிவைத்து எய்யப்படாமல் வளைவு வளைவாக எல்லாம் வந்து தாக்குவதைக் கண்டு ரோமர்கள் பதைபதைத்தார்கள். தொலைவில் இருந்தால் மட்டுமே இவ்வாறு செய்யக்கூடும் என எண்ணி, "நகரின் சுவரருகே சென்று போர் புரிந்தால் உயிர் தப்பிவெற்றி பெறலாம்" எனக் கோட்டை மதிலின் அடிவாரத்திற்கு வந்தனர். துளைகள் வழியே பல அம்புகள் ஓடிவந்தன. பல பல கருவிகள் "தேள்" என்றும் பிற என்றும் பெயர் பெற்று இவர்களைக் கடித்தும் பற்றியும் இடித்தும் நொறுக்கியும் பிடித்தும் அடித்தும் பல பலவாறு துன்புறுத்திக் கொன்றனவாம்.

சிலப்பதிகாரம்:-

இவ்வாறெல்லாம் படிக்கும்போது சிலப்பதிகாரம் முதலிய நூல்களில் நம்முடைய பழங்கோட்டைகளிலும் அவற்றின் மதிற் சுவர்களிலும் இருந்த எந்திரங்கள் நினைவிற்கு வருகின்றன. மேனாட்டோடு நெருங்கிய தொடர்பு, அந்த நாளில் தமிழகத்திற்கு இருந்து வந்தது. அந்தத் தொடர்பின் பயனாக ஆர்க்கிமிடிஸ் கண்ட எந்திரங்கள் தமிழ் நாட்டிலும் பரவினபோலும். *ஆகவே

---

* **மிளையும் கிடங்கும் வளைவிற் பொறியும்**
கருவிரலூகமும் கல்லுமிழ் கவணும்
பரிவுறு வெந்நெயும் பாகடு குழிசியும்
காய்பொன் னுலையும் கல்லிடு கூடையும்
தூண்டிலும் தொடக்கும் ஆண்டலை யடுப்பும்
கவையும் கழுவும் புதையும் புழையும்
ஐயவித் துலாமும் கைபெய லூசியும்
சென்றெறி சிரலும் பன்றியும் பணையும்
எழுவுஞ் சீப்பும் முழுவிறற் கணையமும்
கோலும் குந்தமும் வேலும் பிறவும்
ஞாயிலும் சிறந்து நாட்கொடி நுடங்கும் வாயில்

[சிலப்பதிகாரம் – அடைக்கலக் காதை. 207 – 218.]

மிளை - காவற்காடு; கிடங்கு - அகழி; வளைவிற் பொறி: வளைந்து தானே எய்யும் எந்திரவில். கருவிரல் ஊகம்: கரியவிரலையுடைய குரங்கு போலிருந்து சேர்ந்தாரைக் கடிக்கும் பொறி. கல்லுமிழ் கவண்: கல்லை யுமிழும் கவண். பரிவுறு வெந்நெய்: காய்ந்திறைத்தலாற் சேர்ந்தாரை வருத்துவதாய நெய். பாகடுகுழிசி: செம்பு உருக்கு. காய்பொன்னுலை: உருகக்காய்ச்சி எறிதற்கு எஃகுபட்டிருக்கும் உலைகள். கல்லிடுகூடை: இடங் கணிப்பொறிக்குக் கல்லிட்டு வைக்குங் கூடை. தூண்டில்: தூண்டில் வடிவாகப் பண்ணிப் போகட்டு வைத்துக் கிடங்கு நீங்கி மதில்பற்றுவாரைக் கோத்து வலிக்கும் கருவி. தொடக்கு: கழிகோல் போலக் கழுத்திற்பூட்டி முறுக்குஞ் சங்கிலியும். ஆண்டலை யடுப்பு - ஆண்டலைப் புள் வடிவாகப் பண்ணிப் பறக்கவிட உச்சியைக் கொத்தி மூளையைக் கடிக்கும் பொறி நிரைகள். கவை: கிடங்கிலேறின் மறியத் தள்ளும் இருப்புக்கவை. கழு: கழுக்கோல். புதை: அம்புக்கட்டு. புழை: ஏவறைகள். ஐயவித்துலாம்: பற்றாக்கை தூக்கிப் போகட்டவிட்டம். கைபெயலூசி: மதிற்றலையைப்பற்று வாரைக் கையைப் பொதிக்கும் ஊசிப் பொறி. சென்றெறி சிரல்: மாற்றார் மேற் சென்று கண்ணைக் கொத்தும் சிச்சிலிப் பொறி. பன்றி: மதிற்ற லையினேறினா ருடலைக் கோட்டாற் கிழிக்க இரும்பாற் செய்துவைத்த பன்றிப் பொறி. பணை: வேய்வடிவாகப் பண்ணி அடித்தற்கமைந்த பொறி.

ஆர்க்கிமிடீஸ் ஒருவரே தமிழ் நாடு அறிந்த விஞ்ஞானப் புலவர் எனலாம்.

மாயவெற்றி:-

ஐயோ பாவம்! உலகத்தினை வென்றுவரும் இந்த ரோம வீரர்கள் இவரது அறிவின் திருவிளையாடல் எதிரே ஒன்றும் செய்ய முடியாது தத்தளித்தார்கள். போர் செய்து பயனில்லை என்பது அவர்களுக்கு விளங்கியது. போர் செய்யாமலே முற்றுகையிட்டு நின்றால் பட்டினிகிடந்து நகரம் தம் கையில் சிக்கும் என்று ரோமர்கள் நம்பினார்கள். பிறந்த ஊரையும் கைக் கூலிபெற்று காட்டிக்கொடுக்கும் கயவர்கள் எந்த நாட்டில் தான் இல்லை? அப்படிப்பட்ட முழு மக்களின் நட்பும் ரோமர்களுக்குக் கிடைத்தது. கோட்டைக்குள்ளே ஒருநாள் திருவிழா ஒன்று நடந்தது. அன்று கோட்டையின் ஒரு புறம் காவலில்லாமல் இருப்பது பார்த்து ரோமர்கள் நகரத்துக்குள் நுழைந்து வெற்றி முரசை அறைந்தார்கள். இவர்கள் வருகையை எதிர்பாராது, திருவிழாவிலே களி ஆட்டம் ஆடிக்கொண்டு இருந்த சைரக்யூஸ் வீரர்கள் பயந்து

எழுவும் சீப்பும்: கதவுக்கு வலியாக உள்வாயிற் படியிலே நிலத்திலே வீழ விடுமரங்களும். முழுவிறற்கணையம்: கனையமரம். கோல்: விட்டேறு. குந்தம்: சிறு சவளம். வேல்: ஈட்டி முதலியன. பிறவும்: சதக்கினி தள்ளி வெட்டி, களிற்றுப் பொறி, விழுங்கும் பாம்பு, கழுகுப்பொறி. புலிப்பொறி, குடப்பாம்பு, சகடப்பொறி, தகர்ப்பொறி, அந்நூற் பொறி என்பன, சதக்கினி: நூற்றுவரைக் கொல்லி. ஞாயில்: குருவித்தலைகள்.

"When, therefore the Romans assaulted them by sea and land the Syracusans were stricken dumb with terror; they thought that nothing could withstand so furious an onset by such forces. But Archimedes began to ply his engines and shot against the land forces of the assailants all sorts of missiles and immense masses of stones which came down with uncredible din and speed; nothing whatever could ward off their weight but they knocked down in heaps those who stood in their way and threw their ranks into confusion. At the same time huge beams were suddenly projected over the ships from walls, which sank some of them with great weights plunging down from onhigh; others were seized at the prow by iron claws, or beaks of cranes, drawn straight up into the air and then pluged sterr foremost into the depths, or were turned round and round by means of enginery within the city and dashed upon the steep cliffs that jutted out beneath the wall of the city, with great destruction of the fighting men on board who perished in the wrecks.

உண்மையிலேயே ரோமரது சேனை முழுவதும் வந்து நகரைக் கைப்பற்றிக் கொண்டார்கள் என திகைத்துவிட்டார்கள். உடனே வெற்றி முரசைக்கேட்ட நகரம் முழுதும் அவர்கள் கைக்குள் ஆகியது.

விளக்கு அவிந்தது:-

ஆர்கிமிடீஸ் என்ற பெரியாரே இத்தனையும் செய்தவர் என்று ரோமர்கள் அறிவார்கள். அவரை ஒரு கடவுளோ எனவும் ஐயப்படும் நிலைக்கு அவர்கள் மனம் வந்தது எனலாம். மார்க்கெல்லஸ் என்பார் நகரிற் புகுந்ததும் அறிவாராய்ச்சி நிறைந்த இந்தப் பெரியாரை எவரும் தீண்டலாகாது எனக் கட்டளை இட்டு இருந்தார். ஆயினும் என்ன பயன்? எந்திரங்களை அமைத்துக் கொடுத்துவிட்டுத் தம் ஆராய்ச்சி அறைக்குள் போய் விட்டார் ஆர்கிமிடீஸ், விக்கிரமாதித் தனது கேள்விக்கு விடையளித்ததும் வேதாளம் பழையபடி முருங்கை மரத்தின் மேல் ஏறிக்கொள்ளும் கதையை முன்னரே குறித்து வைத்தோம். தரையிலே சிக்கலான கணக்கினை வரைந்து அதனையே உற்றுநோக்கி உண்மை காணச் சமாதி கூடியிருந்த நிலையில் நகரைக் கொள்ளையிட்டு மக்களைக்கொன்று குவிக்கும் இரத்தவெறி பிடித்த ரோம வீரர்கள் இவரை வெட்டி வீழ்த்தினார்கள். இந்த வீரப் புயற் காற்றில் அந்த அறிவு விளக்கம் அணைந்து ஒழிந்தது. அவர் முடிவும் சமாதி முடிவாகவே விளங்குவது ஒரு சிறப்பேயாம்.

செத்தும் சாவாதவர்:-

ஆர்கிமிடீஸ் மறைந்தார். அவரது கொள்கைகள் உலகம் மறையும் வரைமறையா. விஞ்ஞான வாழ்க்கை இன்னது என்று எடுத்துக்காட்ட என்றென்றும் இவர் வாழ்க்கையே சிறந்த மேல்வரிச் சட்டமாகும். விஞ்ஞானமே வடிவமாக, விஞ்ஞானமே பேரின்பமாக இவர்போல வாழ்ந்தவர் வேறு ஒருவரும் இல்லை எனலாம். தூய அறிவாராய்ச்சிகளையே புகழ்ந்து, அவற்றின் துணைகொண்டு, எந்திரங்கள் அமைப்பதனை எள்ளி நகையாடிய இவரே இத்தனை எந்திரங்களையும் செய்ய வந்தார் என்றால், இயற்கையின் மாயப்போக்கினை யாரும் வெல்லமுடியாது என்பது விளங்கவில்லையா? கட்டளைக்கு உட்பட்டு எந்திரங்களைச் செய்தாரே அன்றித் தனியே விட்டு இருந்தால் விஞ்ஞானச் சமாதியிலேயே வாணாளை எல்லாம் கழித்துப்போயிருப்பார்!

விஞ்ஞான மாயாவி:-

இன்று அவர் உயிராக இருந்தால் நாம் மின்சாரத்தைச் சேர்த்து வைக்க மிக மிக விரும்பும் மின்சாரக் கல அடுக்கினைச் செய்து கொடுத்திருப்பார். அசைவோ, பிறழ்ச்சியோ இன்றி கவலை யில்லாமல் பறக்கும் ஆகாய விமானத்தையும் செய்து கொடுத்துக் கேடுகள் பலவற்றையும் தடுத்திருப்பார். இவர் அந்நாளிலேயே செய்து தந்த எந்திரங்கள் இப்படி எல்லாம் கனாக் காணுமாறு நம்மைத் தூண்டுகின்றன. விஞ்ஞான மாயாவி எனப் பாராட்டத்தக்கவர் இவரை விட்டால் வேறு இல்லை எனலாம். அந்த நாளிலேயே இவர் செய்த எந்திரங்கள் அணுக்குண்டினை விளைவித்த இந்த நாளிலும் இந்திரஜாலமும் மகேந்திரஜாலமும் போல விளங்குகின்றன. அன்று ரோமர்களை வெருட்டியது போல நம்மையும் இன்று மருட்டுகின்றன. இந்த எந்திரங்கள் தமிழ் நாட்டுக் கோட்டைக்குள் புகுந்தன எனக் கருத இடம் உண்டு. ஆகையால் ஆர்க்கிமிடிஸ் என்ற இந்தப்பெரியாரைத் தமிழர் சிறப்பாகப் பாராட்டி அவர் ஆராய்ச்சியினைப் பின்பற்றி வெற்றி பெற்று எதிர்காலத்தில் ஓ என ஓங்கி வாழ்தற்கு உரியவர் ஆவர்.

தமிழ்த் தென்றல், *01-11-1948*

மண்ணும் விண்ணே!

பேராசிரியர்:
திரு. ஈ. த. இராசேசுவரி அம்மையார்.
எம். ஏ., எல். டி.

இங்குபோல் அங்கே.

நம் தரையும் வானக் குடும்பத்தினைச் சேர்ந்தவள். விண்ணில் வந்ததே மண். பிறந்த இடம் ஒன்றானால் ஒரே குடும்பம் என்று சொல்லத் தட்டில்லை. செங்கதிரோன் செல்வக்காதல் திருவிளையாடல் கொண்டே தரைமகள் கதிரவன் மகளே எனக் கூறமுடியாதா? ஆனால் அது பழங்கதை. இன்று ஏதேனும் அடையாளம் உண்டா? கண்ணால் ஏதேனும் காண முடியுமா? நம் உடலிலும் நம் தாய் உடலிலும் ஒரே இரத்தம் பாய்கிறது. ஒரே உறுப்பு வகையும் உண்டு. அதைப்போலக் கதிரவன் உடலம் எவ்வாறு அமைந்து உள்ளதோ அவ்வாறே தரைமகளின் உடலமும் அமைந்திருந்தால் ஒரேஇனம் எனக் கூறிவிடலாம். "கதிரவனும் உருண்டை வடிவம், தரைமகளும் உருண்டை வடிவம்" என்பது மட்டும் அன்று. அப்படியானால் காய் எல்லாம் பழமெல்லாம் இலை எல்லாம் உருண்டை வடிவம். என நெடுகப் பாடிக்கொண்டே போகலாம். பின் உண்மை என்ன? தரையில் உள்ள பொருள்களை எல்லாம் 92 அடிப்படைப் பொருள்களில் அடக்கி விடலாம். இவற்றாலாகிய உலகமே நமது உலகம். கதிரவனும் இவற்றாலாகிய உலகமே ஆம்.

வெள்ளைக்கதிரில் ; : : : ஏழுநிறக்கன்னிகள்.

இந்த உண்மையை அறியக் கதிரவனிடம் போய் ஆராய்ந்து வருவார் யார்? அங்குப் போகாமல் இங்கிருந்தே பார்த்துத் தெளியலாம். கதிரவன் ஒளியைப் படிகத்தின் வழியே பாய்ச்சினால் வானவில்லில் தோன்றுவதுபோல ஏழு நிறங்களும் நிறமாலையாகத் தோன்றவில்லையா? ஏழு கன்னியர் நீராடப் போகின்றனர்; கைகோத்து வரிசையாகப் போகின்றனர்; நீராடும் ஓடையில் இறங்கப் படித்துறை ஒன்று உண்டு. ஒருவர் நிற்கவே படிக்கட்டில் இடம் உண்டு. எழுவரும் கைகோத்துஇறங்கமுடியாது.

12. மண்ணும் விண்ணே!

இங்குபோல் அங்கே

நம் தரையும் வானக் குடும்பத்தினைச் சேர்ந்தவள். விண்ணில் வந்ததே மண். பிறந்த இடம் ஒன்றானால் ஒரே குடும்பம் என்று சொல்லத் தட்டில்லை. செங்கதிரோன் செல்வக்காதல் திருவிளையாடல் கொண்டே தரைமகள் கதிரவன் மகளே எனக் கூறமுடியாதா? ஆனால் அது பழங்கதை. இன்று ஏதேனும் அடையாளம் உண்டா? கண்ணால் ஏதேனும் காண முடியுமா? நம் உடலிலும் நம் தாய் உடலிலும் ஒரே இரத்தம் பாய்கிறது. ஒரே உறுப்பு வகையும் உண்டு. அதைப்போலக் கதிரவன் உடலம் எவ்வாறு அமைந்து உள்ளதோ அவ்வாறே தரைமகளின் உடலமும் அமைந்திருந்தால் ஒரே இனம் எனக் கூறிவிடலாம். "கதிரவனும் உருண்டை வடிவம். தரைமகளும் உருண்டை வடிவம்" என்பது மட்டும் அன்று. அப்படியானால் காய் எல்லாம் பழமெல்லாம் தலை எல்லாம் உருண்டை வடிவம். என நெடுகப் பாடிக்கொண்டேபோகலாம். பின் உண்மை என்ன? தரையில் உள்ள பொருள்களை எல்லாம் 92 அடிப்படைப் பொருள்களில் அடக்கிவிடலாம். இவற்றாலாகிய உலகமே நமது உலகம். கதிரவனும் இவற்றாலாகிய உலகமே ஆம்.

வெள்ளைக்கதிரில் ஏழுநிறக்கன்னிகள்

இந்த உண்மையை அறியக் கதிரவனிடம் போய் ஆராய்ந்து வருவார் யார்? அங்குப் போகாமல் இங்கிருந்தே பார்த்துத் தெளியலாம். கதிரவன் ஒளியைப் படிகத்தின் வழியே பாய்ச்சினால் வானவில்லில் தோன்றுவதுபோல ஏழு நிறங்களும் நிறமாலையாகத் தோன்றவில்லையா? ஏழு கன்னியர் நீராடப் போகின்றனர்; கைகோத்து வரிசையாகப் போகின்றனர்; நீராடும் ஓடையில் இறங்கப் படித்துறை ஒன்று உண்டு. ஒருவர் நிற்கவே படிக்கட்டில் இடம் உண்டு. எழுவரும் கைகோத்து இறங்க முடியாது. ஒருவர்

பின் ஒருவராகத்தான் இறங்க வேண்டும். ஒளி என ஒன்றாக நாம் கூறுவது இந்தக் கன்னியர் போலப் பல அளவுகளில் விளங்குகிற ஒளி அலைகளின் திரட்சியேயாம். இதனை எப்படி அறியலாம்? அலை அளவுக்கு ஏற்ப ஒரு பளிங்கினில் சிறு கோடுகளை அங்குலத்திற்கு 30000 வரைக் கிழிக்கலாம். அந்த கீற்றுப் பளிங்கின் வழியாக (Grating) ஒளி அலைகளைப் பாய்ச்சலாம். அவை அலை அலையாகப் பிரிந்து கோடுகோடுகளாகத் தோன்றும். அவையே நிறமாலைக் கோடுகள். எந்தப் பொருளையும் நீராவிபோல ஆவி நிலைக்குக் கொண்டுவரலாம். ஆவி நிலையில் உள்ள பொருள்களின் ஒளிகளை இவ்வாறு கீற்றுப் பளிங்கில் ஒவ்வொன்றாகப் பாய்ச்சி அறிஞர் ஆராய்கின்றனர்.

கைக்குள்ளே கதிரவன்

ஒவ்வொரு பொருளுக்கும் ஒவ்வொரு வகையாக அந்த நிற மாலைக் கோடுகள் அமைந்து இருப்பதை அறிஞர் காண்கின்றனர். எனவே ஒரு பொருளை நேரே காணாது அதன் நிறமாலையைக் கண்டதுமே, "அது என்ன பொருள்? தனிப் பொருளா? கலவைப் பொருளா? கலவைப் பொருளானால் எந்த எந்தப் பொருள்களின் கலவை?" என நேரே கண்டதுபோல அறுதியிட்டு உறுதியாகக் கூறலாம். ஆகவே கதிரவனிடம் போகவேண்டியதில்லை. நம் கைக்கு எட்டிய கண்ணாடிக்குள் அகப்பட்டுக் கொள்கிறான் கதிரவன். அதிலே இறுக்கி அடைந்ததும் உள்ளதனை எல்லாம் கக்கி விடுகின்றான். அணு அணுவாகக் கரைந்து இம்மியும் விடாமல் தன் இயல்பினை எல்லாம் எடுத்து விளக்கி விடுகின்றான். சூரிய நிறமாலையில் கோடு கோடுகளாக பல கறுப்புக் கோடுகள் தோன்றுகின்றன. இவற்றை எண்ணியும் அகலத்தை அளந்தும் எந்த எந்தப் பொருள் எந்த எந்த அளவில் இருக்கிறது என்று கணக்கிட்டுக் கூறலாம்.

கதிரவனார் கொட்டாவிகள்

சூரியன் கட்டிப் பொருளாக இல்லை என்று அந்த நிற மாலைகளைப் பார்த்தே சொல்லிவிடலாம். ஒளியானது ஆவி வழியே ஊடுருவிவரும் போது ஒவ்வோர் ஆவி ஒவ்வோர் வகையாக நிறங்களை வாரி விழுங்குகின்றன. இவ்வாறு நிறங் களைக் கவர்ந்ததன் பயனாக நிறமாலைக் கோடுகள் விழுங்கப் பட்ட இடங்களில் கறுப்புக் கறுப்பாகத் தோன்றும். இந்த

கறுப்பான இடங்களைப் பார்த்ததும் எந்த ஆவி இங்கே பூதமாகி விழுங்கி இருக்கிறது என்று சொல்லிவிடலாம். சூரியன் ஆவியாகக் கிடக்கின்றான். மிக இறுகிய ஆவி மிக மிகச் சூடான நிலையில் இருக்கும்போது அதன் அணுத் திரள்கள் (Molecules) அணுஅணுவாகச் சிதைகின்றன. அணுக்களும் மூளியும் முண்டமு மாகச் சிதைந்து கிடக்கின்றன. சிதைந்த அணுக்களை செல்லிகள் (lons) என்பார்கள். எல்லாவற்றிற்கும் ஹைட்ரஜன் (Hydrogen) ஆவியின் அணுத்தான் அடிப்படை. அது ஒன்று இரண்டு எனச் சேர்ந்தே பிற அடிப்படைப் பொருள்கள் (Elements) எழுகின்றன எனலாம். இந்த ஹைட்ரஜன் ஆவி பிராணவாயு என்று கூறப் பெறுகிற உயிரியம் என்ற ஆவியோடு சேர்ந்து தண்ணீராகிறது.

ஆகையால் ஹைட்ரஜனை நீரியம் என்று வழங்குவர். நான்கு ஹைட்ரஜன் சேர்ந்து கட்டுண்டால் ஹீலியம் என்ற ஆவியின் அணுவாம். இந்தப் பொருளும் அடிப்படையான கட்டே எனலாம். இந்த ஹீலிய ஆவியை வானக் கப்பலில் அடைத்துப் பறக்கவிடுவர். இந்த இரண்டு ஆவியும் சூரியனில் காணக் கிடக்கின்றன. உயிரியம் பிற பொருள்களோடு சேர்ந்து தோன்றுகிறது. பிறபொருள்கள் ஹைட்ரஜன் முதலியனவாகக் கரைந்து போகின்றன போலும். ஆதலின் உலோகமல்லாத இத்தகைய பொருள்களைவிட்டு விட்டு உலோகங்களை ஆராய்வதே தக்கது.

பொங்கும் சுரங்கம்

ஒவ்வோர் அடிப்பொருளும் தத்தம் அணுவின் நடையில் வேறு படும். சூரியனில் உள்ள பொருள்களின் நிறமாலைக் கோடுகளை ஆராய்ந்தபோது ஓர் உண்மை புலனாயது. அணுக்கள் எடையில் ஏற ஏற அவற்றின் தோற்றம் அங்கு மங்கியே விளங்குகிறது. அணு எடை ஏறஏற அணுச் சிதைவு எளிதாகும் போலும். இந்தச் கட்டுத் திட்டங்களுக்குள் உலோகங்கள் எவ்வாறு தோன்றுகின்றன? 39 அங்குலம் நீளம் உள்ளதனை ஒரு மீடர் என்பர். ஒரு மீடர் அகலமும் ஒரு மீடர் நீளமும் உள்ள சதுரப் பரப்பில் எந்த எந்த உலோகங்கள் எந்த அளவில் இருக்கின்றன என்று கீழே காணலாம்.

மாக்னீஷியம் - (தீபாவளி அல்லது கார்த்திகையன்று கம்பியாக விற்பதனைப் பிள்ளைகள் வாங்கிப் பற்ற வைத்தால் மந்தாப்புப் போல் எரியக் கண்டிருக்கலாம்) - 150 கிராம் இருக்கிறது.

இரும்பு	*100 கிராம்*
மண்சத்து அல்லது சிலிசன்	*60 கிராம்*
சோடியம் (இந்த உலோகமும் க்ளோரைன் என்பதும் சேர்ந்தே கறி உப்பாம்)	*40 கிராம்*
பொடாஷயம் என்ற சாம்பர் உப்பு	*25 கிராம்*
கால்ஷயம் என்ற சுண்ணாம்புச்சத்து	*20 கிராம்*
அலுமினியம்	*6 கிராம்*
நிக்கல்	*6 கிராம்*
மாங்கனீசு (கருஞ்சிவப்பாக மருத்துவர் வாய் கொப்புளிக்கக் கொடுப்பதில் இதுவும் பொடாஷியமும் உண்டு.)	*4 கிராம்*
கோபால்ட் (வெண்மையான உலோகம்; இந்தச் சுரங்கத்தில் வேலை செய்வாருக்கு நோய் வந்தமையால் இதனைச் சுரங்கப்பேய் எனப் பொருள்படும் கோபால்ட் என்ற பெயரிட்டு அழைத்தனர்.)	*2.5 கிராம்*
க்ரோமியம் (சாம்பல் நிறமான உலோகம் எஃகு உறுதியாகும்படி இதனை கலவையாகச் செய்வர். துரு ஏறாது.	*2.5 கிராம்*
டைடானியம் (கருஞ்சாம்பல் நிறமானது, பிற உலோகங்களோடு உறுதிதர இதனைச் சேர்ப்பர்)	*0.8 கிராம்*
வானேடியம் (வெள்ளை நிற உலோகம்; இது சாயத்திற்கும் கெட்டியான எஃகு உருக்கிற்கும் பயன்படும்.)	*0.6 கிராம்*
செம்பு	*0.6 கிராம்*
நாகம்	*0.5 கிராம்*
வெள்ளீயம் முதலிய பிற உலோகங்கள்	*0.1 கிராம்*

அங்குப்போல் இங்கே

இவ்வளவும் கூறியதால் என்ன விளங்குகிறது? நம்முடைய பூமியினையும் இவ்வாறு ஆராய்ந்துள்ளனர். இங்கு உலோகங்கள் எந்த எந்த அளவில் இருக்கின்றன என்று அறிஞர் முடிவுகட்டி உள்ளனர். அவர்கள் கண்ட பூமிக்கணக்கும் மேலே கூறிய சூரியக் கணக்கு ஏறக்குறைய ஒரே படித்தாக இருக்கின்றன. ஆகையால் சூரியனுடலைப் பங்கிட்டு வந்தவளே தரைமகள் என்று கூறி விடலாம்.

நாமும் சூரிய பரம்பரை

தரை மகள் மட்டுமல்ல; நாமும் சூரிய பரம்பரையே அதனை இனி காண்போம்.

தமிழ்த் தென்றல், 01-12-1948

நாமும் சூரிய குலமே

பேராசிரியர்:
திரு. ஈ. த. இராசேசுவரி அம்மையார்.
எம். ஏ., எல். டி.

மனிதச் சுரங்கம்

தரை மகள் மட்டும் சூரிய குலம் என்று கூறினால் போதாது. நாம் ஒவ்வொருவரும் சூரிய குலமே. சூரியனில் உள்ள பொருள்கள் தரையில் கிடப்பது போல, நம் உடலிலும் கிடக்கக் காண்கிறோம். ஆம்; நம் உடலில் பல சுரங்கங்கள் உண்டு. பல பல பொருள்கள் அங்கே பொங்கி வழிகின்றன. ஓர் ஆசிரியர் இதனை வேடிக்கையாக விளக்குகின்றார். இந்த உடம்பில் — இந்த எட்டு அடி குச்சுக்குள் - ஆறு மணங்கு பொதி மூட்டைக்குள் — என்ன என்ன கிடைக்கும்? தரையில் இருப்பது போலே இங்கும் தண்ணீரே பெரும் பகுதி. பாலைவனத்தில் போனாலும் இந்த எட்டுச் சாணுக்குள்ளே பத்துக் காலன் (Gallon) அல்லது 3 பெரிய மரக்கால் தண்ணீருக்குப் பஞ்சமில்லை. "என்னடா கொழுப்பா?" என்று பலர் ஏசுவது நம் காதில் விழுந்து இருக்கும் அல்லவா? இவ்வாறு வைவதிலும் உண்மை இல்லாமல் இல்லை. உடம்பில் கிடைக்கும் கொழுப்பை எடுத்தால் 14 அடி சவக்காரம் அல்லது சோப் (*Soap*) செய்யலாம். துணியைத் தோய்க்கும் சவக்காரத்தினைத் தண்டு தண்டாக விற்கிறார்கள். இத்தகைய 7 தண்டு சவக்காரம் பண்ண இது போதும். இம்மட்டுமா! இந்த உடம்பு ஒரு உப்புச் சுரங்கமே. இதில் உப்புப் பூப்பதை நாம் காணவில்லையா? நாய்க்கும் தெரியும் நம்முடைய சுவை. பேதி மருந்தாக ஒருமுறை குடிக்க இங்கே கிடைக்கும் உப்புக்கள் போதுமாம். பேதி உப்புகளையன்றி வேறு மருந்தும் கிடைக்கும் பலசரக்குக் கடையே நம் உடம்பு. எந்தத் துரைத்தனத்தின் உத்தரவும் இல்லாமலே இங்கே கந்தகத்தையும், எரிகந்தகத்தையும் பெறலாம். கடையில் விற்கும் ஒரு பொட்டலம் மாத்திரைகள் செய்ய (*One packet sulphur tablets*) நமது உடம்பிலுள்ள கந்தகம் போதும். இங்குள்ள எரிகந்தகத்தை எடுத்தால் 2000 தீக்குச்சிகள் செய்யலாம்.

13. நாமும் சூரிய குலமே

மனிதச் சுரங்கம்

தரை மகள் மட்டும் சூரிய குலம் என்று கூறினால் போதாது. நாம் ஒவ்வொருவரும் சூரிய குலமே. சூரியனில் உள்ள பொருள்கள் தரையில் கிடப்பது போல, நம் உடலிலும் கிடக்கக் காண்கிறோம். ஆம்; நம் உடலில் பல சுரங்கங்கள் உண்டு. பல பல பொருள்கள் அங்கே பொங்கி வழிகின்றன. ஓர் ஆசிரியர் இதனை வேடிக்கையாக விளக்குகின்றார். இந்த உடம்பில் - இந்த எட்டு அடி குச்சுக்குள் - ஆறு மணங்கு பொதி மூட்டைக்குள் - என்ன என்ன கிடைக்கும்? தரையில் இருப்பது போலே இங்கும் தண்ணீரே பெரும் பகுதி. பாலை வனத்தில் போனாலும் இந்த எட்டுச் சாணுக்குள்ளோ பத்துக் காலன் (Gallon) அல்லது 3 பெரிய மரக்கால் தண்ணீருக்குப் பஞ்சமில்லை. "என்னடா கொழுப்பா?" என்று பலர் ஏசுவது நம் காதில் விழுந்து இருக்கும் அல்லவா? இவ்வாறு வைவதிலும் உண்மை இல்லாமல் இல்லை, உடம்பில் கிடைக்கும் கொழுப்பை எடுத்தால் 11 அடி சவக்காரம் அல்லது சோப் (Soap) செய்யலாம். துணியைத் தோய்க்கும் சவக்காரத்தினைத் தண்டு தண்டாக விற்கிறார்கள். இத்தகைய 7 தண்டு சவக்காரம் பண்ண இது போதும். இம்மட்டுமா! இந்த உடம்பு ஒரு உப்புச் சுரங்கமே. இதில் உப்புப் பூப்பதை நாம் காணவில்லையா? நாய்க்கும் தெரியும் நம்முடைய சுவை. பேதி மருந்தாக ஒருமுறை குடிக்க இங்கே கிடைக்கும் உப்புக்கள் போதுமாம். பேதி உப்புகளேயன்றி வேறு மருந்தும் கிடைக்கும் பலசரக்குக் கடையே நம் உடம்பு. எந்தத் துரைத்தனத்தின் உத்தரவும் இல்லாமலே இங்கே கந்தகத்தையும், எரிகந்தகத்தையும் பெறலாம். கடையில் விற்கும் ஒரு பொட்டலம் மாத்திரைகள் செய்ய (One packet sulphur tablets) நமது உடம்பிலுள்ள கந்தகம் போதும். இங்குள்ள பரிகந்தகத்தை எடுத்தால் 2000 தீக்குச்சிகள் செய்யலாம்.

கரியுகம்

மருந்து மட்டுமா கிடைக்கும்? நாம் வாழ்கின்ற இந்தக் காலத்தை 'இரும்புக்காலம்' என்று சொல்லுகிறார்கள். இந்த இன்றியமையாத பொருள் நம்முடைய உடம்பிலும் உண்டு: இங்குக் கிடைப்பதுகொண்டு இரண்டு அங்குல நீளமுள்ள ஆணி செய்யலாம். இவ்வளவும் உலக வாழ்விற்கு வேண்டும். வைரக் கம்மலுக்கேயன்றி உயிர் அணுவுக்கே அடிப்படை கரிதான். எவ்வளவு கரி நம் உடலில் கிடைக்கும்? நம் உடம்பில் உள்ளதை எடுத்தால், 9000 பென்சல் அல்லது எழுதுகோல் செய்யலாம். நம் சென்னையில் 90,000 குழந்தைகள் படிக்கின்றார்களாம். இவர்களுக்கு 10 ஆட்கள் போதும்; அவர்கள் உடம்பிலுள்ள கரியை உருட்டினால் இவர்களில் தலைக்கு ஒரு பென்சல் தரலாம். எடுக்கத்தான் சித்தர் முறை ஒன்றும் நமக்குத் தெரியாது. இவை நம் உடம்பில் எவ்வாறு இருக்கின்றன என்பதை இனிக் காணவேண்டும்.

பழைய கடல்

முதலில் உயிர்ப்பொருள் வளரத் தொடங்கியது தண்ணீரில்தான். மச்சாவதாரம் அன்றோ முதலவதாரம்? உலகம் முழுவதும் நீராய் இருந்த காலமும் உண்டு. கடலில் உள்ளது உப்புத் தண்ணீர். உப்புத் தண்ணீரில் வளர்ந்தன உயிர்கள். இன்றும் நாம் உப்புத் தண்ணீரிலேயே வளர்கிறோம். தரைமேல் வாழ்ந்தாலும் நம் இரத்தம் உப்புத் தண்ணீரேயாம். அதிலே உயிரணுக்கள் மிதக்கின்றன. பழைய கடல் வாழ்வு காலத்திற்கேற்ப மாறி உள்ளது. கடல் மாறிவிட்டது. நம் இரத்தம் மாறாது அன்றிருந்தது போலவே இருக்கிறது. தரையில் உள்ள உப்புக்களை ஆறுகள் கரைத்துக் கொண்டுபோய்க் கடலில் தள்ளுவதால் கடலில் உப்பு மிகுதியாகிக் கொண்டே வருகிறது. பழைய கடலின் உப்பு நிலையை அறிய வேண்டுமானால் நம் இரத்தத்தையே ஆராயவேண்டும். வேர்த்துப் போகும்போது தண்ணீர் வெளிவந்து விடுகிறது. இரத்தத்தில் தண்ணீர் ஆவியாகப்போக உப்பு நிலை மிகுகிறது. இந்த மிகுதிப்பாட்டினைக் குறைக்கத் தண்ணீர் வேண்டும் எனத் தெரிவிப்பதே நீர் வேட்கை. நீரில் வாழும் உயிர்களுக்குக் கடல்போல நம் உடல் முழுதுக்கும் இரத்தமானது வேதி நிலையைப் பிறழாது காக்கும் பெருங்காவலாக உள்ளது.

உப்பு மாளிகை

தரைபோலக் கடலை நாம் தாங்கிக்கொண்டு விளங்குகிறோம். கடலில் உள்ள உப்புகள் எல்லாம் இரத்தத்திலும் உண்டு. கறியுப்பு என்பது கடல் நீரைக் காய்ச்சி நாம் பெறுவது. இதில் சோடியம் என்ற உலோகமும் க்ளோரைன் என்ற பொருளும் உண்டு. சோடியம் என்பது இருதயத்துடிப்பினை அடக்கி ஆளுவது. க்ளோரைன் என்பது இரைப்பையில் பாயும் ஒருசாறு; இந்தச் சாறு ஒரு மஞ்சட்காடி; இதுவே சீரணம் செய்ய உதவுவது. கடலில் பொட்டாஷியம் என்ற சாம்பல் உப்பும் உண்டு. இது இரத்த அணுக்களுக்கு இன்றி அமையாது வேண்டும். ஹைட்ரஜன் ஸைனட் என்ற நஞ்சு நம் உணவுப் பொருள்களிலிருந்து கல்லீரலில் போய்ச் சேரும். இரங்கூன் பயறில் இந்த நஞ்சு மக்களைச் சிலபோது கொல்வதாகப் படிக்கின்றோம் அன்றோ? இந்த நஞ்சினை நீக்கித் தொலைக்கச் சாம்பலுப்பு வேண்டும். அதுவும் இரத்தத்தில் உண்டு.

அச்சாணி

ஐயோடைன் என்பது சிவப்பு நீல நிறமானது. இதனை மருத்துவர் சாராயத்தில் கரைத்து வீக்கத்திற்குப் பூசக்காண்கின்றோம். நம் உடலில் நெஞ்சுக் குழிக்கு மேலாக உள்ளே உள்ளது நெஞ்சு சுரப்பி (Thyrold gland) ஆம். அதனுள் ஒரு சாறு சுரக்கிறது. அதனால் தான் சுரப்பி என்று பெயர். இது ஐயோடினை விளைவித்து இரத்தத்தில் பாய்ச்சுகிறது. ஒரு கிராமில் பத்து லக்ஷத்தில் ஒரு கூறே ஒரு நாளைக்கு நமக்கு வேண்டும். எவ்வளவு சிறிய அளவு! ஆனால் எவ்வளவு இன்றி அமையாதது! நம் உடலில் உள்ள பல பொருள்களையும் நிலை பிறழாமல் வைப்பது இதுவேயாம். உடல் வளர்ச்சியும் இதனைப் பொறுத்ததே. பருத்த உடல் முதலிய கேடுகள் இதன் கேடால் எழும். மனவளர்ச்சிக்கும் இது வேண்டும். இது மிகுதியானால் உயிரியம் மிகுதியாகச்செலவாகும் இது உடலின் இயக்கம். எல்லை கடந்து செல்லும். இது குறைந்தால் தளர்ச்சியும் சோம்பலும் ஊக்கக் குறைவும் பெருகும்.

சிலசஞ்சீவிகள்

மாக்னீசியம் என்பதும் ப்ளோரைன் என்பதும் இவ்வளவு சிறிய அளவிலேயே உடலுக்கு வேண்டும். இவை இரத்தத்தில்

இருக்கவேண்டும். நரம்பு தளர்ச்சி எல்லை கடவாதிருக்க இவை இன்றியமையாது வேண்டப்படும். ப்ரோமைன் என்பதும் வேண்டும். இழுப்பு வருமானால் இதுவே நல்ல மருந்து. வாழ்வினை இனிமையாக்கும் சஞ்சீவி இதுவே எனலாம். மாங்கனீசு என்பது தாய்மைப் பண்புக்கு அடிப்படை. இதனைக் குறைத்தால் எலிகள் குட்டி போடுவதில்லை. குண்டிக்காய் அல்லது மாங்காய் என்று கூறும் உறுப்பிலும் ஒருசுரப்பி உண்டு. இந்த மாங்காய்ச் சுரப்பியிலிருந்து பாயும் சாற்றில் மாங்கனீசு உண்டு. இடையூறு காலத்தில் இரத்தம் மிகுந்து பாய்ந்து ஓடித்தப்ப உதவுவது இதுவேயாம். இருதயம் நன்கு வேலை செய்யவும் இது வேண்டும்.

உயிரியம் விழுங்கி

நமக்கு உயிரியம் (Oxygen) வேண்டும். அதுதானே நம் வாழ்விற்கு அடிப்படை. இந்த உயிரியம் காற்றில் நிறையக் கிடக்கிறது. மூச்சு வாங்கும் போது காற்றினை உட்கொள்கிறோம். அதிலிருந்து உயிரியத்தினை எப்படி வேறு பிரித்து விழுங்குவது? இரும்புத்தூளினைத் தண்ணீரில் நனைத்துக் காற்றில் வைத்தால் இரும்பு துருப்பேறக் காண்கிறோம். என்ன நடக்கிறது? இரும்பு உயிரியத்தினை வாரி விழுங்குகிறது. துருப்புப் பிடித்த இரும்பு சிவப்பாக இருப்பது போல இரத்தமும் சிவப்பாக இருப்பது அதில் இரும்பு இருப்பதனைக்கோள் சொல்லி விடுகிறது. ஆதலின், இரத்தத்தில் இருக்கும் மிகச் சிறிதளவான இரும்பே உயிரியத்தினை வாரி வாரி விழுங்கி உடலில் ஒவ்வோர் உறுப்புக்கும் அதனைக்கொண்டு சென்று கொடுத்தருள்கிறது. இந்த இரும்பினை உடல்தனதாக்கிக் கொள்ள வேண்டுமானால் சிறிதளவு செம்பும் வேண்டும். இரும்பு கொண்டு உயிரியத்தினை விழுங்குவதற்கு முன், செம்பு கொண்டே உடலம் உயிரியத்தினைப்பற்றிப் பிடிக்க முயன்றது. சில செடிகள் (Water Cress) வளர வெள்ளி இன்றி யமையாது வேண்டியிருப்பது போல, நம் உடல் வளர்ச்சிக்கும் வெள்ளி இன்றியமையாது வேண்டும். உடல் வளர்ச்சியை அடக்கியாள்கிற நெஞ்சுச் சுரப்பியில் வெள்ளியும் உண்டு.

வளர்ச்சிக்கு மருந்து

நாகம் பொதுவாக இனத்தைப் பெருக்கும் வகையில் உதவு கிறது. இது உடலில் இல்லையானால் உயிர்ப்பொருள் மலடாகி முடியவேண்டும். உடலில் உள்ள எல்லா வகையான உறுப்பு

வகைகளுக்கும் இதுவேண்டுமாம். நிக்கலும், கோபால்டும் உடலில் உள்ளவையே. உணவு சீரணமாகும் போது கணையம் (Pancreas) என்ற உறுப்பிலிருந்து ஒரு சாறு பாய்கிறது. அது நாம் உண்ணும் சருக்கரையைச் சீரணமாகுமாறு செய்கிறது. இந்தச் சாற்றினை இன்சுலின் அல்லது கணையச்சாறு என்பர். நீரிழிவு என்ற நோய் வாய்ப்பட்டாருக்கு இந்தச் சாறு பாய்வதில்லை. அதனால் சர்க்கரை சீரணமாகாமல் சிறுநீர் வழியே வீணாய்க்கழியும். இந்தச் சாற்றில் நிக்கலும் கோபால்ட்டும் உண்டு. காட்மியம் என்ற உலோகமும் உடலுக்கு வேண்டும். இது இல்லையானால் இன்சுலின் என்ற சாறு திரளுவதில்லையாம். ருபிடியம் என்ற உலோகமும் உடல் வளர்ச்சிக்கு இன்றியமையாதது. இது உடலில் இல்லாமற் போகுமானால் எலி வளருவதில்லை என ஆராய்ச்சி வாணர் கண்டனர். ஆதலின் நம்முடைய தசையை வளர்ப்பதற்கென இதுவும் நம் உடலில் உண்டு.

பல்லில் புதுமை சித்தர் முறை

இவை மிக மிகச் சிறிதளவில் இருப்பவை. மிகுதியானால் நஞ்சாய் நம்மைக் கொல்வன ஆம்; சிறு சிறு அளவில் அமுதாய் நம்மைக் காப்பன ஆம். இவற்றினை விட மிகுதியாக உடலில் இருப்பது சுண்ணாம்புச் சத்தும் எரிகந்தகமும் ஆம். சூரியனில் பரந்து கிடக்கும் சுண்ணாம்புச் சத்து நம் நினைவிற்குவருகிறது. ஒரு நாளைக்கு நமக்கு ஒரு கிராம் சுண்ணாம்புச் சத்தும் 1.25 கிராம் எரிகந்தகமும் வேண்டும். பல்லுக்கும் எலும்புக்கும் இவை வேண்டும். எலியை ஆராயும்போது அதன் பல்லில் உள்ள எரிகந்தக சத்தில் மூன்றில் ஒருபகுதி இரண்டு வாரத்திற்கு ஒரு முறை புதுப்பிக்கப்படுகிறது என அறிஞர் கண்டனர். நம் உடலில் ஒவ்வோர் உறுப்புக்களும் தத்தம் உணவினை உட்கொள்ள உதவுவதும் இதுவே. சுண்ணாம்புச் சத்து நம் இருதயத் துடிப்பினை முறைப்படுத்துகிறது; நரம்புக்கு ஓர் ஆறுதல் அளிக்கிறது. இரத்தம் வடியாமல் கட்டிக் கொள்ளுமாறு உதவுவதும் இதுவே ஆம். வைடமின் B என்று பேசுவதன் உயர்வு இந்த இரண்டு பொருள்களை உடலம் உட்கொள்வதற்கு உதவுதலே ஆகும்.

கயிலாய பரம்பரை

இவ்வளவு நுட்பமான அளவில் இவை இவ்வாறு நம் உடலுக்கு உதவுவது வியப்பே ஆம். இந்த அளவிலே அன்றோ பூமியிலும்

சூரியனிலும் இந்தப் பொருள்கள் இருந்து வருகின்றன. "சூரியன் போலப் பூமி; பூமிபோல நாம்" என்று கூறுவதில் என்ன தடை? நம் உடல் முழுதும் கரியணுத்திரளின் பலவகை வடிவங்களால் ஆயவை என்பதனைச் சொல்லவேண்டாம். இவையே நம் உடலில் பெரும் பகுதியாம். ஆகவே உடல் நிலையைப் பார்த்தால் நாம் சூரிய பரம்பரையே ஆம். ஆனால் உயிர் என ஒன்று திருவிளையாடல் புரிகின்றது. அதனை நோக்கும்போது தான் நம் கயிலாய பரம்பரை என்பது விளங்குகிறது.

தமிழ்த் தென்றல், *01-01-1949*

சூரியனை வாரி விழுங்குகிறோம்

பேராசிரியர்:
திரு. ஈ. த. இராசேசுவரி அம்மையார்
எம். ஏ., எல். டி.

சூரியப் பால்

சூரியனில் இருப்பன எல்லாம் நம்முடைய உடம்பிலும் இருக்கின்றன என்றோம். சூரியனுக்கும் நமக்கும் உள்ள தொடர்பு இதனோடு முடியவில்லை. சூரிய பரம்பரையில் நம்மைப் படைத்தவனும் அவனே. இமைதோறும் காப்பவனும் அவனே. நம் உடலில் உள்ள பொருள்கள் கிணற்றில் போட்ட கல்லைப்போல அப்படியே இருப்பதில்லை. நாம் கல் அல்லவே. சேற்றில் இட்ட முளைபோல நாம் வளரும் பொருள்களேயாம். நம்முடைய உடம்பு ஒரு சிறந்த தொழிற்சாலைகள் நிறைந்த பட்டணம். அதிலும் ஏற்றுமதியும் இறக்குமதியும் விடாது தொடர்ந்து மாறி மாறி நடந்து வரும் அழகிய துறைமுகப் பட்டினம். கதையில் வரும் வானவர்கள் போல ஒரு முறை அமுதுண்டு எப்போதும் பசியே இல்லாமல் இருப்பது நாம் அன்று. உழைக்கின்ற வானவர்கள் என்றால் நாம் தான். ஆனால் இத்தனையும் செய்யச் சூரியன் ஒருவன் வேண்டும். கழிந்ததை எல்லாம் நிறைவாக்க அந்தக் கடவுளையே எதிர் பார்க்கின்றோம். தரையில் உள்ளவையே நம் உடலில் உள்ளவை எல்லாம் என முன்னரே கண்டோம். ஆனால் அவற்றை அப்படியே வாரி வாரி விழுங்க முடியுமா? இரும்பும் கரியும் எங்கும் கிடந்தாலும், நேரே வெட்டி எடுத்து மென்று தின்று வாழ முடியுமா? நம் உடம்பு அவற்றை உட்கொள்ளக் கூடிய நிலையில் மாற்றி அமைத்த பின்பே அவற்றை நாம் தின்னமுடியும். அதனால் அல்லவா அயச் செந்தூர மருந்திற்கு விலை அதிகம். குழந்தை வயிறு கொள்ளாத உணவைத் தாயானவள் உண்டு பாலாக மாற்றி ஊட்டுகின்றாளல்லவா? நமது வயிறு கொள்ளாத கரி முதலியவற்றைச் சூரியன் உணவாக்கி நமக்கு ஊட்டுகின்றான். பால் குடிக்கும் குழந்தை தாயை வாரி விழுங்குகிறது. நாமும் சூரியனை வாரி விழுங்குகிறோம். திங்களின் நிலவைத்தான் பால்

14. சூரியனை வாரி விழுங்குகிறோம்

சூரியப் பால்

சூரியனில் இருப்பன எல்லாம் நம்முடைய உடம்பிலும் இருக்கின்றன என்றோம். சூரியனுக்கும் நமக்கும் உள்ள தொடர்பு இதனோடு முடியவில்லை. சூரிய பரம்பரையில் நம்மைப் படைத்தவனும் அவனே. இமைதோறும் காப்பவனும் அவனே. நம் உடலில் உள்ள பொருள்கள் கிணற்றில் போட்ட கல்லைப்போல அப்படியே இருப்பதில்லை. நாம் கல் அல்லவே. சேற்றில் இட்ட முளைபோல நாம் வளரும் பொருள்களேயாம். நம்முடைய உடம்பு ஒரு சிறந்த தொழிற்சாலைகள் நிறைந்த பட்டணம். அதிலும் ஏற்றுமதியும் இறக்குமதியும் விடாது தொடர்ந்து மாறி மாறிநடந்து வரும் அழகிய துறைமுகப்பட்டினம். கதையில் வரும் வானவர்கள் போல ஒரு முறை அமுதுண்டு எப்போதும் பசியே இல்லாமல் இருப்பது நாம் அன்று. உழைக்கின்ற வானவர்கள் என்றால் நாம் தான். ஆனால் இத்தனையும் செய்யச் சூரியன் ஒருவன் வேண்டும். கழிந்ததை எல்லாம் நிறைவாக்க அந்தக் கடவுளையே எதிர்பார்க்கின்றோம். தரையில் உள்ளவையே நம் உடலில் உள்ளவை எல்லாம் என முன்னரே கண்டோம். ஆனால் அவற்றை அப்படியே வாரி வாரி விழுங்க முடியுமா? இரும்பும் கரியும் எங்கும் கிடந்தாலும், நேரே வெட்டி எடுத்து மென்று தின்று வாழ முடியுமா? நம் உடம்பு அவற்றை உட்கொள்ளக் கூடிய நிலையில் மாற்றி அமைத்த பின்பே அவற்றை நாம் தின்ன முடியும். அதனால் அல்லவா அயச் செந்தூர மருந்திற்கு விலை அதிகம். குழந்தை வயிறு கொள்ளாத உணவைத் தாயானவள் உண்டு பாலாக மாற்றி ஊட்டுகின்றாளல்லவா? நமது வயிறு கொள்ளாத கரி முதலியவற்றைச் சூரியன் உணவாக்கி நமக்கு ஊட்டுகின்றான். பால் குடிக்கும் குழந்தை தாயை வாரி விழுங்குகிறது. நாமும் சூரியனை வாரி விழுங்குகிறோம். திங்களின் நிலவைத்தான் பால் போலக் காய்கிறது என்று பேசி வருகிறார்கள். உண்மையில் பால்போலக் காய்ந்து நம்மைக் காப்பது சூரியனுடைய வெயில்தான்.

சூரியப் பழம்

உலகெங்கும் இன்று பங்கீடு என்பதே பாட்டாக இருக்கிறது. பட்டினியும் நோயும் பேய்க்கூத்து ஆடுகின்ற இந்த நாளில் இந்த நுட்பத்தை அறிந்து அறிஞர் ஆராய்ச்சி செய்கின்றனர். சூரியன் இருக்கப் பட்டினி கிடப்பானேன்? பாழும் நோயால் பதை பதைப்பானேன்? வெண்ணெயை வைத்துக்கொண்டு நெய்க்கு அலைவாரும் உண்டோ? ஆனால் "தெய்வம் காட்டும், ஊட்டுமா!" என்பார்கள். ஊட்டினாலும் உண்ணாது உறங்கும் குழந்தையையென்ன செய்வது? அதுபோலத்தான் இன்றைய உலகம் உழலுகிறது. சந்திரனை அமுதக்குடம் என்று வைத்து அதனை வாரி விழுங்குகிற கதை எங்கெங்கோ வழங்கி வருகிறது. உண்மையில் சூரியனே அமுதக்குடம். அதனை வாரி நாமே விழுங்கி வருகி றோம். கதையிலல்ல - கனவிலல்ல - நனவிலே. அனுமார் சிறுவராய் இருக்கும் போது ஒருநாள் காலையில் எழுந்தாராம் - அருகே தாயார் இல்லை - பசியோ வயிற்றைக் குடைந்தது. எதிரே செவ்வானத்திலே வெட்ட வெளியில் வீங்கிப் பழுத்துச் செக்கச்சிவந்த பழம் ஒன்று அந்தரமாகத் தொங்கக் கண்டார். அது அவர் கண்ணைக் கவர்ந்தது. அவர் நாவில் நீர் ஊறியது. அதுதான் அனுமார் கண்ட சூரியப் பழம். இவரைத் தடுக்கப் பழத்தின் அருகே ஒருவரும் இல்லை. உடனே அதன்மேல் பாய்ந்தாராம். இது ஒரு பழங்காலக் கதை. ஆனால் எதிர் கால உண்மை. உண்மையில் சூரியன் மிகமிக இனிய, மிகமிக அழகிய, மிக மிக வளப்பமான பழம்தான். வாடாத - வற்றாத பழம். தோன்றிய நாளில் இருந்து மனிதர் மட்டும் அல்ல - எல்லா உயிர்களும் - வெயிலாகக் கொட்டும் அந்தப் பழத்தின் சாற்றினைப் பருகிக் களிக்கின்றனர். ஓர் அறிவுப் பொருளில் இருந்து ஆறறிவுப் பொருள் வரை - ஏன் கல்லும் மண்ணும் உட்பட உலகில் உள்ள எல்லாப் பொருள்களும் சூரியனை உண்டே வாழ்கின்றன.

பாலும் பழமும்

சூரியனை விழுங்குகிறோம் என்றால் சிலர் திரைக்கலாம். "நாம் என்ன இராகு கேதுவின் பரம்பரையா?" என்று மயங்கலாம். "கதையா? கனவா?" என்று எள்ளி நகையாடலாம். ஆனால் உண்பது என்றால் என்ன? கைக்கும் வாய்க்கும் சண்டையா? வயிற்றைத் துறுத்து நிரப்புவதா? வாயிலிடும் பொருள் வயிற்றினுள்ளே

போய் என்ன ஆகிறது? வெவ்வேறு உட பொருள்களாக மாறி மனிதனை வளர்க்கிறது; அவனுக்கு வேண்டிய சக்தியைக் கொடுக்கிறது, நமக்குச் சக்தி குறைந்தால் அதற்கு வேண்டிய உணவுப் பொருள்களைத் தேடுகிறோம். பழம் தின்று பால் குடித்து வாழ்பவன் பார் முழுதும் ஓடி ஆடிப் பாடி உழைத்து வருவான். நோயற்ற வாழ்வே அவனுடைய குறைவற்ற செல்வம். இப்படிப் பேசுவதன் பொருள் என்ன? உடலுக்குவேண்டிய சக்தி முழுதும் ஒரு சிறிதளவு பொருளிலேயே வருமானால் கும்பகர்ணனைப்போல் வயிற்றுக்கு மட்டும் வேலை கொடுக்காமல் அகத்தியரைப் போல் தலைக்கே வேலை கொடுத்து வாழலாம். அதுவே அறிவாளியின் பெருமை; ஞானியின் வாழ்வு. மண மக்களுக்கும் பாலும், பழம்; தவமக்களுக்கும் பாலும் பழம் இவற்றிலுள்ள அவ்வளவு திணிந்த சத்து என்ன? பால் என்பது பசுவின் உயிர்ச்சாறு; பசுவின் பரம்பரையை வளர்க்கின்றது. பழம் என்பது மரத்தின் உயிர்ச்சாறு; மரத்தின் பரம்பரையை வளர்க்கின்றது.

பசுவின் பாலும் பசும்புல்லின் மற்றொரு அவதாரமே. ஆதலின் பாலும் பழமும் மரச்சாறு என ஒன்றாக அடங்கிவிடும். மரச்சாறோ வெயிலின் பெருக்கத்தால் வீங்கிப்பாய்வது. ஆதலினால் எல்லாம் சூரியச்சாறே.

உயிர் எந்திரத்தின் ஓட்டம்

கரியில்லாமல் நெருப்பு எரியுமா? எரியாமற் போனால் புகை வண்டி எந்திரம் ஓடுமா? நம் உடம்பும் ஓர் எந்திரம். அசையாமல் இருந்த இடத்தில் இருந்தாலும் நம் உடம்பில் உள்ள உறுப்புக்கள் எல்லாம் இயங்கிக் கொண்டே இருக்கின்றன. இருந்த இடத்தில் இருந்தே கடிகாரம் ஓடவில்லையா? தண்ணீர் இறைக்கும் எந்திரம் வேலை செய்ய வில்லையா? நாம் அசையாமல் இருந்தாலும் நம்முடைய குருதி ஈரல் (Heart - இருதயம்) இரத்தத்தை உடல் முழுதும் இறைத்து வருகிறது. நுரையீரல் என்ற துருத்தி எந்திரமும் மூச்சு விட்டுக்கொண்டே போகிறது. இவற்றிற்கு எல்லாம் ஆற்றல் வேண்டாமா? பசியால் அலையும்போது ஆற்றல் இல்லையே என்று வாடுகிறோம். உடம்பு என்கிற எந்திரத்தை ஓட்டுகிற ஆற்றலை விளைவிக்கின்ற எரிகரும்பே உணவாம். உடம்பு சூடாக இருக்கின்ற தல்லவா? உடம்பின் உறுப்புக்கள் வேலை செய்யும் வரை இந்தச்சூடு இருக்கும். வேலை செய்யாது குளிர்ந்த

உடம்பிற்குத்தான் பிணம் என்று பெயர். இந்தச்சூடு எங்கிருந்து வருகிறது? சூரியனில் இருந்து தான். எந்த எந்திரமும் சூரியனின்றி இயங்க முடியாது. "அவன் அன்றி ஓர் அணுவும் அசையாது" என்பது சூரியனைப் பற்றிய உண்மை.

மொண்டு வைத்த வெய்யில்

சூரியனுடைய ஆற்றல் உலகில் வெயிலாகப் பாய்கிறது. அதனை நாம் நேராக உண்பது சிறிதளவுதான். அவ்வாறு உண்பதன் சிறப்பினைப் பின்னர்க் காண்போம். ஆனால் வெய்யிலை மட்டும் உண்டு உயிர் வாழக் கூடியவர்கள் சித்தர்களே. நாமோ அந்த வெய்யில் வழியாக வழிந்துவரும் ஆற்றலைப் பலபல வகையாக மொண்டுவைத்து உண்ண வேண்டும். செடிகொடிகள் தம் உயிர் அணுக்கள் ஒவ்வொன்றிலும் இவ்வாறு மொண்டு வைத்து இருக்கின்றன. அதனையே ஆற்றல் விருந்தாக நாம் உண்கிறோம். உயிர் வகைகள் உண்ணும் உணவினைப் பாலும் பழமும் என மேலே பிரித்தது போல இரண்டாகப் பிரிக்கலாம். ஒன்று புலால் உணவு; மற்றொன்று மரக்கறி உணவு. புல் பூண்டு, கீரை கிழங்கு, கொடி, செடி, பழம், பருப்பு முதலியன சூரியனுடைய ஆற்றலை நேரே பெற்று, அந்த ஆற்றலை ஒவ்வொரு அணுவிலும் மொண்டு வைக்கின்றன. இவற்றினைப் பிற உயிர்ப் பொருள்கள் உண்டு தமக்கு ஏற்ற ஆற்றலைப் பெற்று வளர்த்து வருகின்றன. ஆடு மாடு உயிர்வாழ்வது இப்படித்தான். இவ்வாறு ஆற்றலை மரக்கறிவழியாகப் பெற்று உடலை வளர்த்து வரும் ஆடுமாடுகளை நேரே தின்று எளிதில் தம் உடலை வளர்ப்பவை புலி சிங்கம் முதலியனவாம். பொன் முட்டை இடும் வாத்தைக் கொன்ற குடியானவனைப் போல இவ்வாறு செய்யாது பொன் முட்டையை மட்டும் விற்று வாழும் குடியானவன் போலப் பசுமுதலியன தரும் பாலை வாழ்நாள் எல்லாம் உண்டு தம் உடலை வளர்ப்பவர் மக்களில் ஒரு சிலர்.

உயிர்ச் சங்கிலி

இவ்வாறு எங்குப் போய்ப் பார்த்தாலும் உணவு என்பது சூரியனில் இருந்து தான் பொங்கி வழிவதைப் பார்க்கலாம். வெய்யில் புல் -பசு என்பது ஒரு சங்கிலி. வெய்யில் -புல்-பசு-புலி என்பது மற்றொரு சங்கிலி. வெய்யில்-செடி - மனிதன் என்பது மாட்டோடு போட்டி இடும் மனிதனின் சங்கிலி. வெய்யில்-

செடி-ஆடு-மனிதன் என்பது புலியோடு போட்டி இடும் சங்கிலி. வெய்யில் புல் - பசும் பால்- செடி - மனிதன் என்பது இரண்டும் வகையையும் ஒன்றாக இயையவைக்கும் சங்கிலி. இரும்புச் சங்கிலியில் வளையங்கள் பல வடிவமாக இருந்தாலும் எல்லாம் இரும்பே. அதுபோல இந்த உணவுச் சங்கிலியின் வளையங்கள் செடி வடிவோ பசு வடிவோ பால் வடிவோ கொண்டு வேறுபட்டாலும் எல்லாம்: அடிப்படையில் வெயிலால் ஆகிய சங்கிலிகளே.

அறுமுகன் திருவிளையாடல்

எந்திரம் ஓடக் கரி வேண்டாமா என்றோம். கரி ஒரு புதுமை. தண்ணீர் நீராவியாய்ப் பரவும், தண்ணீராய் ஓடும். பனிக்கட்டியாய் இறுகும். அதுபோல சூரியன் ஆற்றலும் வெய்யிலாய்ப் பரவும் உயிர்ப்பொருளின் ஆற்றலாய் ஓடும். கரியாய் இறுகும். மரக்கறி உலர்ந்தால் விறகாய்க், கரியாய், எரியவில்லையா? உடம்பைச் சுட்டெரித்தாலும் எரிந்து சாம்பலாகவில்லையா? கரி இந்த உலகத்திலுள்ள உயிர்களின் உடம்புக்கு அடிப்படையாகும். செவ்வாய் - செந்நிறத் தீ - தீப்பொறி வடிவான முருகன் - ஆறுமுகம் -பன்னிரண்டு கை என்று, சோதிடர் பூமிக்கு அதிதேவதையைக் கூறிவரக் கேட்கிறோம். எரிகிற கரியும் செந்நிறத் தீயே. அந்தக்கரி அனு 96 தத்துவங்கள் என்று சொல்லக்கூடிய அணு வரிசையில் 6வதாம். ஆதலின் ஆறுமுகப்பெருமான் என்று கூறலாம். அதன் அணு எடை 12 என்பர். 12 கைக்கு நேராக இந்தக் கணக்கு இருக்கின்றதல்லவா? கரி அணுக்கள் போல மிக மிக நீண்ட சங்கிலியாக வேறு அணுக்கள் அமைவது அருமை. பல பல வகையில் பல பல அளவில் பல பல நிறத்தில் இந்தக் கரியணுக்கள் கூடி ஈழை என்றும், கோழை என்றும், உமிழ்நீர் என்றும், சிறுநீர் என்றும், பித்தநீர் என்றும், புளிப்பு என்றும், இரத்தம் என்றும், கண்ணீர் என்றும், முருந்து என்றும், எலும்பு என்றும், மயிர் என்றும், நகம் என்றும், தோல் என்றும் மீந்தோல் என்றும், மூளை என்றும் பல பல வடிவம் கொண்டு உடலமாக அமைகின்ற வியப்பே வியப்பு! நம் அடுப்பை எரிப்பது மட்டும் கரியென எண்ண வேண்டாம். நாம் எழுதுவதெல்லாம் கரிக்கோலே. வயிரத்தின் மேல் பெண்களுக்கு இயல்பாக உள்ள பேராசையின் காரணம் என்ன? நம் உடம்போடு கூடப் பிறந்த கரியோடு

கரியாய் இருப்பதே காரணம். நாம் உண்ணும் உணவெல்லாம் கரி அணுவின் பல வகைச் சங்கிலிக் கோலங்களே.

சூரிய பக்தி

இவ்வாறு பலவகையான கரிச் சங்கிலிகளைப் பின்னுபவன் சூரியன் என்ற கம்மாளனே. நக்கீரர் கடலருகே சூரியர் எழுவதனைக்கண்டு மயிலேறும் பெருமாளை நினைத்துக் கொண்டது இயல்புதான். கரியையோ வேறு பொருளையோ நேரே நாம் உண்ண முடியாது. அவற்றை உண்ணும் உணவாக அமைத்துத்தரும் சூரியனுடைய தாய்மை அன்பினை உற்று நோக்குதல் வேண்டும். செடிகொடிகள் பச்சையாகக் கண் குளிரக் காட்சி அளிக்கின்றன. இது சூரியன் ஊட்டுகிற அமுத நிறம். பச்சைக் குதிரைமேல் ஏறிவருகின்றான் என்று சூரியனைப் பாடுவது உண்டு. சூரியன் எதிரில் இல்லாமல் இருட்டு அறையில் இந்தச் செடிகளை வளரவிட்டுப் பார்த்தால் என்ன காண்கிறோம்? அவை வெளுத்துச் சோகையாய் சாகின்றன. சூரியகாந்திப்பூ மட்டும் சூரியனை நோக்கி நிற்கின்றது என எண்ண வேண்டாம். எல்லாச் செடிகளும் சூரியனையே நோக்கி நிற்கின்றன. நிழலில் வளரும் செடி தன் கிளையை சூரியனுக்காக நீட்டிக்கொண்டு வளரும். தலைகீழாகச் செடியைக் கவிழ்த்து வைத்தால் இது நேராக வளருவதை விட்டு மடங்கித் திரும்பிச் சூரியனை நோக்கி மேல் எழும்பி வளரும். ஓர் அறிவுயிர்களும் இவ்வாறு கழைக்கூத்தாடிக் கரணம் போடும்படி செய்வது சூரியனே. "தாயறியாக் கன்று உளதோ?" சூரியனை அறியாத செடி உளதோ? அவற்றின் உடலிலேயே சூரிய பக்தி அப்படி ஊறி இருக்கிறது.

சூரிய குடும்ப பண்டமாற்று

செடிகள் பச்சையாக இருப்பது அவற்றின் அணு அறையில் (Cell) பச்சை என்ற ஒரு பொருள் (Oldloroplayl) இருப்பதாலேயாம். நஞ்சை எல்லாம் அமுதாக்கும் சித்தர் சஞ்சீவி இதுதான், உலகில் கிடைக்கும் அடிப்படைப் பொருள்களை உணவாக மாற்றுவது இப்பச்சைப்பொருள் தான். சூரியன் எதிரே அவனுடைய வெய்யிலை வாரிவிழுங்கிற இந்தப் பச்சைச் சஞ்சீவி அவ்வாறு விழுங்கிப் பெற்ற ஆற்றலின் பயனாகக் காற்றிலே பரவிக்கிடக்கிற, கரிஈருயிரியை (Carbon dioxide - கார்பன்டை ஆக்சைட் அல்லது

கரிஅமில வாயு) உறிஞ்சிக் குடிக்கிறது. நாம் மூச்சு விடும்போது கக்குகிற காற்று இந்தக் கரி ஈருயிர்தான். இதனை உட்கொள்ளும் பச்சைச் சஞ்சீவி இதிலுள்ள கரியினையும், உயிரியத்தையும் (Oxigen-ஆக்சிஜன் - அல்லது பிராணவாயு) வேறு பிரிக்கிறது. கரியணுவை வேறு பொருள்களோடு சேர்த்து இந்தப் பச்சையே மரத்தின் பல உறுப்புக்களையும் அமைக்கின்றது. அந்த அமைப்பே நமது உணவாக நம் உயிரை வளர்க்கிறது. உயிரியத்தினை நாம் மூச்சு வாங்குமாறு அந்தப் பச்சையே வெளியே விட்டுவிடுகின்றது. நாம் கரியீருயிரியை மூச்சு விடும் போது எல்லாம் மரத்திற்குக் கொடுத்தால் மரம் நாம் மூச்சு வாங்க உயிரியம் கொடுக்கின்றது. உயிர் வாழ உணவு கொடுக்கின்றது. பண்டமாற்றம் சரியாக இருக்கின்றது அல்லவா? உயிரியம் இல்லையானால் நாம் மூச்சு வாங்குவது எங்கே? நம் இரத்தத்தைச் செம்மையாக்கித் தூய்மைப்படுத்துவது எங்கே? உணவு இல்லையானால் வாழ்வது தான் எங்கே? உயிர்ப்பொருள்கள் எல்லாம் கக்கும் கரியீருயிரியாம் ஆலகால விஷத்தை உண்டு மரமானது இவ்வாறு நமக்கு அமுதத்தைத் தரவில்லையானால் உயிர்ப் பொருள்கள் எல்லாம் அந்த ஆலகால விஷத்தால் செத்துப்போகும் அன்றோ? ஆகையால் மாத்திலுள்ள இந்தப் பச்சையைச் சஞ்சீவி என்பதற்கு என்ன தடை இருக்கிறது? மக்களும் மாக்களும் மரங்கொடியுமாய் ஒருவருக்கு ஒருவர் பண்டமாற்றி உதவி ஒரு சூரிய குடும்பமாய் வாழுகின்ற உண்மையும் இந்தப் பச்சை வழியே வெளியாக வில்லையா?

பச்சைச் சஞ்சீவி

உணவினைக் கரியணுக்களைக் கொண்டு அமைக்கின்ற முறை ஒரு பெரிய சித்தர் முறை. கரியை நேரே உண்டால் அது உடம்பில் ஒட்டாது. உடம்பு அதனை அப்படியே வெளியே தள்ளும். மாவுப்பொருள் (Starch) என்றும், கொழுப்பு (Fat) என்றும்;...* செய்யும் பிசிதம் (Protein) என்றும், பலபல வகையாக உடலுக்கு வேண்டியிருக்கும் உணவுப் பொருள்கள் எல்லாம் கரியணுக்களின் பலபல அவதாரங்களே. இப்படி அவதாரம் எடுத்த பின்னர், இவை உடம்பில் ஒட்டுகின்றன. உடம்பை வளர்க்கின்றன. இந்த உணவுப் பொருளில் கரியோடு வேறு பொருள்களும் கலந்திருக்கக் காண்கிறோம். உயிரியம், (ஆக்சிஜன் - பிராணவாயு) நீரியம்,

---

* எழுத்துகள் தெளிவற்று இருக்கின்றன.

(ஹைட்ரோஜன்) காலகம், (நைட்ரொஜன் - அல்லது வெடி உப்பு வாயு) முதலியவாகக் கரியுடன் கலக்கின்ற பொருள்களைக், காற்றிலிருந்தும் தரையிலிருந்தும் உறிஞ்சி எடுத்து, கரி அணுக்களோடு சேர்த்து, உணவுப் பொருளாக இந்தப் பச்சைச் சஞ்சீவியே, அமைத்து வைத்து, செடி கொடிகளாக வளர்க்கின்றது. எள், நிலக்கடலை, தேங்காய் முதலியவற்றில் கொழுப்பும், அரிசி கோதுமை, கேழ்வரகு முதலியவற்றில் மாவுப் பொருளும், கடலை, துவரை உளுந்து முதலியவற்றில் பிசிதமும் நிறைந்து இருப்பதனை அவற்றினை உண்ட யார் தான் அறியார். இவற்றினை உண்ணும் உயிர்ப் பொருள்களிலும், இவை உடம்போடு உடம்பாய்க் காத்துக்கொண்டு கிடக்கின்றன. அதனாலேயே மாட்டை விழுங்கும் புலி இவற்றை எளிதில் பெறுகின்றது.

எல்லாம் வல்ல சித்தர்

இவ்வளவுதானா இந்தப் பச்சை செய்யும் சித்து. கந்தகம், (Sulphur) எரிகந்தகம், (Phosphorus) சாம்பல் உப்பு (Potassium) முதலிய எத்தனையோ பொருள்கள் உடம்புக்கு வேண்டும் எனக் கண்டோம். இவற்றினையும் தரையில் இருந்து உறிஞ்சி எடுத்து உணவாகச் செடியில் அமைப்பது இந்தப் பச்சையேயாம். எத்தனை வகையான உப்புக்கள் எத்தனை வகையான கீரைகளில் கிடைக்கின்றன! உடம்பில் ஒட்டக்கூடிய நிலையில் வேறு எங்கும் இவை கிடைப்பதில்லை. இதற்காக அன்றோ எருவிட்டுச் செடிகளையும் பயிர்களையும் வளர்க்கின்றோம். அருவருப்போடு நாம் குப்பையில் வீசி எறியும் எருவெல்லாம் மருக் கொழுந்தாய் மணப்பது எதனாலே? தித்திக்கும் செங்கரும்பாய்த் தேமாங்கனியாய்க் கொடிமுந்திரியாய் இனிப்பது எதனாலே? கொழுகொழுத்த உளுந்தாய் வாதுமையாய் வளங்கொழிப்பது எதனாலே? கைக்கினிய கண்ணுக்கினிய கருத்துக்கினிய அழகிய பூக்களாய் மலர்ந்து காதுக்கினிய பாடல்களைப் பாடும் பறவை களை வரவழைப்பது எதனாலே? பச்சைச் சஞ்சீவிச் சித்தராலே யேயாம். ஆனால் பச்சைச் சஞ்சீவி சூரியன் வெயிலில் தன்னைத்தானே புடம் போட்டால் தான் இத்தனைச் சித்தும் விளையாடக்கூடும். இல்லையானால் வெளுத்துச் சோகையாய்ச் செத்து ஒழியும். ஆதலின் சித்தர்க்கும் சித்தராய் எல்லாம் வல்ல சித்தர் எனச்சித்து விளையாடுவது சூரியச்சித்தரேயாம்.

தோல்வாய்

இது வரையிலும் வாய்வழியாகச் சூரியனை வாரி விழுங்கு வதைக் கண்டோம். இனி நம் தோலேவாயாக, அவனை நேரே வாரி விழுங்கும் வியப்பினை அடுத்துக் காண்போம்.

தமிழ்த் தென்றல், 01-02-1949

“சூரியனை விழுங்கும் : : : தோல்வாய்”

பேராசிரியர்:
திரு. ஈ. த. இராசேசுவரி அம்மையார்
எம். ஏ., எல். டி.

தோல்வாய்

சூரியனை வாரி வாரி விழுங்குகிறோம் என்று கண்டோம். வாயினால் மட்டுமோ? தோலே வாயாகச் சூரியனை வாரி விழுங்குகிறோம். கண்ணால் அவனைப் பருகுகிறோம். நம் உடலின் ஒவ்வோர் அணுவும் வாயைத்திறந்து கொண்டு சூரியனை விழுங்குகிறது.

புரட்சி

சூரியனிடமிருந்து வெளிவருவது நாம் முன்கண்ட ஒளி மட்டும் அன்று. இந்தச் சூட்டில் உணவு நமக்கு என வெந்து வருவதைக் கண்டோம். சூரியனிடம் இருந்து வரும் மற்றொரு பொருளும் உணவாகி நம்மை வளர்க்கிறது. சூரியனைப் பகலவன் என்கிறோம். அவன் பகல் செய்வது எப்படி? பட்டப்பகல் வெட்ட வெளிச்சம் என்று சொல்லவில்லையா? இந்த ஒளி வெளிச்சம் என்ன மாறுதலைச் செய்கிறது? இரவில் வாழும் வாழ்வைநோக்க பகலில் வாழும் வாழ்வு பெரியதொரு புரட்சியேயாம். கதிரவன் காலையிலே காகா என எழுவதற்குள்ளேயே கருவானம் வெளுக்கிறது. புல்பூண்டு முதல் எல்லா உயிர்களும் துயில் எழுகின்றன. சோம்பி உறங்கிச் சோர்ந்து கிடந்து உணவினையும் விரும்பாது ஒடுங்கி அடங்கி வீழ்ந்த நிலையில் இருந்து கதிரவனது ஒளி எல்லோரையும் தட்டி எழுப்புகிறது. உடலினில் ஒரு புதிய உணர்ச்சியைப் பாய்ச்சி விடுகிறது. ஒரு ஊக்கம் ஒரு புத்துயிர் ஒரு மகிழ்ச்சி எங்கும் பொங்குகிறது. குளங்களில் மூடிக்கிடந்த தாமரை அழகாக மலர்ந்து விரிகிறது. அதன் உள்ளே முன்னாள் மாலையில் சிக்கிக்கொண்ட வண்டு ரீங்காரம் பாடிக்கொண்டு மேலே பறந்து ஓடுகிறது. குருவிகள் இரை தேடப் பாடி ஆடிப் போகின்றன. மக்களும் மகிழ்ச்சியாக எழுகின்றனர். மூடிய கதவு திறக்கின்றது. நெல்லும் காய்கிறது. துணிகளும் உலர்கின்றன. சிறுவர் ஓடி ஆடி விளையாடுகின்றனர். என்ன புரட்சி? என்ன வியப்பு? சுறுசுறு எனச் சூடு ஏறிக்கொண்டே போகும் இந்த நாட்டிலும் மக்கள் வெயிலை விரும்புவானேன்? அவர்கள் வேண்டும் என்று விரும்புகிறார்கள்? அவர்களையும் அறியாமல் அவர்கள் உடம்பில்

15. சூரியனை விழுங்கும் தோல்வாய்

தோல்வாய்

சூரியனை வாரி வாரி விழுங்குகிறோம் என்று கண்டோம். வாயினால் மட்டுமா? தோலே வாயாகச் சூரியனை வாரி விழுங்குகிறோம். கண்ணால் அவனைப் பருகுகிறோம். நம் உடலின் ஒவ்வோர் அணுவும் வாயைத் திறந்து கொண்டு சூரியனை விழுங்குகிறது.

புரட்சி

சூரியனிடமிருந்து வெளிவருவது நாம் முன் கண்ட சூடு மட்டும் அன்று. இந்தச் சூட்டில் உணவு நமக்கு என வெந்து வருவதைக் கண்டோம். சூரியனிடம் இருந்து வரும் மற்றொரு பொருளும் உணவாகி நம்மை வளர்க்கிறது. சூரியனைப் பகலவன் என்கிறோம். அவன் பகல் செய்வது எப்படி? பட்டப்பகல் வெட்ட வெளிச்சம் என்று சொல்ல வில்லையா? இந்த ஒளி வெளிச்சம் என்ன மாறுதலைச் செய்கிறது? இரவில் வாழும் வாழ்வைநோக்க பகலில் வாழும் வாழ்வு பெரியதொரு புரட்சியேயாம். கதிரவன் காலையிலே காகா என எழுவதற்குள்ளேயே கருவானம் வெளுக்கிறது. புல்பூண்டு முதல் எல்லா உயிர்களும் துயில் எழுகின்றன. சோம்பி உறங்கிச் சோர்ந்து கிடந்து உணவினையும் விரும்பாது ஒடுங்கி அடக்கி வீழ்ந்த நிலையில் இருந்து கதிரவனது ஒளி எல்லோரையும் தட்டி எழுப்புகிறது. உடலினில் ஒரு புதிய உணர்ச்சியைப் பாய்ச்சிவிடுறது. ஒரு ஊக்கம் ஒரு புத்துயிர் ஒரு மகிழ்ச்சி எங்கும் பொங்குகிறது. குளங்களில் மூடிக்கிடந்த தாமரை அழகாக மலர்ந்து விரிகிறது. அதன் உள்ளே முன்னாள் மாலையில் சிக்கிக்கொண்ட வண்டு காந்தாரம் பாடிக்கொண்டு மேலே பறந்து ஓடுகிறது. குருவிகள் இரை தேடப் பாடி ஆடிப் போகின்றன. மக்களும் மகிழ்ச்சியாக எழுகின்றனர். மூடிய கதவு திறக்கின்றது. நெல்லும் காய்கிறது. துணிகளும் உலர்கின்றன. சிறுவர் ஓடி ஆடி விளையாடுகின்றனர். என்ன புரட்சி? என்ன வியப்பு? சுறுசுறு

எனச் சூடு ஏறிக்கொண்டே போகும் இந்த நாட்டிலும் மக்கள் வெயிலை விரும்புவானேன்? அவர்கள் வேண்டும் என்றா விரும்புகிறார்கள்? அவர்களையும் அறியாமல் அவர்கள் உடம்பில் ஒவ்வோர் அணுவும் சூரியன் எதிரே இன்பக் கூத்தாடுகின்றது.

கண் விருந்து

சூரியன் இல்லையானால் அழகு என்றதே உலகில் இருக்க முடியுமா? எல்லாம் ஒரே மங்கலாகக் கிடக்கும். வானவில்லின் அழகிய ஏழு நிறங்கள் - நீல வானம் - பொன்னைக் காய்ச்சி உருக்கியது போல ஒளிரும் செவ்வானம் - அந்த ஒளியில் பலபல நிறங்களாய்ப் பச்சையும், நீலமும் வெள்ளையுமாய்க் களிக் கூத்தாடும் கடல் - பச்சைப் பசேர் என்ற இலைகள் - செக்கச் சிவந்த துளிர்கள் - கருநீலப் பூக்கள் - மஞ்சளான பழங்கள் - வெள்ளைக் கிழங்குகள் - பலநிறத்தையும் பளபள எனக் காட்டி ஆடும் அழகிய மயில்- மக்கள் எழுதும் பலவகையான ஓவியங்கள் இவை அனைத்தும் சூரியன் ஒளி இல்லையானால் அழகு இன்பம் கொழிப்பது எங்கே? இவற்றைக் காணும்போது கண்ணும் கருத்தும், உடலும் உயிரும் உள்ளேயுள்ள கடவுளோடு பேரின்பக் கூத்தாடவில்லையா? இவற்றைக் கண்டு களிப்பது என்றால் என்ன? சூரியனை இவ்வாறு கண் வழியாக வாரி வாரி விழுங்கி விருந்துண்டு மகிழ்வதே அல்லவா?

ஒளியின் திருவிளையாடல்

இவ்வாறு எல்லோரும் விரும்பும் இந்தச் சூரிய ஒளி எத்தகையது என்று ஆராயும் போதுதான், நம்மையும் அறியாமல் நாம் உண்டு வரும் பலவகை விருந்துகள் நமக்குப் புலனாகின்றன. கண்ணால் காணும் வெளிச்சத்தை மட்டுமே ஒளி என்கிறோம். சில ஒளி வெண்மையாகவும், சில ஊதாவாகவும், சில அவுரி நீலமாகவும்; சில நீலமாகவும், சில பச்சையாகவும், சில காவியாகவும், சில சிவப்பாகவும், சில பல வித கருஞ்சிவப்பாகவும், காட்சி அளிக்கின்றன. வெள்ளை ஒளியை ஒரு பச்சைக் கண்ணாடி கொண்டு பார்த்தால் அது பச்சையாகத் தெரிகிறது. நியூடன்(Nearton) என்ற விஞ்ஞானப் பெரியார் வெள்ளை ஒளியினை ஆராய்ச்சி செய்து அதில் வானவில்லில் தோன்றுகிற ஏழுநிறங்களும் கலந்து

இருப்பதாகக் காட்டினார். முப்பட்டைப் பளிங்கினூடே வெள்ளை ஒளி பாய்ந்து வரும்போது ஊதா, அவுரி, நீலம், பச்சை, மஞ்சள், காவி, சிவப்பு என்று வரிசையாக எழு நிறங்களாய்த் தோன்றுவதனைக் குழந்தைகளும் கண்டு மகிழவில்லையா? சில பொருள்கள் கண்ணாடி முதலியன போல, ஒளியை உள்ளே ஊடுருவிப் போகவிடுகிற ஒளியூடுருவிப் பொருள்களாம் (Transparent). சில மரம் முதலியன போல ஒளித்தடைப் பொருள்களாம் (Opaque). வேறு சில பச்சைக் கண்ணாடி போலக் குறிப்பிட்ட ஒளியை மட்டும் உள்ளே ஊடுருவ விடுகிற ஒரு திற ஒளியூடுருவிப் பொருள்களாம். வேறு சில மணலில் தேய்த்த கண்ணாடி போல ஒளிசிதறு பொருள்களாம். ஒளியின் திருவிளையாடல் இன்னும் பலப்பல. ஒரு சில ஒளிகளில் ஏதேனும் ஒரு நிறம் இருப்பதே இல்லை. பட்டணங்களில் இப்போது பால் போன்ற வெள்ளைக் குழையில் மின்சார விளக்குகள் எரிகின்றன. இவற்றைப் பாதரச விளக்குகள் என்பார்கள். இந்த விளக்கொளியில் மேலே கூறிய எழுநிறங்களில் சிவப்பு நிறமே கிடையாது. இன்னும் வேறு சில ஒளிகள் உண்டு. இவை கண்ணுக்குப் புலனாகாமையால் படத்தில் விழக்காணலாம். மருத்துவ நிலையங்களில் எலும்பு முறிந்தாலும், நுரை ஈரல் நின்று போனாலும் எக்ஸ்ரே அல்லது புதிர்க் கதிர் (X-Ray) படம் பிடிக்கிறார்கள் அல்லவா? இது காணா ஒளியின் திருவிளையாடலே.

அலைவெள்ளம்

"காணா ஒளி" பேரே ஒரு உளறல் போலத் தோன்றுகிறது. ஆனால் சூரியனிடமிருந்து எல்லா ஆற்றலையும் பெறுகின்றோம் எனக்கண்ட நமக்கு ஆற்றல் வெள்ளமே உலகமாய் இயங்கி வருவது புலனாகும். சர்வம் சக்தி மயம் ஜகத். ஆற்றல் ஓயாது இயங்கிக் கொண்டே கிடக்கிறது. நாதமே அண்டமெல்லாம் என நாதப் பிரம்மத்தை வழிபடுகின்றார்கள் அல்லவா? நாதம் உள்ளூற எழும் அசைவேயாம். உலகிலுள்ள எல்லாவித இயக்கங்களையும் மின்காந்த அலைகள் எனக் கூறிவிடுகின்றனர். ஒளி, ஒலி, மின்சாரம், காந்தம், சூடு என்பன எல்லாம் இதில் அடங்கும். இந்த அலைகள் மிகமிகப் பெரிய அலைகளில் இருந்து மிகமிகச் சிறிய அலைகள் வரையும் உள்ளன. வானொலியில் பயன்படும் அலைகள் மிகமிகப் பெரியவை. சில அலைகள் செவிக்குப்

புலனாகின்றன. இவற்றை ஒலி என்கிறோம். காதுக்குக் கேளா ஒலியும் உண்டு. சில அலைகள் கண்களுக்குப் புலனாகின்றன. இவற்றை ஒளி என்கின்றோம். நிறமாலையில் சிவப்பு அலையின் நீளம் 7/10,0,000 சென்டிமீடர். ஊதா அலையின் நீளம் 4/100,0000 சென்டிமீடர். இந்த எல்லைக்குள்ளே தான் நாம் கண்ணால் காணும் நிறங்கள் எல்லாம் தோன்றுகின்றன.

அப்பாலும் இப்பாலும்

சிவப்புக்கு இப்பாலும், ஊதாவுக்கு அப்பாலும் ஒளிகள் உண்டு. சிவப்புக்கு இப்பால் ஒளிக்கதிர்களை Infra red rays என்றும் ஊதாவுக்கு அப்பால் ஒளிக்கதிர்களை Ultre violet rays என்றும், ஆங்கிலத்தில் வழக்குகின்றனர். இவை எல்லாம் காணா ஒளிகளே. இவை நம் தோலுக்கு ஒரு வகையாகப் புலனாகின்றன. புகைப்படத்தில் விழுந்து காட்டுகின்றன. "எக்ஸ்-ரே" ஒளி "ஊதா வுக்கு அப்பால் ஒளி"யைச் சேர்ந்தது. இது தோலைத் தின்று விடுமாம். "சிவப்புக்கு இப்பால் ஒளி" சூடாக உடலைத் தாக்கும். பத்து அடி வரையில் மூடுபனி சில போது தவழ்வதுண்டு; அப்போது கண்ணுக்கு ஒன்றும் தெரியாது ஆனால் இந்த ஒளி அதனையும் ஊடுருவிப்பாயும். இந்த ஒளியைப் பயன்படுத்தியே மூடுபனியில் கப்பலை ஓட்டி வருகின்றார்கள். இந்த ஒளி அலைகள் நன்றாகப் பழுக்கக் காய்ச்சிய இரும்பிலிருந்தும் வெளிவரும். இதிலிருந்து அதன் சூட்டை ஒருவாறு உணரலாம். இந்த ஒளியைக்கொண்டு இப்போது செய்துவரும் விந்தைகள் பலப்பல. "கள்வர் வெருட்டி" (Burglers alarm) என்ற எந்திரம் ஒன்று தானாகவே திருடரைப்பிடித்து விடுகிறது. செலினியம் என்பது ஒளியின் நுண்ணிய மாறுதல்களையும் காட்டும் ஒரு தனிப்பொருள் (Element) மின்சாரம் அதன் வழியே எளிதில் பாய்ந்து ஓடும். 'சிவப்புக்கு இப்பால் ஒளி' அதன் மீது பாய்ந்தால் அதில் மின்சாரம் ஓடுவது தடைபடும். இந்த ஒளியை வீசும் விளக்கு ஒன்று பணப்பெட்டியின் எதிரே பல அடி துரத்தில் எரிந்துகொண்டு இருக்கும். பெட்டியின் மீது பதித்து வைத்த செலினியத்தின் மேல் அந்த விளக்கின் ஒளி பாய்ந்து கொண்டே இருக்கும். அதனால் மின்சாரம் ஓடுவது தடைப்பட்டு அதன் வழியே அமைத்துள்ள மின்சாரமணி அடிக்காது நிற்கும். இந்த ஒளி கண்ணுக்குப் புலனாகாது. திருடன் பெட்டிக்கு அருகே வருவது

என்றால் இந்த பெட்டிக்கும் விளக்குக்கும் குறுக்காகத்தான் வர முடியும். அப்படிக் குறுக்காக, வந்ததும் இந்த விளக்கின் ஒளி பெட்டியின் மீது பாய்வது தடைபடும் அன்றோ? தடைபட்டதும் முன்னே இந்த ஒளியால் தடைப்பட்ட மின்சாரம் தடை நீங்கி ஓடத் தொடங்கும்; மணி அடிக்கும். அறையின் கதவும் இறுகப் பூட்டிக்கொள்ளும்; திருடனும் சிறைபடுவான். இந்தச் சுடு ஒளிகள் சூரியனாரது வெயிலாய்ச் செய்கிற விளையாட்டை முன்னரே கண்டோம்.

மரத்தில் எழுதிய கதை

சூரியனார் ஒளி வானவில்லில் ஏழாகப் பிரிந்து தோன்று வதனையும் குழந்தைப் பருவம் முதல் கண்டு களித்துள்ளோம். மேகத்திலுள்ள நீர்த்துளியில் விழுகிற சூரியன் ஒளியல்லவா வான வில்லாகத் தோன்றுகிறது! வானத்தில் அந்தக் காட்சி! மண்ணில் என்ன காட்சி? சூரியனுடைய ஒளி மிக்குத் தோன்றும்போது மரம் செடிகள் வளம்மிக்கு வளர்கின்றன. ஒளி குறையும்போது வளமும் குறைகிறது. சூரியஒளி ஏறக்குறைய ஒரு மாமாங்கத்துக்கு ஒருமுறை - 11 ஆண்டுகளுக்கு ஒரு முறை இவ்வாறு மாறுகிறதாம். குறிஞ்சிப்பூ மாமாங்கத்திற்கு ஒருமுறை தழைத்துப் பூக்குமாம். ஒரு மாமாங்கத்திற்கு ஒரு முறை உலகில் கருப்பு வருகிறதாம். இந்தக் கருப்பின் வரலாற்றை எல்லாம் ஒன்றும் விடாமல் மரங்கள் தங்கள் அடி மரத்தினுள்ளே எழுதிவருகின்றனவாம். அடிமரத்தைக் குறுக்காக அறுத்தால் வளையம் வளையமாக இருக்கக் காணலாம். ஓர் ஆண்டுக்கு ஒரு வளையம் விழுவதால் இந்த வளையங்களைப் பார்த்தே மரத்தின் வயதைக் கூறிவிடலாம். செழுமையான ஆண்டில் இந்த வளையம் அகன்ற வளையமாக விழும். பஞ்சமான ஆண்டில் மெல்லிய வளையமாக விழும். டக்லஸ் (Prot Douglas) என்ற பேராசிரியர் மரங்களின் வளையங்களை ஆராய்ந்தே உலகில் சென்ற பல ஆயிரம் ஆண்டுகளில் எந்த எந்த ஆண்டில் பஞ்சம் வந்தது என்று கூறிவிடுகின்னார். இன்னும் இவ்வாறே சூரிய ஒளியின் செழுமைக்கும் உலகின் செழுமைக்கும் உள்ள ஒற்றுமையைக் காட்டப் பலர் முற்படுகின்றனர்.

ஒவ்வோர் நிறமாய் எடுத்துச் சுவைத்தல்

இந்தக் கொழுமை சூரியன் சுடச்சுடக் காய்ந்து மழையைப் பொழிவிப்பதால் மட்டும் எழுகிறது என்று எண்ணிவிடக்

கூடாது. நேரே சூரிய ஒளியும் கொழுமையை விளைவித்து உலகினைச் செழுமையாக்குகிறது. சூரியனது ஏழு நிறங்களில் ஒரு சில நிறங்கள் சில செடிகளுக்கு வேண்டி இருப்பதனை அறிஞர் ஆராய்ந்து உள்ளனர். உருளைக் கிழங்கு, இலை வெடிக்கும்போது நீல ஒளிக்காக வளைகிறதேயன்றிச் சிவப்பு ஒளிக்காக வளைகிறதில்லை. ஆனால் முளை விடுவதற்கு முன்னோ சிவப்பு ஒளி வேண்டும். பச்சைக் கீரைச்செடி (Lettuce) சிவப்பு, காவி, மஞ்சள், என்ற ஒளிகளில் தான் முளைக்கும். நீலம், பச்சை என்ற ஒளிகளில் முளைப்பது இல்லை. உயிர் வளர்ச்சிக்கும் பலவகை நிறங்களுக்கும் உள்ள தொடர்பினை எல்லாம் மேலும் ஆராய்ந்து உலகம் அறிய வேண்டும். உயிர்ப் பொருள்கள் தமக்கு வேண்டியபடி ஒவ்வொரு நிறமாய்ச் சூரிய ஒளியில் இருந்து, பிரித்து, எடுத்து உண்கின்றன என்பது இவ்வளவும் கூறியதால் விளங்கி இருக்கும்.

உயிர் விளக்கு ஏற்றுவது

தோல்வழியே நிறங்களை வாரி விழுங்குவது, அவ்வளவு சிறப்பு இல்லை. நம்மையும் அறியாமல் நம் உடம்பு சூரியனை விழுங்குவதுதான் இங்குள்ள சிறப்பில் எல்லாம் சிறப்பு. இவ்வாறு வாரி விழுங்குவது உணவையல்ல; உயிரையேயாம். ஒளிகளில் ஆராய எஞ்சி நிற்பது 'ஊதாவிற்கு அப்பால் ஒளியே'. இது தான் சஞ்சீவி. தோல் இதன் எதிரே கருகுவதால் தோலே வாயாக இது விழுங்கப் பெறுகிறது. உணவிலுள்ள பொருள்களை மாவுப் பசை என்றும் (Starch), மாவுச் சக்கரை என்றும் (Carbohydrate), கொழுப்பு என்றும் (Fat), ஊனாக்கும் பிசிதம் (Protein) என்றும், உப்புகள் (Salts) என்றும், உலோகங்கள் (Menerals) என்றும், கூறி வந்தோம். ஒவ்வொரு உயிர்ப் பொருளுக்கும் இவை எவ்வளவில் வேண்டும் என்றும் அறிஞர்கள் அறிவார்கள். அந்தப் பொருள்களை மட்டும் தனித்தனியே வேண்டிய அளவில் ஆராய்ச்சியாளர்கள் எலிக்குத்தந்து வந்தார்கள். இந்தச் செயற்கை உணவால் எலிகள் இறந்தன. இயற்கையான பச்சைப் பாலைத் தந்ததும் எலிகள் இறப்பது நின்றுவிட்டது. வேண்டிய அளவு திரியும் எண்ணெயும் அகலும் மட்டும் இருந்தால் விளக்கு எரியுமா? சுடர் விளக்கு வந்து திரியை ஏற்றவேண்டும். அதுபோல உடலுக்கு வேண்டிய பொருள்கள் எல்லாம் உணவில் இருந்தாலும் உயிர் வாழ்வதற்கு

உயிர்ச்சத்து என்கிற சுடர்பற்றிக் கொள்ள வேண்டும். கப்பலில் பயணம் போனவர்கள் பச்சையான கீரை பழம் முதலியன இன்றி உலர்ந்த வற்றல், தகரப் பெட்டியில் அடைத்த உணவுப் பொருள்கள் முதலியவற்றை உண்டபோது சோகை பல்ஈறின் வீக்கம் முதலிய வியாதிகண்டு இரத்தம் கக்கிச் செத்தார்களாம். இங்கே ஒருவகை உயிர்சத்து இல்லாமையாலேயே இந்தக் கேடு விளைந்தது. எலிமிச்சம் பழம் தின்றதும் இத்தகைய நோய் எல்லாம் மாயமாய் மறைந்ததாம். சூரிய ஒளியில் வீங்கிப் பழுத்த பழங்கள் C என்ற உயிர்ச்சத்து நிரம்பியவை. இவையே சூரிய ஒளியின் புதுமணம் வீசி உயிரை வளர்க்கின்றன. குழந்தைகளின் வளர்ச்சிக்கும் 'தொத்து நோயைத் தடுப்பதற்கும், பகல் குருடு வாராது இருப்பதற்கும் A என்ற உயிர்ச்சத்து வேண்டும். சூரிய ஒளியில் வளரும் செடிகளின் இலையிலும் சூரிய ஒளியில் பழுக்கும் தானியங்களின் தவிட்டிலும் இந்தச் சஞ்சீவி வளர்கிறது. தவிடு நீங்கிய மினுக்கரிசியை உண்பதால், பசி எடுக்காது; மலச்சிக்கல் உண்டாகும்; நரம்பு தளர்ச்சியால் தள்ளாடுவோம்; தலை முதலியன நோகும். கால், கை திமிர் பிடிக்கும் முடிவில் நெஞ்சும் திமிர்கொள்ளும் B என்ற உயிர்ச்சத்து இல்லாமையே இங்குள்ள குறை. சூரிய ஒளியைக் கவர்ந்து வரும் முளை கட்டிய தானியங்கள், தவிடு நீங்காத அரிசி முதலியன இந்த உயிர்ச்சத்து நிரம்பியவை பல திரிகள் கொண்டு திரித்த கயிறே போல பல பொருள்கள் கொண்டு ஆவதாகும் இந்த சஞ்சீவி. இதில் உள்ள சில பொருள்கள் சூடுக்கு அஞ்சி ஓடும், சில ஓடாது; சில சில பொருளை உறிஞ்சி எடுக்காதவை. இதில் வடிகட்டும் பொருளும் உண்டு. கரையைத் தடுக்கும் பொருளும் உண்டு. உறிஞ்சும் பொருள்களும் உண்டு. நிக்கோடைன் காடியும் (Nicotine) உண்டு. எலிக்கு இன்றி அமையாப் பொருள்களும் உண்டு. புறாவுக்கு இன்றியமையாப் பொருள்களும் உண்டு. இரண்டுக்கும் இன்றியமையாப் பொருள்களும் உண்டு. முட்டி வீக்கத்தைத் தடுக்கும் பொருள்களும் உண்டு. ரிபோப்ளாவின் (Riboflavin) என்ற பொருள் உண்டு. B1, B2, B3, B4, B5, B6 என்று எல்லாம் வழங்குவர்.

உடம்பில் ஒரு உயிர்ச்சத்து

இதுவரை கூறிய உயிர்ச்சத்துக்கள் சூரிய ஒளியில் சிறப்பாக உள்ள 'ஊதாவுக்கு அப்பால் ஒளி'யால் விளைகின்றனவேயாம். ஆகவே

நாம் உயிர் வாழவேண்டுமானால் சூரிய ஒளி இந்த வகையாலும் வேண்டுமென்பதாயிற்று. சூரியஒளி உணவை ஆக்கிக் கொடுப்பது மட்டும் அல்ல. புதிதாகச் சூரிய ஒளியில் வளர்ந்து வந்தவற்றை உண்டால் மட்டுமே உயிர்வாழலாம் உணவின் உயிர் விளக்கம் சூரியச் சுடராலேயே பற்றி எரியும். இல்லையானால் அவிந்து போகும். உணவாக உண்பனவற்றில் சூரிய ஒளியின் மணம் புத்தம் புதிதாக வீச வேண்டும் எனக் கண்டோம். அது மட்டுமா? D என்ற உயிர்ச்சத்து ஒன்று உண்டு. ஊதாவுக்கு அப்பால் உள்ள காணா ஒளி நம் உடம்பின் மீது பாய்வதால் உடம்பிலேயே இந்தச் சஞ்சீவி விளைகிறது. இதுவே வியப்பு. இந்த உயிர்ச்சத்து இல்லையானால் எலும்பு சரியாக வளர்வதில்லை. நம் உடம்பில் க்ளோரோஸ்டரால் (Chlorosterol) என்பதும், செடிகளில், எர்கோஸ்டரால் (Eposterol) என்பதும் இருக்கின்றனவாம். கானா ஒளி இந்தப்பொருள் மீது பாயும் போது என்ற உயிர்ச்சத்துப் பிறக்கிறதாம், இந்த ஒளியை நம் தோல் நேரே வாரி விழுங்குமானால் நமக்கு ஒரு கேடும் இன்றி வாழ முடியும் என்பதாயிற்று.

அமுத சஞ்சீவி

இந்தக்காணா ஒளியின் பெருமை இதனோடு முடியவில்லை. உடம்புக்கும், உடம்புக்குள்ளே மனத்திற்கும் உயிருக்கும் மருந்தாகி இனிக்கும் அமுத சஞ்சீவி இதுவேயாம். இதனை அடுத்துக் காண்போம்.

தமிழ்த் தென்றல், 01-03-1949

சூரியனார் தருகின்ற அமுத சஞ்சீவி

பேராசிரியர்:
திரு. ஈ. த. இராசேசுவரி அம்மையார்
எம். ஏ., எல். டி.,

சூரியனார் அருள் முத்திரை

தோலே வாயாகச் சூரியனை நாம் உண்டு களிக்கக் கண்டோம். அந்தத் தோலே வாயாக அவனை மருந்தாக வாரி விழுங்கியும் வருகின்றோம். ஊதாவுக்கு அப்பால் ஒளியென நாம் முன் கூறிய காணா ஒளியே இவ்வாறு உள்ளத்தினையும் உடலையும் மாற்றி அமைக்கும் மருந்தாம். நம் தோல் கறுத்துப் போவதனை இந்த ஒளி தன் அருள் முத்திரையை நம்மேல் போடுவதாகக் கொள்ளவேண்டும். உயிர்ச் சரக்கு என்கிற ப்ரோடப்ளாஸம் (Protoplasm) இந்தக் காணா ஒளியால் சிறிது அளவு சிதைகின்றது; தோல் காய்கிறது; சிறிது வீங்கிச் சிவக்கிறது; புண்போல் ஆகிறது; தோலும் உரிகிறது. இப்படி மேலும் மேலும் கெடாதபடி இயற்கையே தடுக்க முன் வருகிறது. அப்படித் தடுப்பது மெலனின் (Melanin) என்ற நிறப்பொருளேயாம். இது நம்முடைய தோலிலேயே இருக்கிறது. தோல் மேலும் மேலும் காணா ஒளியால் கெடாது இருக்க வேண்டி, இந்தக் கருநிறப் பொருள் தோலில் பரவுகிறது. அதனாலேயே சூடான நாட்டில் வாழ்பவர்களின் தோல் கறுத்து வருகிறது. பழுப்பு மக்களும், கறுப்பு மக்களும், சூரியனது காணா ஒளியை வாரி விழுங்க இவ்வாறு கவசம் பூண்டு உலாவுகிறார்கள்.

உண்ணியை உண்ணும் உண்ணி

தோலில் தோன்றும் க்ஷயத்திற்கு சூரியன் எதிரே நிற்பது நல்ல மருந்தாகும். இந்தக் காணா ஒளி, தான் பட்ட இடத்தில் வீக்கத்தை உண்டுபண்ணி அந்த நோயை இந்தத் தோலே எதிர்த்துப் போராடும்படிசெய்து விடுகிறது. தோலில் உள்ள அழுக்கு

16. சூரியனார் தருகின்ற அமுத சஞ்சீவி

சூரியனுர் அருள் முத்திரை

தோலே வாயாகச் சூரியனை நாம் உண்டு களித்தத‌னைக் கண்டோம். அந்தத் தோலே வாயாக அவனை மருந்தாக வாரி விழுங்கியும் வருகின்றோம். ஊதாவுக்கு அப்பால் ஒளியென நாம் முன் கூறிய காணா ஒளியே இவ்வாறு உள்ளத்தினையும் உடலையும் மாற்றி அமைக்கும் மருந்தாம். நம் தோல் கறுத்துப் போவதனை இந்த ஒளி தன் அருள் முத்திரையை நம்மேல போடுவதாகக் கொள்ள வேண்டும். உயிர்ச் சரக்கு என்கிற ப்ரோடப்ளாஸம் (Protoplasm) இந்தக் காணா ஒளியால் சிறிது அளவு சிதைகிறது; தோல் காய்கிறது; சிறிது வீங்கிச் சிவக்கிறது; புண்போல் ஆகிறது; தோலும் உரிகிறது. இப்படி மேலும் மேலும் கெடாதபடி இயற்கையே தடுக்க முன்வருகிறது. அப்படித் தடுப்பது மேலைனின் (Melanin) என்ற நிறப்பொருளேயாம். இது நம்முடைய தோலிலேயே இருக்கிறது. தோல் மேலும் மேலும் காணா ஒளியால் கெடாதுஇருக்க வேண்டி, இந்தக் கருநிறப் பொருள் தோலில் பரவுகிறது. அதனாலேயே சூடான நாட்டில் வாழ்பவர்களின் தோல் கறுத்து வருகிறது. பழுப்பு மக்களும், கறுப்பு மக்களும், சூரியனது காணா ஒளியை வாரி விழுங்க இவ்வாறு கவசம் பூண்டு உலாவுகிறார்கள்.

உண்ணியை உண்ணும் உண்ணி

தோலில் தோன்றும் க்ஷயத்திற்கு சூரியன் எதிரே நிற்பது நல்ல மருந்தாகும். இந்தக் காணா ஒளி, தான் பட்ட இடத்தில் வீக்கத்தை உண்டுபண்ணி அந்த நோயை இந்தத் தோலே எதிர்த்துப் போராடும்படிசெய்துவிடுகிறது. தோலில் உள்ள அழுக்குகளும் நஞ்சுகளும் இந்தக் காணா ஒளி பட்டதன் பயனாக விரைந்து ஓடும் இரத்த ஓட்டத்தால் நன்றாகக் கழுவப்பெறுகின்றன. இந்த ஒளி, நோயை விளைவிக்கும் உண்ணி (bacterial germs) களையும் கொல்லுகிறது. அந்த வகையிலும் இது சஞ்சீவியே ஆம். இது

மிகுதியாகத் தாக்குமானால் மனிதனையே கொன்றுவிடும். இதனை அவ்வாறு கொல்லமுடியாதபடி மிகச் சிறிய அளவில் நம்மீது பாயவிடுவதுதான் நாம் இயற்கையில் காணும் வியப்பு. நம் உடம்பில் இது தோலைத் தாண்டி உள்ளே போவதில்லை. அங்கே எழும் சிறிதளவு வீக்கமே இந்த ஒளி உள்ளே புகுவதனைத் தடுத்துவிடுகிறது.

வாலகில்லியர்கள்

இது சூரியனிலிருந்து பாயுமானால் பெருவாரியாக வாராதா? இந்த நஞ்சினை உண்டு நாம் எப்படி உயிர்வாழ முடியும்? அங்குத்தான் இயற்கையின் நுட்பம் விளங்குகிறது. ஒளி அலை எவ்வளவுக்கு எவ்வளவு சிறியதாகிறதோ அவ்வளவுக்கு அவ்வளவு அணுவினுள் பாய்ந்து அணுக் கோட்டையைச் சிதைக்கிறது. அணுவில் மின்சாரம் ஓடாமல் அடங்கிக்கிடக்கிறது. நேர்மின் கம்பியும் எதிர்மின் கம்பியும் என இரண்டு கம்பிகள் சேர்ந்தால் தானே மின்விளக்கு எரிகிறது; மின்விசிறி வீசுகிறது. அணுவிலும் நேர்மின்னியும் எதிர்மின்னியும் உண்டு. இவை இரண்டும் ஒரே அளவில் இருப்பதால் அணுவின் மின்சாரம் பொது நிலையில் நின்றுவிடுகிறது. நம் உலகினைச் சுற்றிக் காற்று மண்ட லம் போர்வை இட்டாற்போலப் பரந்து கிடக்கின்றது. இந்த காற்று மண்டலத்திலுள்ள அணுக்களில் இந்தக் காணா ஒளி பாய்ந்ததும் மிக இலேசான எதிர் மின்னிகள் எளிதில் சிதறி ஓடுகின்றன. அதனால் அணுவின் பொது நிலைகெட்டு மின்சாரம் வெளிப்பட்டுத் தோன்றும். இவ்வாறு சிதைந்த அணுக்களைச் செல்லிகள் (lons) என்பார்கள். இந்தச் செல்லிகளே செல்லி மண்டலமாகக் (Ionosphere) காற்று மண்டலத்தின் மேலே (Atmosphere) கிடக்கின்றன. இவ்வாறு இந்தக் காணா ஒளி தன் ஆற்றலைப் பெரும்பாலும் இழக்கின்றது. அன்றியும் நாகரீக உலகில் புகையும் ஈரமும் படிந்த நமது காற்று மண்டலம் இந்தக் காணா ஒளியை மிக எளிதில் ஊடுருவிச் செல்லவிடுவதில்லை. அதனால் சிறிதளவேதான் இந்த ஒளி நம்மீது வந்து பாய்கிறது. சூரிய ஒளி முழுதும் மக்கள்மேல் படாதபடி வாலகில்லியர் என்ற முனிவர்கள் அதனைத் தம்மேல் பாயவிட்டுக் கொண்டு அல்லும் பகலும் வானத்தில் ஓடுகின்றார்களாம். இது புராணக்கதை. உண்மையில் இந்த வாலகில்லியர்கள் நமது காற்று மண்டலமேயாம்.

சாவுவலை

இந்தக் காற்று மண்டலத்தினைத் தூயதாக்கித் தருவது மிகச்சிறு அளவில் பாய்கிற காணா ஒளியே. நோயை விளைக்கும் உண்ணிகள் உலகினைச் சூழ்ந்து கிடக்கின்றன. சூரியனை வாரி விழுங்கும் உயிர்கள் இவற்றையும் வாரி விழுங்குகின்றன. அமுதமும் ஆல கால விஷமும் ஒன்றாகக் கலந்து இவ்வாறு உலகினை மூடிக் கிடக்கின்றன. இவையும் கண்ணுக்குப் புலனாகாத உண்ணிகளே. இவை ஒவ்வொன்றும் ஒன்று இரண்டாகத் தொடர்ந்து பல்கிக் கொண்டே போகும். இப்படியே தடையின்றி வளர்ந்துவந்து இருந்தால் இவை அண்டத்தினை உண்டு, ஏப்பமிட்டுப் பெரும் பூதமாக வீங்கிவிட்டு இருக்கும். இப்படி ஒரு பூதம் வளராமைக்குக் காரணம் இந்த உண்ணிகளைச் சூரியனிடத்திலிருத்துவரும் காணா ஒளி விழுங்கிவிடுவதேயாம். நம்மை ஆக்கும் கடவுளும் காணா ஒளியே; நம் பகைவரை அழிக்கும் கடவுளும் காணா ஒளியே. உடலிலுள்ள உண்ணிகளை இந்தக் காணா ஒளி அழிப்பதனை முன்னரே கூறினோம். சூரிய ஒளி இல்லாத இருட்டு அறைதான் நாகரீகம் வீசும் சாவு வலைகளாம். இங்குத்தான் எலும்பு உருக்கி முதலிய நோய்கள் உயிரைக் கொள்ளை அடிக்கின்றன. சூரிய ஒளி அங்கே பாயுமானால் அது அழுக்குகளைக் காட்டிக்கொடுப்பதோடு காற்றையும் தூய்மை செய்து அதில் பரவி இருக்கும் உயிர் உண்ணிகளையும் காணா ஒளியினைப்பாய்ச்சிக் கொல்லும்.

சூரியஸ்தானம்

இப்படிக் காற்று மண்டலத்தினைர் சூரிய ஒளி இயற்கையாகக் கழுவி வருவதனை நாகரீகம் தடுத்துவருகிறது எப்படி? உடலில் இந்தக் காணா ஒளி நேரே பாயாதபடி பல சட்டைகள் இட்டுத் தோலைப் பட்டினி போடுகிறன். நகரிலுள்ள சிறுவன்; புறாக் கூண்டு மார்போடு உருகிப் போகிறான். நாட்டுப்புறத்துச் சிறு வனும், காட்டுமிராண்டிச் சிறுவனும் உடலை எல்லாம் சூரிய ஒளியில் முழுகவிட்டு நோயின்றி உடல் உரத்தோடு நீண்டநாள் வாழ்கின்றார்கள். உடல் குன்றிப்போகும் நகரச் சிறுவர்களைச் சூரிய ஒளியில் ஆட விட்டால் மிக எளிதில் பழைய உடல் நலத்தைப் பெற்றுவிடுகிறார்கள். சூரியஸ்தானம் என்பது நாட்டுப் புறத்தானுக்குப் புதியதல்ல. நாள் முழுவதும் அவன் சூரியனில் குளிக்கின்றான்; களிக்கின்றான். முகத்தை மணிக்கு ஒருமுறை

சவக்காரம் இட்டுத் தேய்த்து தேய்த்துக் கழுவி மாவு பூசிக்கொள்ளும் சிறுமியின் முகம் அழகாக இருக்கிறது என்றும், நாட்டுப்புறச் சிறுமியின் முகம் எண்ணெய் வடிந்து கருக்கிறதென்றும் பேசுவதுண்டு. பட்டணத்து அழகோ செயற்கைப் பளபளப்பேயாம். அதன் வெளுப்பெல்லாம் இயற்கைச் சோகையேயாம். இதற்குத் தான் சூரிய ஸ்நானம் சில நிமிஷங்களேனும் நாள்தோறும் இன்றியமையாது வேண்டும்.

மாயமண்டலம்

நாகரீகம் செய்யும்கேடு இதனோடு நின்றுவிடவில்லை, வழிச் சாலைகளின் தூசும் தும்பும், தொழிற்சாலைகளின் புகையும் ஆவியும், நாகரீகம் படைத்த நகரத்தின் மூலை முடுக்கில் எல்லாம் எழுத்து நகரத்தினையே சூரியன் கண்ணில் படாதபடி திரைவிட்டு மறைக்கின்றன. ஆகாய விமானத்தில் சென்று நகரைப் படம் பிடித்தால் நகரம் முழுதும் உருத்தெரியாது. இந்தத் தூசு மண்டலத்திற்குள் நாணி, மறைந்து, மங்கிக்கிடப்பது, புலனாகிறது. இதனையும் தடுக்க இயற்கை அன்னை முயல்கின்றாள். கோடைகாலத்தில் சூரியன் கடுமையாகக் காய்ந்து தூசுமண்டலத்தைச் சிதறடித்து, நகர்க்குள் பாய்கின்றான். அப்போது ஆகாயவிமானத்திற் சென்று புகைப்படம் பிடித்தால் நகரம் நன்கு தெளிவாக விளங்குவதனைக் காணலாம். அநாகரீகம் என்ன செய்கிறது? மக்களது தோலுக்கோ இயற்கை உணவான காணா ஒளியை தூசு மண்டலம் என்கிற மாயமண்டலத்தைப் பரப்பித் தடுக்கிறது. இதனைவிடப் பெருங்கேட்டினை மாயையில் வல்ல சூரபத்மனோ இந்திரஜித்தோ செய்து இருக்க முடியாது. ஆகவே பட்டணத்துப் பெரிய மக்கள் கோடைக்கானல், உதகமண்டலம், முதலியமலைகள்மீதுபோய்ச்சிலநாட்கள்வாழவேண்டியதாயிற்று. புகையும், ஈரமும் படிந்த காற்றே, இந்தக் காணா ஒளியைத் தடுக்கும். உலர்ந்த தூயகாற்று இந்த ஒளியைத் தடுப்பது இல்லை. மலை உயரத்தில் புகையும் இல்லை; நீராவியின் ஈரமும் இல்லை. அங்குள்ள காற்று உலர்ந்து தூயதாக இருக்கின்றது. நமக்கு அமுத சஞ்சீவியாகும் காணா ஒளியைத் தடைஇன்றி வேண்டிய அளவில் நமது உடம்பில் பாயவிட்டு, நம்மை அதில் திளைக்கச் செய்கிறது. மலை உயரத்தில் வரும் சூரிய ஒளி நகரத்துச் சூரிய ஒளியைவிட இந்த வகையில், உரமானதாகும். உயிர் கொடுப்பதாகும். மலைக்கு ஓட்டும் நாகரீகமே நமது நாகரீகம்.

மனத்துக்கு மருந்து

சூரிய ஒளி காலையில் வந்ததும் உலகம் இன்பத்தில் மூழ்கு வதனை முன்னரே கண்டோம். மப்பு மூடியிருக்கும்போது நம் மனம் குன்றிப்போகிறது. சூரிய வெளிச்சத்தினைக் கண்டதும், நம்முடைய தசைகள் அதுவரை இறுகிக்கிடந்தவை சுறுசுறுப்போடு நீள்கின்றன. நடையில் ஒரு மிடுக்கு, உடலில் ஒரு ஊக்கம், உள்ளே ஒரு தெம்பு, முகத்தில் ஒரு ஒளி இவை பிறக்கின்றன. இவற்றை எல்லாம் செய்யும் சஞ்சீவி ஊதாவுக்கு அப்பால் உள்ள காணா ஒளியேயாம். லண்டன் மாநகரத்து உயிர்க் காட்சி நிலையத்தில் குரங்குகளும் ஊர்வனவும் இந்தக் காணா ஒளி விளக்கில் பெருமகிழ்ச்சியோடு உலாவுகின்றன. இந்த ஒளியின் பயனாகச் சிவப்பு இரத்த அணுக்கள் நம் உடம்பில் உரம்பெற்றுப் பாய்கின்றன. உடம்பில் சூடு பிறக்கின்றது; ஆற்றல் பொங்குகின்றது; மகிழ்ச்சி ததும்புகிறது. காற்று மண்டலத்தின் அணுக்களின்மேல் இந்தக் காணா ஒளி பாய்வதால் அவை சிதைந்து செல்லியாகின்றன. நேர் மின்சாரமும், எதிர்மின்சாரமும் பெற்றவையாகப் பிரிகின்றன என்று கண்டோம். "தெஸ்சோவர்" (Dessuer) என்ற பேராசிரியர் இவற்றை ஆராய்ந்தார். எதிர் மின்சாரம் பெற்ற செல்லிகள் மிகும்போது மக்கள் சோர்ந்து களைத்துப் போகின்றார்களாம்; தலைவலி மிக்கு வாடுகிறார்களாம். நேர்மின்சாரம் பெற்ற செல்லிகள் மிகும்போது மக்கள் சுறுசுறுப்பாய்த் தெம்பாக இருக்கிறார்களாம். செல்லிகள் நடுப்பகல் ஆக ஆக மிகுந்துகொண்டே வருகின்றன. கோடையிலும் மிகுகின்றன. அப்போது களைத்துப் போவதனை நாம் எல்லோரும் அறிவோம் அல்லவா?

சுரப்பியில் போட்ட புடம்

மனத்துக்கு மருந்தினைச் சூரிய ஒளி செய்கின்ற முறையே ஒரு வியப்பாம். மிகச் சிறிய அளவில் உடம்பில் பல அரிய தனிப்பொருள்கள் இருப்பதனை முன்னர்க் கூறினோம். அந்தப் பொருள்கள் சிறப்பாகத் தூம்பிலாச் சுரப்பிகளிலிருந்தும் உடலிற் பாய்ந்து உயிரை வளர்ப்பதனையும் கண்டோம். இந்தச் சுரப்பிகளின் நுட்பங்களை எல்லாம் இன்னும் நாம் அறிந்தபாடில்லை. நம் உடல் நிலைமையும், மன நிலைமையும் இவற்றாலேயே மாறி வருகின்றன என்பதனை இந்நாளைய ஆராய்ச்சியாளர் எடுத்துக் காட்கின்றனர். ஊதாவுக்கு அப்பால் உள்ள காணா ஒளி ஏதோ

ஒருவகையால் இந்தச் சுரப்பிகளை அடக்கி ஆளுகிறது. இவ்வாறு தான் காணா ஒளி மனத்துக்கு மருந்து கொடுக்கிறது.

போஸ் கூறும் சோதிடம்

சோதிடர்கள் சூரியன் நம்முடைய உடல் மனம் எல்லாவற்றையும் அடக்கி ஆள்வதனைப் பல நாளாகப் பேசி வருகின்றார்கள். இது ஒரு மூடநம்பிக்கை என்று முணுமுணுக்கின்றோம். சூரிய ஒளி உயிர்ப்பொருள்களை அடக்கி ஆள்வதனை நம்முடைய காட்டு விஞ்ஞானப் பேரியரான சர். ஜகதீச சந்திரபோஸ் என்பார் கண்டு பிடித்த கருவி ஒன்று நன்றாக நம் கண் எதிரே விளக்கிக்காட்டுகிறது. விலங்கு முதலியவற்றைப் போலச் செடி கொடிகளும் துடிதுடிப்ப தனையும், வளருவதனையும் காட்டுவதற்காக அவர் இந்தக் கருவியை அமைத்தார். ஒரு செடி ஒவ்வொரு துளியாய் உணவை விழுங்குந்தோறும் இந்தக் கருவி ஒவ்வொரு புள்ளியைப் போட்டுக் கொண்டே சுழல் உருளையில் உள்ள காகிதத்தில் மையால் எழுதிக்கொண்டே போகும். சிறிது மப்பு போட்டாலும் செடி உணவு உட்கொள்ளுவதனை நிறுத்திவிடுகிறது என்று இந்தக் கருவி காட்டிவிடுகின்றது. செடிகளின் இயக்கமே குறைந்துவிடுகிறதாம். சூரியஒளி வளரவளர உயிரின் இயக்கமும் வளர்ந்து அது குறையக் குறைய உயிரின் இயக்கமும் குறைந்து வருவதை இதைவிட சோதிடர்கள்கூட நம் கண்ணுக்கு எதிரே கொண்டு வந்து காட்ட முடியாது. ஒளியின் திரட்டு இயக்கம் (Photo synthesis) என்று பேசிவருகின்றோம். ஆனால், அதன் உண்மையை உலகம் அறிந்த பாடில்லை. இங்கெல்லாம் காணா ஒளியின் அற்புதமே உண்டு என்ற கூறலாம்.

சுடச் சுடத் திருமணம்

இந்தக் காணா ஒளி ஒரே படித்தாக எப்பொழுதும் உலகில் பாய்வதில்லை. இதில் நூற்றுக்கு இருபதுவரை மாறுதல்வர ஆராய்ச்சிவாணர் கண்டு இருக்கின்றனர். எப்படி ? காணா ஒளியை யும் அளந்து அறிந்து ஒப்பிடுகின்றான் ஆராய்ச்சியில் முற்பட்ட அறிஞன். அது அல்லவா அறிவின் பெருமை. “பெட்டிட்” (Petit) என்ற பேரறிஞர் காணா ஒளியை அளக்க ஒரு நுட்பமான கருவியை அமைத்தார். அதற்குச் சூட்டிணை (Thermocouple) என்று பெயர். பிஸ்மத் என்ற பொருளால் செய்தகம்பி, வெள்ளியால் செய்த கம்பி

இவற்றின் முனைகளை ஒன்றுசேர்த்துப் பற்ற வைத்தார். இருவேறு வகையான கம்பிகளை இவ்வாறு ஒன்றாக்கி அம்முனைகளில் ஒன்றைச் சூரிய ஒளியில் சூடேறச்செய்தார். இன்னொருமுனை சூடேற்றப்படவில்லை, மின்சாரம் ஓடிப் பாயக்கண்டார். இருவேறு கம்பிகள் இவ்வாறு தழுவி சூட்டிடையே மணந்துகொள்வதால் மின் ஆற்றல் பிறக்கிறதாம். சூடு மிக்குவர மிக்குவர மின்சாரம் மிக்குப்பாயும். மின்சாரத்தை நுட்பமாக அளக்கும் கருவி கொண்டு அப்போது அப்போது அளந்து ஒப்பிட்டுப்பார்த்து வரலாம். மேலேகூறிய முடிச்சில் சூரியனுடைய ஊதாவுக்கு அப்பால் உள்ள ஒளியை மட்டும் பாயவிட்டார். மெல்லிய வெள்ளித்தகடு 1/10,00,000 அங்குலம் கனம் உள்ளது. இதனை அந்த முடிச்சின் மேலே வைத்து இருந்தார் அது ஊதாவுக்கு அப்பால் உள்ள ஒளியையன்றி மற்றவைகளைத் தடுத்துவிடும். இவவாறாக இந்தக் காணா ஒளியை மட்டும் வடிகட்டி எடுத்து அளந்து பார்க்க வழிசெய்தார். மற்றொரு முனையில் சூரிய ஒளி விழாதபடி அமைத்தார். சூரிய ஒளியும் அதில் உள்ள காணா ஒளியும் எவ்வாறு மாறுபட்டுப் பாய்கின்றன என்று அறியவும் அவர் வகை செய்தார். இதேபோன்ற மற்றொரு சூட்டிணையில் வெள்ளித் தகட்டிற்குப் பதிலாகப் பொன் தகட்டை வைத்தார். பொன் தகடு பச்சை ஒளியை மட்டுமே வடிகட்டி வெளியேவிடும். சூரிய ஒளியில் உள்ள நிறங்களில் மற்றவற்றைவிட பச்சை ஒளியே காணா ஒளியை நோக்க மாறா நிலையில் பாய்கின்றதாம். அதனால் "சூரிய ஒளி எவ்வளவிற் பாய்கிறது? அதில் உள்ள காணா ஒளிமட்டும் எவ்வளவிற் பாய்கிறது?" என்ற வேறுபடுத்திக் காணலாம். இவ்வாறு கண்டதில் இந்தக் காணா ஒளி 11 ஆண்டிற்கு ஒருமுறை அல்லது மாமாங்கத்திற்கு ஒருமுறை மிகுதியாக உலகத்திற் பாய் கிறதாம். சூரியனில் சுழல்காற்றுச் சண்டமாருகமாக பல இடங் களில் அடிக்கும் போது இப்படி நேர்கிறதாம். இந்தச் சுழற்சிகள் சூரியனில் புள்ளி புள்ளிகளாக நமக்குத் தோற்றுகின்றன. அதனால் இவற்றைச் சூரிய புள்ளிகள் என்று வழங்கிவருகின்றன.

உலகக்கடை முறிகிறது

இந்தக் காணா ஒளி மக்களுடைய மனநிலையை மாற்றுகிறது எனக்கண்டோம். சுறுசுறுப்பை விளைப்பது எனவும் கண்டோம். வாட்டத்தினை உண்டாக்குதையும் கண்டோம். சூரிய ஒளியால்

நாடு செழிப்பதனையும் அறிந்தோம். நிலம் கொழிக்க உடல் செழிக்க உள்ளம் களிக்கின்ற போது மக்கள் முற்பட்டு முயலும் செயற்றுறைகளும் பலவாம் நிலம்வாட உடல் வாடும்; உடல்வாட உள்ளம் வாடும்; உள்ளம் வாடச் செயற்றுறைகளும் வாடும். வேறு வகையாலும் காணா ஒளி மனவாட்டத்தை உண்டுபண்ணுதலும் கூடும். எறக்குறைய 11 ஆண்டுக்கு ஒருமுறை—மாமாங்கத்திற்கு ஒரு முறை—நாடு நலம் குன்றிப்போவதும் வாணிகத் துறையில் நெருக்கடிகள் ஏற்பட்டு முறிவதும் காணா ஒளியின் வேறுபாட்டால் மேற்கூறியவாறெல்லாம் மக்கள் மனம் குன்றிப்போவதாலேயே என்று கூறலாம். இவ்வாறு மனம் குன்றுவதற்குக் காணா ஒளி பாய்வதில் 11 ஆண்டுக்கு ஒரு முறை ஏற்படும் வேறுபாடே காரணம் என்று கூறவும் சிறிது இடம் உண்டு.

அலாவுதீன் மாயவிளக்கு

சூரியன் உணவாகியும் அமுதாகியும் உயிரை வளர்த்து இயக்கு கின்றான் எனக் கண்டோம். உலகிலேயே அவனின்றி எந்த இயக்கமும் எழுவதில்லை. அலாவுதீன் மாயவிளக்குகொண்டு பல அற்புதமான வேலைகளை எல்லாம் வாங்கினானாம். அப்படி எல்லா வகை வேலைகளையும் செய்யக்கூடிய மாயவிளக்கு உலகுக்கெல்லாம் ஒரே விளக்கான சூரியன்தான். இதனை அடுத்துக் கண்போம்.

தமிழ்த் தென்றல், *01-04-1949*

அலாவுதீன்
மாயவிளக்கு

பேராசிரியர்:
திரு. ஈ. த. இராசேசுவரி அம்மையார்
எம். ஏ., எல். டி.

அலாவுதீன்

அராபிக் கதைகளில் அலாவுதீன் கதை ஒன்று உண்டு. ஒரு பழைய விளக்கு இருந்தது. அது மாயசக்தி பெற்றது. அதனைத் தேய்த்ததும் ஒரு பெரிய பூதம் தோன்றும். வேண்டிய வேலை எல்லாம்செய்யும். அரண்மனை கட்டும் எதனையும் தூக்கி வரும். எங்கும் கொண்டு செல்லும். விருந்து வைக்கும். உடைகளை உடுத்தும். பலவகை ஆபரணங்களைப் பூட்டும். இது செய்யாத வேலையே இல்லை! இதன் உதவியால் அலாவுதீன் அரசனுடைய பெண்ணையே மணந்து அரசனாகவே ஆகிவிட்டான். மந்திரக்காரன் செய்த சூழ்ச்சிகளில் இருந்தெல்லாம் தப்பினான். சுருங்கச் சொல்லினால் நாகரீக வாழ்க்கையே அது இட்ட பிச்சை எனலாம். இது கட்டுக் கதை ஆகலாம். ஆனால் இது போல வேலை செய்கிற விளக்கு ஒன்று கிடக்கிறது. எல்லோருக்கும் தெரிந்தது தான் "ஊருக்கு எல்லாம் ஒரு விளக்கு" என்றுகுழந்தைகள்விடுகதைபோட்டு விடுவிக்க வில்லையா?

விருந்து

சூரியன் நமக்கு இடுகிற பெரிய விருந்தினை முன்னரே கண்டோம். பல பல பழங்கள், பல பல கிழங்குகள், பல பல காய்கள், பல பல தானியங்கள், பல பல நிறத்தில் பல பல வடிவில், பல பல சுவையில் வருவது சூரியன் அருள் அல்லவா? பல பல மணமுள்ள பூக்கள், வேர்கள், பூவிலிருந்து எடுத்துக்கட்டும் தேன் கூண்டு. இத்தனையும் சூரியன் பழுக்க வைத்துப் பதம் பார்த்துத் தரும் விருந்தல்லவா? தண்ணீர், வெந்நீர், பனிநீர், தேன் நீர், இன்னும் எத்தனைவகை நீரோ தருகின்றான் சூரியன். என்ன என்ன சூழ்நிலை! என்ன என்ன காட்சிகள்! என்ன என்ன பாட்டுகள்! என்ன என்ன சுடுநிலை! என்ன என்ன குளிர்நிலை! நாகரிகம் மிக்க நாட்டில் எந்த உணவு விடுதியிலேனும்

17. அலாவுதீன் மாயவிளக்கு

அலாவுதீன்

அரபிக் கதைகளில் அலாவுதீன் கதை ஒன்று உண்டு. ஒரு பழைய விளக்கு இருந்தது. அது மாயசக்தி பெற்றது. அதனைத் தேய்த்ததும் ஒரு பெரிய பூதம் தோன்றும். வேண்டிய வேலை எல்லாம் செய்யும். அரண்மனை கட்டும், எதனையும் தூக்கி வரும், எங்கும் கொண்டு செல்லும், விருந்து வைக்கும், உடைகளை உடுத்தும், பலவகை ஆபரணங்களைப் பூட்டும். இது செய்யாத வேலையே இல்லை! இதன் உதவியால் அலாவுதீன் அரசனுடைய பெண்ணையே மணந்து அரசனாகவே ஆகிவிட்டான். மந்திரக்காரன் செய்த சூழ்ச்சிகளில் இருந்தெல்லாம் தப்பினான். சுருங்கச் சொல்லினால் நாகரீக வாழ்க்கையே அது இட்ட பிச்சை எனலாம். இது கட்டுக் கதை ஆகலாம். ஆனால் இதுபோல வேலை செய்கிற விளக்கு ஒன்று கிடக்கிறது. எல்லோருக்கும் தெரிந்தது தான் "ஊருக்கு எல்லாம் ஒரு விளக்கு" என்று குழந்தைகள் விடுகதை போட்டு விடுவிக்க வில்லையா?

விருந்து

சூரியன் நமக்கு இடுகிற பெரிய விருந்தினை முன்னரே கண்டோம். பல பல பழங்கள், பல பல கிழங்குகள், பல பல காய்கள், பல பல தானியங்கள், பல பல நிறத்தில் பல பல வடிவில், பல பல சுவையில் வருவது சூரியன் அருள் அல்லவா? பல பல மணமுள்ள பூக்கள், வேர்கள், பூவிலிருந்து எடுத்துக்கட்டும் தேன் கூண்டு, இத்தனையும் சூரியன் பழுக்க வைத்துப் பதம் பார்த்துத்தரும் விருந்தல்லவா? தண்ணீர், வெந்நீர், பனிநீர், தேன் நீர், இன்னும் எத்தனை வகை நீரோ தருகின்றான் சூரியன். என்ன என்ன சூழ்நிலை! என்ன என்ன காட்சிகள்! என்ன என்ன பாட்டுகள்! என்ன என்ன சுடுநிலை! என்ன என்ன குளிர் நிலை! நாகரிகம் மிக்க நாட்டில் எந்த உணவு விடுதியிலேனும் இத்தனைப் பல வேறு வகையான இன்பப்பொருள்களை ஒரு சேரத் தருவார் உண்டோ?

வள்ளலுக்கு வள்ளல்

சூரிய வள்ளல் வழங்கும் கொடைகளைப் பேச வேண்டுமா? உலகிலுள்ள பொருள்கள் சூரியன் உடலிலிருந்து பங்கிட்டுக் கொண்டு வந்தவை அல்லவா? ததீசி முனிவர், தம்முடைய முதுகு எலும்பினையே இந்திரனுக்கு வச்சிராயுதமாக உதவினாராம். சூரியனாரோ தம் உடலையே பூமிக்குப் பங்கிட்டுக் கொடுத்து இருக்கிறார். நவமணிகளும் பலவகை உலோகங்களும், அவர் இட்ட பிச்சையே. பருத்தியும், பட்டும், கம்பிளியும், நார்ப்பட்டும் அவரின்றி உலகில் கிடைக்குமா? ஆடையும் அணிகலன்களும் அவர் வாரி இறைத்தனவே; வாரி வாரி இறைக்கின்றனவே; வாரி வாரி இறைப்பனவே.

அவன் அன்றி ஓர் அணுவும் அசையாது

வள்ளலுக்கு வள்ளலானால் தொண்டருக்கும் தொண்டரே. தாய்த் தொண்டினும் சிறந்த தொண்டினையே சூரியனார் செய்கின்றார். அவர் அன்றி ஓர் அணுவும் அசையாது. பகல் எல்லாம் விளக்கு எரிப்பார். இரவு எல்லாம் அவருடைய எதிர் ஒளி விளக்கு எரிக்கும். நமக்கு விசிறி வீசுவது போலக் காற்று வீசுபவரும் அவரே. கடல் நீரை மிக உயரத்திற்குத் தூக்கிச் சென்று ஏற்றக் கோலில் நீர் இறைப்பது போலத் தண்ணீர் இறைப்பவரும் அவரே. காந்த சக்தியும் மின்சார சக்தியும் உலகில் இயங்கி வருவதற்கு அவரே பெருந்துணை. கரியாலும், மண் எண்ணெயாலும் எந்திரங்கள் ஓடுகின்றன என்றால் அந்தச் சக்தி எல்லாம் அவரிடத்திலிருந்து வந்தன அன்றோ? ஒலி என்ற சக்தியும் அவர் படைத்த காற்று மண்டலத்தைத் தாண்டிக் கேட்பது எங்கே! அதற்கு அப்பால் எல்லாம் பெரும்மவுனந்தான்.

உலகுக்கு ஒரு விசிறி

இந்தக் கருத்துக்களை மேலும் சிறிது ஊன்றிப் பார்த்து உண்மை அறிவது உள்ளத்திற்கே பெருமகிழ்ச்சி தருவதாம். கட்டுக்கதைகளை எல்லாம்விட விஞ்ஞான உண்மைகள் மிகப் பெரிய வியப்பை விளைவிப்பனவாம். அடுத்து இக்கருத்துக்களில் "உலகுக்கு ஒரு விசிறி" என்கின்ற விடுகதையை விடுவிக்க முயல்வோமாக.

தமிழ்த் தென்றல், ஆண்டுமலர், 1949

உலகுக்கு எல்லாம் ஒரு விசிறி

[பேராசிரியர்
திரு. ஈ. த. இராசேசுவரி அம்மையார்.]

மூச்சுவிட முடியுமா ?

நாம் சோறு இல்லாமல் வாழலாம்; காற்று இல்லாமல் வாழ முடியாது; மூச்சுத் திணறிச் சாகத்தான் வேண்டும். அப்படிச் சாகாமற் காப்பது சூரியனார் அருளால் நமது பூமியைச் சுற்றிக் கிடக்கும் காற்று மண்டலமேயாம். இந்தக் காற்று மண்டலந்தான் இந்தப்பூமிக்குள்ள தனிச் சிறப்பு. வேறு எந்தக் கோள்களிலும் இது இல்லையாம். அப்படி இல்லாமையாலே அங்கு எல்லாம் உயிர்களே இல்லையாம். இப்படிப் பல வான நூற் புலவர்கள் கருதுகிறார்கள். அங்கு எல்லாம் உண்டோ இல்லையோ—நம் உலகில் இருப்பது நம்முடைய நல்ல காலம். உயிரைப் படைப்பவனும் காப்பவனும் சூரியனே என்று இதனால் கூறலாம் அல்லவா?

திருக்கச்சி நம்பி

காற்று இருந்தால் மட்டும் போதுமா? காற்று இயங்கி அசைய வேண்டும். காற்று மண்டலம் நம்மைச்சுற்றி எப்போதும் இருந்தாலும் கோடை காலத்தில் புழுங்கி வாடுகின்றோம் அல்லவா? அப்போது விசிறிக் கொள்கிறோம். ஏன்? விசிறி காற்றினை இயங்க வைக்கிறது. உடனே, புழுக்கமான காற்று வெளியேறுகிறது. வெளிக் காற்று உள்ளே நுழைகிறது. புத்துயிர் பெறுகின்றோம். இத்தக் காற்றின் இயக்கம் இல்லையானால் வீடு தூய்மையாவது எங்கே? நாம் வெளியே தள்ளும் அழுக்குக் காற்றில் வீடு அழுகிப் போகும். ஆதலினால் விசிறியே நம்முடைய நாகரீகத்தின் அறிகுறி. கடவுளுக்கும் விசிறி வேண்டும் என்று விசிறினார் அல்லவா திருக்கச்சி நம்பியார்? பெரிய விசிறி கொண்டு வீசி வந்த காலம் பழங்காலம். படல்விசிறிக்குப்பங்கா என்று பெயர் கொடுத்து அதற்கு ஒரு ஆளையும் வைத்து நம்மை ஆண்டு வந்தான் வெள்ளைக்காரன். இப்போதோ மின்சார விசிறியை விசிற வைக்க குமிழியை அழுத்தும் நாகரீகம் வளர்ந்து வந்திருக்கிறது.

18. உலகுக்கு எல்லாம் ஒரு விசிறி

மூச்சு விட முடியுமா?

நாம் சோறு இல்லாமல் வாழலாம்; காற்று இல்லாமல் வாழ முடியாது; மூச்சுத் திணறிச் சாகத்தான் வேண்டும். அப்படிச் சாகாமற் காப்பது சூரியனார் அருளால் நமது பூமியைச் சுற்றிக் கிடக்கும் காற்று மண்டலமேயாம். இந்தக் காற்று மண்டலந்தான் இந்தப்பூமிக்குள்ள தனிச் சிறப்பு. வேறு எந்தக் கோள்களிலும் இது இல்லையாம். அப்படி இல்லாமையாலே அங்கு எல்லாம் உயிர்களே இல்லையாம். இப்படிப் பல வான நூற் புலவர்கள் கருதுகிறார்கள். அங்கு எல்லாம் உண்டோ இல்லையோ-நம் உலகில் இருப்பது நம்முடைய நல்ல காலம். உயிரைப் படைப்பவனும் காப்பவனும் சூரியனே என்று இதனால் கூறலாம் அல்லவா?

திருக்கச்சி நம்பி

காற்று இருந்தால் மட்டும் போதுமா? காற்று இயங்கி அசைய வேண்டும். காற்று மண்டலம் நம்மைச்சுற்றி எப்போதும் இருந்தாலும் கோடை காலத்தில் புழுங்கி வாடுகின்றோம் அல்லவா? அப்போது விசிறிக் கொள்கிறோம். ஏன்? விசிறி காற்றினை இயங்க வைக்கிறது. உடனே, புழுக்கமான காற்று வெளியேறுகிறது. வெளிக் காற்று உள்ளே நுழைகிறது. புத்துயிர் பெறுகின்றோம். இந்தக் காற்றின் இயக்கம் இல்லையானால் வீடு தூய்மையாவது எங்கே? நாம் வெளியே, தள்ளும் அழுக்குக் காற்றில் வீடு அழுகிப் போகும். ஆதலினால் விசிறியே நம்முடைய நாகரீகத்தின் அறிகுறி. கடவுளுக்கும் விசிறி வேண்டும் என்று விசிறினார் அல்லவா திருக்கச்சி நம்பியார்? பெரிய விசிறி கொண்டு வீசி வந்த காலம் பழங்காலம். படல்விசிறிக்குப் பங்கா என்று பெயர் கொடுத்து அதற்கும் ஒரு ஆளையும் வைத்து நம்மை ஆண்டு வந்தான் வெள்ளைக்காரன். இப்போதோ மின்சார விசிறியை விசிற வைக்க குமிழியை அழுத்தும் நாகரீகம் வளர்ந்துவந்து இருக்கிறது.

ஆனால், இவை எல்லாம் மேல்மினுக்கில் மயங்கிப் போகும் வளர்ச்சியேயாம். இவற்றிற்கெல்லாம் அடிப்படையான காற்று இயக்கத்தினை விளைவிப்பவன் யார்? அவர் ஒரு திருக்கச்சி நம்பி. அவன் தான் பெரிய பெரிய பங்கா இழுப்பவனான சூரியன்.

தலைகால் வீச்சு

எங்கே? எப்படி? பங்கா இழுக்கிறான்? சூரியன் காய்கிறான். காற்று கொதிக்கிறது. கொதி காற்றுமேல் ஓங்கி எழுகிறது. அவ்வாறு காற்று வெளி ஏறிய வெற்றிடத்தில் சுற்றுப்புறத்திலுள்ள குளிர்காற்று உள்ளே புகுந்து வீசுகிறது. பூமிக்குக் காலும் உண்டு; தலையும் உண்டு. அவற்றை தென்முனை (South Pole) வடமுனை (North Pole) என்பர். பூமிக்கு ஒட்டியாணம் கட்டியது போல நடுக்கோடு அல்லது மத்திய ரேகை (Equator) ஒன்று இருப்பதாக அறிஞர்கள் கணக்கிடுகிறார்கள். நடுக்கோடுதான் சூரியனை நோக்கி எதிர் நிற்பது. ஆதலால், அங்குள்ள காற்று சூடேறி கால் பக்கமும் தலை பக்கமுமாக பனிக்கட்டி உறைந்த முனைகளுக்குச் செல்லும். முனைகளில் இருக்கும் குளிர் காற்று நடுக் கோட்டை நோக்கி ஓடி வரும்.

மாலை மாற்றல்:

இந்தத் தலை கால் வீச்சு ஒருபுறம் இருக்க கடலும் நிலமும் மாலைமாற்றிக் கொள்வது போல மாறிமாறி ஒன்றை ஒன்று விசிறிக்கொள்கிற காதல் விளையாட்டும் உண்டு. நிலத்தின் மேல் உள்ள காற்று நிலத்தைத் தொட்டுக்கொண்டு இருப்பதால் சூரியன் உதயமானதில் இருந்து அவன் உச்சிக்குப் போகும் வரை மெல்ல மெல்ல பூமி சூடு ஏற ஏற இந்தக் காற்றும் சூடு ஏறிக்கொண்டே போகும். சூடேறின காற்று இலேசாக இருப்பதால் அது மேலே கிளம்பும். ஆனால் (கடல்) தண்ணீரின் மேல் உள்ள காற்று அவ்வளவு சீக்கிரத்தில் சூடேறுவதில்லை. ஏன்எனில், தண்ணீர் நிலத்தைப் போல் சூட்டை விரைவில் பற்றிக் கொள்ளாது. நிலத்தைப் போல் நீர் சீக்கிரத்தில் குளிர்ந்தும் போகாது. நிலக் காற்று சூடு ஏறி, மேலே கிளம்பியதும் குளிர்ந்து கீழே கிடக்கும் கடற் காற்று அந்த வெட்ட வெளிக்குள் கீழே புகுந்து வீசத் தொடங்கும். இதனாலேயே கடல் அருகில் உள்ள சென்னை முதலிய இடங்கள் கோடை காலத்திலும் நல்ல காற்றில் இன்பமாய்த் திளைக்கின்றன. இதனை மனத்தில்வைத்துக்கொண்டு தான் வெயில் காலத்தில்

வீட்டு முற்றத்தில் தண்ணீரை ஊற்றிக் காற்றைக் குளிரவும் வைக்கின்றோம்; அதனை இயங்கவும் வைக்கின்றோம். அதே போல இரவிலும் நிலம் விரைந்தே குளிரும். கடல் குளிர்வதற்கோ நேரம் செல்லும். கடலின் மீதுள்ள காற்று மேலே செல்ல அந்த இடத்தில் அருகிலுள்ள நிலத்தின் காற்று பாய்ந்து ஓடும். அதனால், நிலத்தின் குளிர்ச்சியும் சிறிது குறையும். இத்தகைய இடங்கள் இரவிலும் பனி நடுக்கமின்றி நடுநிலையில் இன்பந்தரக் காண்கிறோம். இத்தனையும் சூரியனார் பூமியின் எதிரே நின்று சுடச்சுட விளையாடி வருவதின் பயனேயாம்.

மாயப் போக்கு

சூரியன் எப்பொழுதும் காய்ந்துகொண்டு தான் இருக்கின்றான். ஆனால், பூமியோ தன் முகத்தைச் சிறிது சிறிதாகக் காட்டிக் கொண்டு சுழன்று சுற்றிக் கொண்டு வருகிறான். அதனாலேயே இரவும், பகலும்; கோடைகாலமும், மாரிக்காலமும், மாறி மாறி வருகின்றன. சூரியனார் வெயில் காயும் வேற்றுமையினாலேயே இளவேனில் இனிக்கின்றது; மாரிக்காலம் குளிர்கிறது; பனிக்காலம் நடு நடுங்குகிறது; கோடைக்காலம் கொதிக்கின்றது. அந்த அந்தக் காலத்திற்கு ஏற்பக் காற்றும் மாறி மாறி வீசுகிறது. இது ஒரு மாயப் போக்கு. பருவக் காற்றுகளின் பெருமையை உலகம் அறியும். உழவன் அறிவான். கப்பலோட்டி அறிவான். மீன் பிடிப்பவனும் அறிவான். இன்று ஆகாய விமானம் ஓட்டுகின்றவர்களும் அதனை அறிவார்.

ஊடல் விளையாட்டு

சூரியனுக்கும் பூமிக்கும் இடையே மற்றொரு ஊடல் விளையாட்டு. சூரியனை விட்டுப் பூமி நேரே ஓடோடியும் போகின்றான். சூரியனோ தன்னுடைய கவர்ச்சி ஆற்றலால் அவனைப் பற்றி வலிக்கின்றான். இதனால் பூமி நேரே ஓட முடியாமல் சூரியனைச் சுற்றுவது போல் ஓட வேண்டி இருக்கிறது. இதற்கு இடையே பூமி மாவலி சுற்றுகிறான். இவ்வாறு தன்னைத்தானே சுற்றுவதால் என்ன நேரிடுகிறது? ஒரு பந்தில் தண்ணீரை நிறைத்து சுழற்றினால் நம்முடைய குழந்தைகள் என்ன காண்கின்றன?

தண்ணீரில் சுழற்சிகள் தோன்றுகின்றன. இவை பெரிய அளவில் தோன்றினால் இவற்றினைச் சுழல்கள் என்கிறோம். பூமியும்

ஒரு பெரிய பந்து. காற்று மண்டலம் அதனைச் சுற்றி ஒட்டிக் கொண்டு இருக்கிறது. பூமி சுழலும் போது காற்று மண்டலத்தில் சுழற்சிகள் ஏற்படுகின்றன. இந்தச் சுழல்களையே புயல்காற்று எனப்பேசிவருகிறோம். சூடுமிகுந்த நடுக்கோட்டின் அருகே இந்தப் புயல்கள் மிகுதியாகத் தோன்றும். சூரியனது சூட்டிற்கும் புயல் காற்றிற்கும் இவ்வாறு நெருங்கிய தொடர்பு உண்டு.

காற்றாடி வித்தை

காற்று என்றால் பளுவே இல்லாதது என்று கருதிவிடமுடியாது. இதற்கு ஏனைய பொருள்களைப்போல எடையும் (Weight) உண்டு; அமுக்கமும் (Pressure) உண்டு. காற்று இதனால் செய்யும் விந்தைகள் பலபல. பழைய காலத்தில் பாய் கட்டிய கப்பல் களை எல்லாம் இந்தக் காற்றே உலகெல்லாம் ஓட்டி வந்தது. இன்றும் ஆகாய விமானங்களை இந்தக் காற்றின் அமுக்கமே இடைவெளியில் தாங்கி ஓட்டி வருகிறது. ஆகாய விமானத்தின் மூக்கில் சுழலும் விசிறிக்குக் காற்றுத் திருகி (Air Screw) என்று பெயர். அவ்வாறு காற்றை அது திருகுவதாலேயே ஆகாய விமானம் உந்தி ஓடுகிறது. ஒரு பொருள் நெடுக்காகச் சுழலுமானால் அதன் பயனாக அப்பொருள் குறுக்காகப் பாய்ந்து செல்லும் ஆற்றல் பெறும். இதனைக் காற்றாடி விடும் பையனும் அறிவான். காற்றுத் திருகி, காற்றாடி என்ற பெயர்களே காற்றின் பெருமையைப் பறை அடிக்கின்றன. காற்றாடி என்பது காற்றினால் இலைகள் சுழல வேலைசெய்கிற எந்திரங்களுக்கும் பெயர். இவைகளுக்குக் காற்றாலை (Wind Mill) என்று பெயர். நம் நாட்டில் இந்தக் காற்றாலைகள் சுழன்று சுழன்று தண்ணீர் இறைப்பதைக் காணலாம். மேல்நாடுகளில் மாவு அரைப்பது முதலாக வேறு பல வகையிலும் இந்தக் காற்றாலைகள் உதவுகின்றனவாம். காற்றோ எப்போதும் வீசுவதல்ல. சூரியானர் அருளுக்கு ஏற்ப வீசுவது. வீசும்போது மேலே உயரத்தில் தேக்கி வைத்து வேண்டும்போது பாய்ச்சிக் கொள்ளலாம். அல்லது வீசும்போது மின்சாரம் விளைவிக்கும் எந்திரத்தை ஓட்டி மின்சாரத்தைத் தேக்கி வைத்துப் பல பல வேலைகள் வாங்கலாம். ஆனால் அடிப்படையாகச் சூரியன் அருளே வேண்டுவது.

கல் தச்சன்

சூரியனால் எழுகின்ற இந்தக் காற்று ஒரு பெரிய சிற்பியாக விளங்குகிறது. பூமாதேவியின் வடிவத்தையே அப்போதைக்கப்

போது பல பல கோலங்களாக மாற்றி மாற்றி இந்தக் காற்றே அமைத்து வருகிறது. எறும்பூரக் கல்லும் தேயும். காற்றடிக்க உலகமே மாறும். கடலருகே வம்பமணல்கள் குன்றுபோல் உயர்ந்து வரக்காண்கிறோம். இவை அனைத்தும் காற்று எழுப்பிக் கட்டும் கோயில்களே. நிலத்தின் கரைகள் எல்லாம் இந்தக் காற்றால் மாறி மாறி அமைகின்றன. பூகோளப் படத்தைப் பார்த்தால் என்ன என்ன கோலமாகக் கடற்கரைகள் விளங்குகின்றன என்று காணலாம். மணல் மேடிட்டு எத்தனையோ நகரங்கள் பாழாகிப்போனதை வரலாற்றிலும் புராணங்களிலும் படித்து வருகிறோம். சிந்து நதிக்கரையில் எழுத்து ஓங்கிய மிகப் பழைய தமிழ் நாகரிகம் மறைந்து ஒழிந்தது என்று புலவர்களும் அறிஞர்களும் கருது கிறார்கள். ஆக்கும் கடவுளும் அழிக்கும் கடவுளுமாக இந்தக் காற்று காட்சி அளிக்கிறது.

எலும்பு முறியும்

இவ்வளவு பேராற்றல் படைத்த காற்றின் இயக்கத்தினை அறியக்காற்றின் அமுக்கம் அங்கே அங்கே அப்போதைக்கப்போது இருப்பதனை அளந்து அறியவேண்டும். வங்காள குடாக் கடலில் அமுக்கம் குறையுமானால் புயல் வரும் என்று எதிர்பார்க்கிறோம். சுற்றியுள்ள காற்றானது அமுக்கம் குறைந்த வெற்றிடத்து விரைந்து பாய்வதாலேயே இவ்வாறு புயல் காற்று எழுகிறது. காற்றின் அமுக்கத்தை அளக்கும் கருவிக்கு Barometer என்று ஆங்கிலத்தில் பெயர் வழங்கிவருகிறது. காற்றின் அமுக்கம் கடற்கரை அருகே எவ்வளவு தெரியுமா? சதுர அங்குலத்திற்கு 15 இராத்தல் கணக்கில் காற்று நம்மைச் சுற்றியும் தாக்கிக் கொண்டுகிடக்கிறது. இடப்பரப்பினைப் பெரிதாக்கிப் பெரிதாக்கிக் கணக்கிட்டுப் பார்த்தால் இந்த அமுக்கம் 1000 டன் கணக்கில் 100000 டன் கணக்கில் மிகுந்து கொண்டே போகும். ஒரு பெரிய செம்பில் நிறையத் தண்ணீர் ஊற்றி ஒரு மெல்லிய காகிதத்தால் மூடிக்கவிழ்த்தால் ஒரு சொட்டுத் தண்ணீரும் கீழே விழுவதில்லை. அவ்வளவு பளுவு உள்ள தண்ணீரையும் இவ்வளவு மெல்லிய காகிதம் கீழேவிழாமல் தடுப்பது எப்படி? கீழுள்ள காற்று காகிதத்தை இறுக்கித் தாக்குவதால் காகிதம் கீழே விழாமல் கிடக்கிறது. இவ்வளவு பளுவாகக் காற்று நம்மைத் தாக்கும் பொழுது நாம் எலும்பு முறிந்து சாகாமல் இருப்பது எப்படி? நம் உடல் உள்ளேயும் காற்று இதேஅமுக்கத்தோடு வெளிப் புறமாகத் தாக்கிக்

கொண்டே இருப்பதால் அந்தத் தாக்கலுக்கு இந்தத் தாக்கல் எடை ஒத்துப்போகிறது. அதனால் ஒரு கெடுதியும் நேரிடுவதில்லை. ஒரு தகரப் பெட்டியில் காற்று உள்ளே நிறைந்து இருப்பதால் அது வெளிக்காற்றின் தாக்கலை எதிர்த்து நிற்கின்றது. உள்ளிருக்கும் காற்றை ஏதேனும் ஒரு முறையில் வெளிப்படுத்திவிட்டால் அப் போது வெளித்தாக்கல் மட்டுமே உண்டு; உள் தாக்கல் இல்லை. அதனால் தகரப்பெட்டி வெளித்தாக்கலுக்கு ஈடு கொடுக்க முடியாமல் முறுக்கிக் கொண்டு உள் அமுத்தி முறியும். இதிலிருந்து காற்றின் வன்மையை அறியலாம்! முன்னே நாம் கூறிய விந்தை களை எல்லாம் இவ்வளவு ஆற்றல் பெற்ற காற்று செய்வது இயல்பேயாம்.

வயிற்றெரிச்சலைக் கொட்டிக் கொள்ளும் பூமி

காகிதம்

உலகம் முழுதும் சுற்றி இருக்கின்ற காற்று எவ்வளவு பலமாக நம்முடைய தலையைத் தாக்கிக்கொண்டு இருக்க வேண்டும். கடலின் பரப்பின் மீதும் இவ்வாறே தாக்கிக்கொண்டு இருக்கும். அங்கே காற்றின் தாக்கலோடு, நீரின் அமுக்கமும் தரையை அழுத்திக் கொண்டு கிடக்கிறது. அத்தகைய இடங்களில் பூமி ஒரு காலத்தில் தீப்பிழம்பாக இருந்த அறிகுறிகள் கிடக்கும். அடியிலே இன்னும் ஆறாது உருகி வழிந்து கெட்டிப் பொருள்கள் எல்லாம் ஓடிக்கொண்டு இருக்கக் காணலாம். இவை பீறிட்டுச் கொண்டு மேலே எழாதபடி கடலின் அமுக்கமும் காற்றின் அமுக்கமுமே தடுத்து நிற்கின்றன. காற்றின் அமுக்கம் குறைவதால் கடலில் அமுக்கமும் சில சமயம் குறையும் போது இவை பீறிட்டுக் கொண்டுவருவதைத் தடுப்பதற்கு ஒன்றுமில்லை. அதனால் தரை பிளவுபடும். அப்பிளவில் கடல் நீர் விழுந்து ஆவியாக மாறும். ஆவியின் அமுக்கம் அங்கு அளவின்றி மிகுதலால் மேலும் தரை குமுறிப் பிளந்து சில போது தலை கீழாகவும் புரளும். மேடு பள்ளமாம்; பள்ளம் மேடாம். புது புது தீவுகள் எழும்; பழம் தீவுகள் மறையும். கடலாய் இருந்த இமயமலை இன்று வானளாவிய

மலையாய்ப் பனிக்கு உறைவிடமாய் விளங்குவதும் இக்காற்றின் செயலன்றோ? நிலம் பிளப்பது ஒருபுறம் இருக்க, கடல்மேல் காற்றின் அமுக்கம் மாறுதலால் பல பல நீரோட்டங்கள் எழுந்து ஓடுகின்றன.

சூரியன் பிள்ளை

சூடு ஏறஏற அமுக்கம் மாறும். அதனால் எழும் காற்றின் திரு விளையாடல்கள் பல. சூடுவழியே காற்றை ஆட்டிவைப்பவன் சூரியனே. இதனைப் பழைய காலத்துத் தமிழ்த்தலைவியும் அறிந்து இருந்தாள். அதனால் தன்னுடைய தலைவன் பாலைவனத்திற் செல்லும் போது நல்ல காற்று வீசும்படியாகச் சூரியனை வேண்டிக் கொள்ள வேண்டுமே என்கிறாள்.

"ஒளியிழா யீங்குநாம் துயர்கூறப் பொருள் வயின்
அளியொரீ இக் காதல ரகன்றேகும் ஆரிடை
முளி முதல் மூழ்கிய வெம்மை தீர்ந் துறுகென
வளிதருஞ் செல்வனை வாழ்த்தவு மியைவதோ"

இங்கு வளி தரும் செல்வன் என்பதற்குச் சூரியன் என்றே நச்சினார்க்கினியர் பொருள் கூறுகிறார். சூரியன் பிள்ளையே காற்று.

சமையற்காரன்

தலைவியையும் சுடு தலையும் நினைத்ததும் சமையல் வேலையே நினைவிற்கு வருகிறது. சூரியனார் அருளால் காற்றின் அமுக்கம் மேல் சொன்ன அளவில் இல்லையானால் விருந்து உண்பது எங்கே? மலைமீது வாழ்பவர்கள் தரையில் வாழ்பவரைப் போல் பொருள்களை நன்றாக வேக வைத்து உண்ண முடியாது. உயரப் போகப் போகக் காற்றின் அமுக்கம் குறைந்து கொண்டே வரும். அதனால் அங்கு எல்லாம் தண்ணீர் மிக விரைந்து கொதித்து விடும். நாம் மழை காலத்தில் குடிக்கும் நீரின் சூடு 50சுழி இருக்கும். அந்தச் சூட்டிலேயே மலை மேல் தண்ணீர் கொதித்து விடும். ஆனால் கடல் அருகே தண்ணீர் கொதிக்க 100 சுழி ஆகும். 100 சுழிக்குச் குறைந்தால் பொருள்கள் உண்ணத்தக்க பதத்தில் வேவது இல்லை. ஆகையால் நாம் எல்லாம் விருந்துண்ணத்தக்க பதத்தில் காற்றின் அமுக்கத்தை தரை மீது விளைவிப்பவன் சூரியனேயாம்.

உலகுக்கு ஒரு ஏற்றக்கோல்

காற்றினை மட்டுமா? வீசுகிறான் சூரியன், தண்ணீரையும் நாம் குடித்து உயிர் வாழ இறைத்துக் கொடுக்கின்றான். அதனை அடுத்து காண்போம்.

தமிழ்த் தென்றல், 01-07-1949

உலகுக்கு எல்லாம் ஓர் ஏற்றக்கோல்

[பேராசிரியர்–
திரு. ஈ. த. இராசேசுவரி அம்மையார்.]

தண்ணீரால் சமைந்த உடல்.

நாம் உயிர் வாழ்வதற்கு உயிரியம் (oxygen) இன்றியமையாது வேண்டும். இதனைக் காற்றிலிருந்து நாம் பெறுகிறோம். ஆனால், இது இந்த நாளையக் கதை. உயிர்கள் நீரில் மிதந்து திரிந்த காலமும் உண்டு. அது மச்ச புராணக்கதை. நீருக்குள் வாழும் போது நீரிலிருந்து தான் உயிரியத்தைப் பெற்றுத் தீர வேண்டும். இன்றும் மீன்கள் அப்படித் தான் செய்து வருகின்றன. மச்ச புராணத்தில் தண்ணீரில் உயிர்கள் மிதந்தன; மனித புராணத்தில் உயிருக்குள் தண்ணீர் மிதக்கின்றது. அதற்குத் தான் இரத்தம் என்று பெயர். நம் உடலில் முக்காற்பங்குக்கு மேல் தண்ணீர் தான். இது போனால் நம் கதி என்ன? வாந்தி பேதியில் மக்கள் சாவது ஏன்? உடம்பிலுள்ள நீர் வற்றிப்போவதாலேயே சாகின்றன. நம் உடம்பிலுள்ள ஒவ்வொரு உறுப்பிற்கும் உணவு கொண்டு போவது இரத்தக் கால்வாய் வழியே தான். உடம்பிலுள்ள அழுக்குகளைக் கழுவிக் கொண்டு போவதும் இந்தக் கால்வாய் தான். உடல் முழுதையும் ஒரே சுடு நிலையில் வைத்திருப்பதும் இந்த "இரத்தத் தண்ணீர் எந்திரம்" தான். வேர்வை முதலியவற்றால் உடலில் நீர் குறையும்போது அபாயமணி அடிக்கிறது. அதற்குத்தான் "தாகம்" என்று பெயர். நாம் உண்ணும் உணவிலும் பெரும்பாலும் நீர் கோத்த பொருள்களே இருப்பதைக் காணலாம்.

மேக வாகனன்.

இந்தத் தண்ணீர் எங்கிருந்து வருகிறது? உடலில் இருப்பது போல, உலகிலும் முக்கால் பங்கு தண்ணீர் தான். ஆனால், இப்படிப் பரந்து கிடக்கும் கடலை வாரிக் குடிக்கலாமா? வாரிக் குடித்தால்

19. உலகுக்கு எல்லாம் ஓர் ஏற்றக்கோல்

தண்ணீரால் சமைந்த உடல்

நாம் உயிர் வாழ்வதற்கு உயிரியம் (oxygen) இன்றியமையாது வேண்டும். இதனைக் காற்றிலிருந்து நாம் பெறுகிறோம். ஆனால், இது இந்த நாளையக் கதை. உயிர்கள் நீரில் மிதந்து திரிந்த காலமும் உண்டு. அது மச்ச புராணக்கதை. நீருக்குள் வாழும்போது நீரிலிருந்துதான் உயிரியத்தைப் பெற்றுத் தீரவேண்டும். இன்றும் மீன்கள் அப்படித் தான் செய்து வருகின்றன. மச்ச புராணத்தில் தண்ணீரில் உயிர்கள் மிதந்தன; மனித புராணத்தில் உயிருக்குள் தண்ணீர் மிதக்கின்றது. அதற்குத் தான் இரத்தம் என்று பெயர். நம் உடலில் முக்காற்பங்குக்கு மேல் தண்ணீர்தான். இது போனால் நம்கதி என்ன? வாந்தி பேதியில் மக்கள் சாவது ஏன்? உடம்பி லுள்ள நீர் வற்றிப்போவதாலேயே சாகின்றன. நம் உடம்பிலுள்ள ஒவ்வொரு உறுப்பிற்கும் உணவு கொண்டுபோவது இரத்தக் கால்வாய் வழியே தான். உடம்பிலுள்ள அழுக்குகளைக் கழுவிக் கொண்டு போவதும் இந்தக் கால்வாய் தான். உடல் முழுதையும் ஒரே சுடு நிலையில் வைத்திருப்பதும் இந்த "இரத்தத் தண்ணீர் எந்திரம்" தான். வேர்வை முதலியவற்றால் உடலில் நீர் குறையும் போது அபாயமணி அடிக்கிறது. அதற்குத்தான் "தாகம்" என்று பெயர். நாம் உண்ணும் உணவிலும் பெரும்பாலும் நீர்கோத்த பொருள்களே இருப்பதைக் காணலாம்.

மேக வாகனன்.

இந்தத் தண்ணீர் எங்கிருந்து வருகிறது? உடலில் இருப்பது போல, உலகிலும் முக்கால் பங்கு தண்ணீர் தான். ஆனால், இப்படிப் பரந்து கிடக்கும் கடலை வாரிக் குடிக்கலாமா? வாரிக் குடித்தால் வாந்தி எடுக்க வேண்டியது தான். பிறர்க்கு உதவி செய்யாத இந்தப் பெருல் கடல் நீரை மேகந்தான் முகந்து கொண்டு மேலே எடுத்துப்போய் நல்ல நீராக்கி நமக்கு மழையாகப் பொழிகிறது. ஆனால், மேகம் எனப் பூதம் ஒன்று மேலே பரந்து திரியவில்லை.

சூரியனார் காய்வதால் மேல் எழும் நீராவியே மேகம். ஆகையால் அவன் தான் உண்மையான மேக வாகனன்; மழைக் கடவுள். திருக்குறள் கூறும் வான் சிறப்பு எல்லாம் சூரியனார் சிறப்புத் தான். எல்லாவற்றையும் கடந்த கடவுளை வாழ்த்திய பின், உலகில் எல்லாவற்றையும் உண்டாக்கும் மழைக் கடவுளாம் சூரியனை வாழ்த்துவது தான் இயல்பு. கடலைக் கடலாக வைப்பதும் மழை தான் என்கிறார் வள்ளுவர்.

"நெடுங்கடலும் தன் நீர்மை
குன்றும் தடிந்து எழிலி
தான்நல்கா தாகி விடின்"

சூரியனார் பொழிகின்ற அருள்."

ஆற்று நீர், காற்று நீர் என வேறு இரண்டு வகை நீர், மழை நீர் போல, நம்மைக்காத்து வருகின்றன. ஆனால், ஆறு, குளம், ஏரி முதலியன எல்லாம் மழை இல்லையானால் தண்ணீர் கொண்டு விளங்குவது எங்கே? இவை எல்லாம் மானம் பார்த்து நிற்பவையே; சூரியனார் அருளாலேயே நிறைந்து ஓடி வழிகின்றன. காற்று நீரும் மழை நீர்தான். மழை பெய்ததும் தண்ணீர் தரைக்குள் ஓடி மறைகிறது. ஆழத்தில் இந்தத் தண்ணீர் மிக மிகத் தெளிந்து தேங்கி ஓடும். தோண்டும் போது பெருக்கெடுத்து சுரந்து மேலே வரும். ஆகவே, சூரியனார் அருளே மழையாகப் பெய்யாமற் போனால் எந்த வகையான நீருக்கும் வழி இல்லை.

இடத்திற்கு ஏற்ற சித்து

உலகில் மழை ஓர் இடத்தில் பெய்வது போல மற்றோர் இடத்தில் பெய்வதில்லை. ஓரிடத்தில் மழைக்காடு! ஓர் இடத்தில் பாலைவனம்! இப்படி மாறி மாறி வரக் காண்கிறோம். நம் நாட்டிலேயே இந்தக் காட்சியைக் காணலாம். தார் பாலைவனம் மழையே காணாத இடம். மலையாளம் மழைவளம் நிறைந்தது. இதற்கு எல்லாம் காரணம் நிலத்தின் கோலமும், காற்றின் போக்குமேயாம். நீராவி எழப் பெரிய நீர் நிலைகள் வேண்டும். கடலினும் பெரிய நீர் நிலை எது? ஆனால், கடல் இருந்தால் மட்டும் போதுமா? மேலே எழுந்த ஆவி குளிர்ந்து மழையாகப் பொழிய வேண்டும். இந்த ஆவியைத் தடுக்கக் குளிர்ந்த மலைகளோ

காடுகளோ, அல்லது சோலைகளோ வேண்டும். கடலின் அருகேயுள்ள நிலங்கள், ஈர மலையின் அருகேயுள்ள நிலங்கள், காட்டின் அருகேயுள்ள நிலங்கள், இலை மழையைப் பெற்றுப் பெருமை அடைகின்றன. இங்கும் சூரியனார் திருவிளையாடலே நிகழ்கிறது எனக் கண்டோம்.

சூரிய பக்தர் தொண்டு

சூரியனார் திருவருளால் வளரும் காடுகளை அடியோடு அழிக்கின்ற மனிதன் மழையை வராமலே தடுக்கின்றான். சூரியன் மழையையும் பெய்து, மழையை வலை வீசிப்பிடிக்கும் மரத்தையும் வளர்த்து, நிலத்தின் உரமும் வளமும் குறையாதபடி நிற்க வேர்களையும் ஓட்டி, மனிதனுடைய உழவுக்குத் தக்க செழுமை யான நிலங்களைப் - பண்படுத்தித் தருகின்றான். இந்தக் காடுகள் அழிந்ததும், மழை பெய்வது குறையும். பெய்கின்ற மழையும் நிலத்தின் மேற்புறத்திலுள்ள உரமுள்ள பகுதியை வெள்ளத்தில் ஓடச்செய்து வெற்றுத்தரையாக்கும். இத்தகைய சமுதாயக் கொலை யைத் தடுக்க வேண்டும் என்ற எண்ணம் நாகரிக மக்களிடையே இப்போது பரவி வருகிறது. சூரியனை விஞ்ஞான வழியில் வழி படுவார் செய்கின்ற சிறந்த தொண்டு இது எனலாம்.

மலை மேல் மாய ஏற்றக்கோல்

இதனை விடச் சிறந்த நிலையில் நிலத்தைக் கொத்தி நீர் பாய்ச்சி வருவார் யார்? கடல் மட்டத்தில் இருக்கின்ற நீரை ஆசாமிலும் (Assam) நீலகிரியிலும் எத்தனை ஆயிரம் அடிக்கு மேல் தண் ணீரைத் தேயிலைத் தோட்டங்களில் ஏற்றம் இறைத்துப் பாய்ச்சு கின்றான் இந்த சூரியன். மிக உயரமான இமயமலையிலும் மேற்குத் தொடர்ச்சி மலையிலும் ஏற்றக்கோல் கொண்டு தண் ணீரை உயரப்பாய்ச்சிச் சூரியன் வழிய விடுவதால் அல்லவா, கங்கையும், சிந்துவும், காவேரியும், தாமிரபரணியும், இன்னும் மற்றும் பல பெரிய நதிகளும், ஆறுகளும் இந்திய நாட்டின் இடை வெளிகளிலெல்லாம் ஓடிச் செல்வங் கொழிக்கின்றன. சூரியனார் அருளை மலை உச்சியில் மழையாகக் கொண்டு போய்ப் பொழியா விட்டால், சிவ சமுத்திரம் நீர் வீழ்ச்சியோ, பாபநாசம் நீர் வீழ்ச்சியோ, சராவதி (Jogg Falls) நீர் வீழ்ச்சியோ எங்கே? அந்த நீர் வீழ்ச்சிகளைப் பயன்படுத்தி விளைவிக்கும் மின்சாரம் எங்கே?

பிரளய வெள்ளம்

இப்படித்தான் உலகெங்கும், உலகத்திற்கு எல்லாம் ஒரே ஏற்றக் கோல்; அது தான் சூரியன். உலகம் முழுவதும் ஓர் ஆண்டில் பெய்கின்ற மழையின் சராசரிக் கணக்கு எடுத்துள்ளார்கள்; 32 அங்குலமாம். 32 அங்குலந்தானே என்று இதனை எண்ணி நகை யாடக்கூடாது. பெய்கிற மழை எல்லாவற்றையும் தேக்கி வைத்துப் பார்க்க முடியுமானால், உலகம் முழுவதும் வடமுனை, தென் முனை, நடுக்கோடு, நடுவிடம் - எங்கும் ஒரே தண்ணீர்க் காடாக இருக்கக் காண்போம். இந்த உலகத்தேக்கம் எங்கும் 3 அடி ஆழம் இருக்கும். இந்தத் தண்ணீரை நிறுத்துப்பார்த்தால் எத்தனை டன் ஆகும் தெரியுமா? 48 என்பதின் பின்னாலே 13 சுன்னங்கள் எழுத வேண்டும் (480,000,000,000,000 - டன் ஏறக்குறைய 5 கோடி கோடி டன் ஆகும்.

மாய எந்திரம்

மேகம் தரையின் மேல் 3 மைல் உயரத்திலிருந்து சில அடிகள் உயரம் வரை நின்று மழை பொழியலாம். இதனையும் சராசரி கணக்கெடுத்தால் 4000 அடி உயரத்தில் இருந்து பொழிகிறது எனலாம். இவ்வளவு டன் தண்ணீரையும் இவ்வளவு உயரத்திற்கு ஏற்றிப் பாய்ச்சுவதற்கு எத்தகைய ஏற்றக்கோல் வேண்டும்! எத்தகைய எந்திரம் வேண்டும் இப்பொழுது நாம் அறிந்துள்ள எந்திரப்படி கணக்குப் போட்டாலும், 22 கோடி குதிரை ஓட்ட முள்ள எந்திரம் வேண்டும். இப்படி அறிஞர்கள் கணக்குப் போட்டு பார்ப்பதற்கு எத்தனையோ கோடி ஆண்டுகளுக்கு முன்பு இருந்து இவ்வாறு தண்ணீர் இறைத்து வருகின்ற சூரியனை என்ன என்பது? இவன் ஒரு மாய ஏற்றக்கோல் அல்லவா?

எவ்வளவு விறகு

இவ்வளவுதானா சூரியன் இங்குச் செய்கின்ற மாயம். அழுக்குத் தண்ணீரைத் தூய தண்ணீர் ஆக்குகின்றான். உப்புத்தண்ணீரை இனிய தண்ணீர் ஆக்குகின்றான். இப்படி எல்லாம் மருத்துவர்கள் செய்வதுண்டு. வாலையில் தண்ணீரை வைத்துக் காய்ச்சித்தான் இவ்வாறு செய்து வருகிறார்கள். அதற்கு எவ்வளவு விறகு செலவு. நீராவி மிக மெல்லிய பொருள். ஒரு சின்னஞ் சிறு குழந்தை எளிதாக எவ்வளவு ஆவியைத் தூக்க முடியும்? ஒரு சிறு அளவே தான். இவ்வளவு சிறு அளவு நீராவியை உண்டு பண்ணவும் எவ்வளவோ

பெரிய ஆற்றல் வேண்டும். சிதைந்து உருண்டு வரும் மிகப் பெரிய பனிப்பாறையை திரட்டித் தூக்கிச் சென்று அது விழுந்த உயரத்தை விட இரண்டு மடங்கு உயரத்தில் வைப்பதற்கு எவ்வளவு சக்தி செலவாகுமோ அவ்வளவு செலவாகும் என்கிறார் ஓர் விஞ்ஞான ஆசிரியர்.

மருத்துவர் வாலை

மருத்துவர் வாலையில் காய்ச்சி நீரைக் தூயதாக்குவதோடு விடுவதில்லை. அதனோடு பலவித மருந்து உப்புகளைச் சேர்த்தே தருகின்றார்கள். தூய தண்ணீர் என்று வாலையில் காய்ச்சிய நீரை உண்டு வந்தால் மனிதன் நோய் கொண்டு அழிவான். மனிதனுக்கு வேண்டிய சில உப்புகள் தண்ணீரில் கரைந்து இருக்க வேண்டும். சூரியன் அருளால் மழை பொழியும் போது நிலத்தின் மேல் பரந்துள்ள பலவகை உப்புகளும் தண்ணீரில் கரைந்து ஓடிவந்து நீர் நிலைகளில் தேங்குகின்றன. இந்த உப்புகள் மனிதனுக்கு இன்றியமையாதவை. வேறு சில அவன் உண்ணும் பயிர்கள் விளைவதற்கு இன்றியமையாதன. ஆகவே சூரியன் ஏற்றக்கோல் கொண்டு இறைக்கின்ற தண்ணீர் வெறும் தண்ணீர் அல்ல. மனிதனுடைய சிலத்திற்கு வேண்டிய உரத்தோடு பாய்கின்ற தண்ணீர். அவனுடைய உடம்புக்கு இன்றியமையாது வேண்டப் படும் மருந்துகளோடு பாய்ச்சும் சஞ்சீவி நீர்.

வடி கட்டி

இந்தத் தண்ணீர் பூமியில் ஆழ்ந்து போகும் போது பல பல படைகளாக விளங்கும் பலவகையான மணல்களிடையே இறங்கு கிறது. அப்போது நன்றாக வடிகட்டப் பெற்று தெள்ளத் தெளிந்து ஊற்று நீர் ஆகின்றது. விஞ்ஞானத் துறையில் முன் அணியில் நிற்கும் நகரங்களில் வடி சட்டி அனுப்பப்பெறும் தண்ணீரும் கூட இவ்வளவு தெளிவாக, இவ்வளவு சஞ்சீவியாகக் கிடைப்பதில்லை. சூரியனை விட விஞ்ஞானத்தில் சிறந்த மருத்துவர் யார்?

உலகுக்கெல்லாம் ஒரு சக்தி

இந்த மாய ஏற்றக்கோலை இயக்கி வைக்க எவ்வளவோ ஆற்றல் வேண்டும் என்று கண்டோம். அவ்வளவு தானா? உலகுக்கு வேண்டிய எல்லா ஆற்றலையும் சூரியனார் தருகின்ற கணக்கைக் கண்டால் உலகுக்கெல்லாம் ஒரே சக்தி எனக் காண்போம்

தமிழ்த் தென்றல், 01-08-1949

உலகுக்கெல்லாம் ஒரே சூடு எந்திரம்

பேராசிரியர்
திரு. ஈ. த. இராசேசுவரி அம்மையார்
எம். ஏ., எல். டி.

மூன்று பெருஞ் சக்தி

கடிகாரம் ஓடுகிறது. வண்டி ஓடுகிறது. இவை எந்திர சக்தியின் திருக்காட்சிகள். மண்ணெண்ணெய் மோட்டார் வண்டியை ஓட்டுகிறது; ஆகாய விமானத்தையும் மேலே பறக்கச் செய்கிறது. நிலக்கரியை எரித்து அதன் வழியாக வண்டிகளையும் மக்கள் ஓட்டி வருகிறார்கள். இவை எல்லாம் அணுக்கட்டுகள் அல்லது அணுத் திரள்கள் (*Molecule*) உடைவதால் உண்டாகும் வேதிச் சக்தியின் (*Chemical energy*) பெருங் கூத்துக்களாம். வெடிகுண்டின் சம்ஹார தாண்டவத்தையும் அறிவோம். மனிதனும் விலங்குகளும் இயங்கி எழுப்புகின்ற உயிர் ஆற்றல் பலவகை அற்புதங்களை உலகில் செய்து வருவதனையும் காண்கிறோம். உண்ட உணவு வேதி மாற்றத்தின் வழியே வேதிச் சக்தியைப் பிறக்க வைத்துக் களிநடம் புரியச்செய்கிறது. ஆதலின், பிராண சக்திகள் எல்லாம் வேதிச் சக்தியின் பல பல அவதாரங்களேயாம். இவை எல்லாம் சக்தியின் திருமேனிகளாக நாம் முன் அறிந்தவைகளேயாம். அணுக்குண்டு வெடித்து இரண்டு ஜப்பானிய நகரங்கள் (*Heroshima and Nagaski*) அழிந்தபோது ஒரு புதிய சக்தியின் அவதாரம் எழுந்தது. அனைத்திற்கும் அடிப்படையான அணுவே உடைபட்டு அணுச்சக்தியை (*Atomic energy*) வெளிக்காட்டி, அதனுடைய பேரழிவுப் பெருங் கூத்தை உலகங் கண்டு மருளச் செய்தது.

சக்தியின் அவதாரங்கள்

இங்கே கூறிய மூன்று பெருஞ் சக்திகளும் வெவ்வேறு திருக்கோலங்கொண்டு உலகிலே திருஉலாப் போகக் காண்கிறோம். அடங்குநிலைச் சக்தி ஒன்று. மலையீது இருக்கும் பெரிய பாறை உருண்டு ஊரை அழிப்பதனை அண்மையில் நீலகிரியில் கண்டோம். இத்தகைய அழிக்கும் சக்தி அந்தப் பாறைக்கு

20. உலகுக்கெல்லாம் ஒரே சூடு எந்திரம்

மூன்று பெருஞ் சக்தி

கடிகாரம் ஓடுகிறது. வண்டி ஓடுகிறது. இவை எந்திர சக்தியின் திருக்காட்சிகள், மண் எண்ணெய் மோட்டார் வண்டியை ஓட்டுகிறது; ஆகாய விமானத்தையும் மேலே பறக்கச் செய்கிறது. நிலக்கரியை எரித்து அதன் வழியாக வண்டிகளையும் மக்கள் ஓட்டி வருகிறார்கள். இவை எல்லாம் அணுக்கட்டுகள் அல்லது அணுத்திரளைகள் (Molecule) உடைவதால் உண்டாகும் வேதிச் சக்தியின் (Chicnical energy) பெருங் கூத்துக்களாம். வெடிகுண்டின் சம்ஹார தாண்டவத்தையும் அறிவோம். மனிதனும் விலங்குகளும் இயங்கி எழுப்புகின்ற உயிர் ஆற்றல் பலவகை அற்புதங்களை உலகில் செய்து வருவதனையும் காண்கிறோம். உண்ட உணவு வேதி மாற்றத்தின் வழியே வேதிச்சக்தியைப் பிறக்க வைத்துக் களிநடம் புரியச்செய்கிறது. ஆதலின், பிராண சக்திகள் எல்லாம் வேதிச்சக்தியின் பல பல அவதாரங்களேயாம். இவை எல்லாம் சக்தியின் திருமேனிகளாக நாம் முன் அறிந்தவைகளேயாம். அணுக்குண்டு வெடித்து இரண்டு ஜப்பானிய நகரங்கள் (Heroshima and Nagaski) அழிந்தபோது ஒரு புதிய சக்தியின் அவதாரம் எழுந்தது. அனைத்திற்கும் அடிப்படையான அணுவே உடைபட்டு அணுச் சக்தியை (Atomic energy) வெளிக்காட்டி, அதனுடைய பேரழிவுப் பெருங்கூத்தை உலகங்கண்டு மருளச்செய்தது.

சக்தியின் அவதாரங்கள்

இங்கே கூறிய மூன்று பெருஞ்சக்திகளும் வெவ்வேறு திருக் கோலங்கொண்டு உலகிலே திருஉலாப்போகக் காண்கிறோம். அடங்கு நிலைச் சக்தி ஒன்று. மலை மீது இருக்கும் பெரிய பாறை உருண்டு ஊரை அழிப்பதனை அண்மையில் நீலகிரியில் கண்டோம். இத்தகைய அழிக்கும் சத்தி அந்தப் பாறைக்கு முன்னமே இருந்தது. ஆனால், அது அங்கே மேலே அடங்கிக் கிடந்தது. கீழே உருண்டு வரும் போது அந்தச் சக்தி வெளிப்பட்டது; இயங்குநிலை சக்தியாயிற்று. அதுவே சக்தியின் இரண்டாவது அவதாரம். தன்னை

மறந்து விளையாடும் பையன் ஒருவன் ஓடிவரும் சமயத்தில் எதிரே இருப்பாரைக் கவனிப்பதில்லை. வழியில் அவன் வருவதைப் பாராமல் வேடிக்கையாகப் பேசிக்கொண்டு இருக்கும் மல்லர் ஒருவரை வருகின்ற வேகத்தில் எளிதாகக் கீழே தள்ளிவிட்டுப் பையன் ஓடிவிடுகிறான். அவனுக்கு எங்கிருந்து வந்தது இந்தப் பேராற்றல்? இதுதான் இயங்கு நிலைச் சக்தியின் பெருமை. ஒரு பொருள் இயங்கும்போது, ஒரு ஆற்றலைப் பெறுகிறது. எந்திர சக்தி இவ்வாறு இரண்டு கோலங்கொண்டும் விளையாடி வரும். சூடு என்பது சக்தியின் மற்றொரு அவதாரம். மின்சாரம், காந்தம், ஒளி, ஒலி என்பவையும் சக்தியின் திரு அவதாரங்களேயாம்.

சக்தியின் திருக்கோலங்கள்

சக்தியின் ஒரு திருக்கோலம் மற்றொரு திருக்கோலமாக மாறும். மூங்கிலோடு மூங்கில் உராய்கிறது. உராய்வதே எந்திர சக்தியாம். அங்கே நெருப்புப் பொறி பறக்கின்றது. சிடுசிடு என்ற ஒலி எழுகின்றது. இருட்டில் தீவட்டி கொளுத்தினதுபோல் பேர் ஒளி எழுகிறது. மூங்கில் எரிந்து சாம்பல் ஆகிறது. எந்திர சக்தி வேதிசக்தியாக மாறிச் சூடாகவும், ஒலியாகவும், ஒளியாகவும், பல பல திருக்கோலங்கள் கொண்டு இவ்வாறு காட்சி அளிக்கக் காண்கிறோம். மேட்டில் இருந்து பள்ளத்தில் பாயும் தண்ணீரின்

ஆற்றலால், எந்திரங்களைச் சுழற்றி மின்சாரம் விளைவிப்ப தனையும் பைகாரா, சிவசமுத்திரம் முதலிய இடங்களில் காணலாம். மின்சாரக் கம்பியை சுருளையாகச் சுற்றி வைத்து மின்சாரம் பாய்ச்சினால், அதன் நடுவே காந்த சக்தி உண்டாகிறது. இதனை ஒரு இரும்புத் துண்டை அந்நடு இடத்தில் வைத்துக் காணலாம். அந்த இரும்பு காந்தத்தைப் போலவே, இரும்புத் துண்டுகளைத் தன்னிடத்தே இழுக்கும். ஒரு இரும்புப் பொருள் மேல் காந்தத்தைத் தேய்த்து இந்த வகையான எந்திர சக்தியால் அப்பொருளீல் காந்தத்தை விளைவிக்கலாம். கம்பிச் சுருளைக்குள்ளே காந்தத்தை இயக்கியதும் கம்பியில் மின்சாரம் தோன்றி ஓடும். இப்படித்தான் பேரளவில் மின்சாரத்தை விளைவிக்கின்றனர். மின்சார சக்தி எந்திர சக்தியாய் மாறி எந்திரங்களை இயக்கவும் காண்கிறோம்; விளக்கு எரிக்கவும் காண்கிறோம். மின்சார சக்தி ஒளியாக மாறுகிறது. மின்சார சக்தியால் தண்ணீரைச் சுடவைத்துக் குடிக்கவும் செய் கின்றோம். இங்கு மின்சாரம் சூடாக மாறுகிறது. இடியும், மின்னலும் இந்த மின்சார சக்தியால் இயற்கையில் எழும்

விநோதங்களாம். பன்னிப் பன்னிப் பேசுவானேன்? உள்ளது ஒரே மாயா சக்திதான். பிற சக்திகள் எல்லாம் இந்தப் பெருந்தாயின் பல வடிவங்களே யாம். வேதிச் சக்திக்கும் அடிப்படை அணு சக்தியே. ஆதலின், எல்லாம் ஒரு சக்தியே.

பல அலைகள்

உலகம் அணு அணுவாக இயங்கிக்கொண்டே கிடக்கிறது. இயக்கமே அதன் வடிவம். அந்த இயக்கமே சக்தியாக விளங்கு கிறது; "அலைகிறது" என்று போகிறோம். அடிப்படையில் இந்த இயக்கங்கள் எல்லாம் பல்வகை அலைகளின் வெவ்வேறு இயக்கங்களாம். ஒலி அலை, ஒளி அலை, மின் அலை, மின் காந்த அலை, சூடு அலை என்று பல பல சக்திக்கேற்பப் பலபல அலைகள் இயற்கையில் வீசிவரக் காண்றோம். இந்த அலைகள் எல்லாம் அலை அல்லது சக்தி என்ற வகையில் ஒன்றேயாம். ஆனால், இவை பல பல வடிவங்கொண்டு பல பல சக்தியாதல் எப்படி? அந்த அலைகளின் நீளங்களைப் பொறுத்தது இந்த வேற்றுமை எல்லாம். மிகப் பெரிய அலைகள் வானொலியில் வழங்கும் மின்காந்த அலைகள்; அவற்றினும் சிறியவை ஒலி அலைகளாம். இவற்றிலும் சிறியவை சூட்டு அலைகள். இவற்றினும் சிறியவை ஒளி அலைகள். அவற்றினும் சிறியவை நமது கண்ணுக்குப் புலனாகாது நமக்குச் சேவை செய்யும் புதிர்க்கதிர் (X-Ray) அலைகள், ரேடியம் அலைகள், அணுவின் கதிர் வீச்சு இயக்கங்களாம் அலைகள் முதலியனவாம்.

உலகுக்கு ஓர் எந்திரம்

இத்தனைக்கும் அடிப்படை என்ன? இன்று பல இடங்களில் எந்திரங்கள் இரவும் பகலும் ஓடுவதைக் காணலாம். இவை மின் சாரத்தைத் தோன்றச் செய்து நகரங்களுக்கு உதவுகின்றன. இந்த மின்சாரத்தைக் கொண்டு சூடு உண்டாக்கிச் சமைப்பவர் பலர். விளக்கு எரிக்க வைப்பவர் பலர். காந்த சக்தியை விளைத்துத் துறைமுகங்களில் பெரிய பாடங்களை இரும்பில் (Crane) வைத்துத் தூக்கி கப்பலில் ஏற்றுமதி இறக்குமதி செய்வார் சிலர். தொலை பேசி வழியே ஒலியை எழுப்பிப் பேசுகின்றோர் பலர். இதே போல உலகுக்கெல்லாம் பலவித சக்திகளையும் விளைத்துத் தருவதற்காக ஓர் பேர் இயந்திரம் என்றும் நிலையாக வானகத்தே நின்று நிலவுகிறது. அதுவே சூரியனாம் எந்திரம்.

உஷ்ண புராணம்

சூரிய எந்திரம் எழுப்புகிற சூடு சக்தியை அறியாதார் யார்? சூரியன் தரும் சூட்டை எம்முடைய நில மகளின் மேற்பரப்பு முழுதும் ஒரே அளவில் ஓட விட்டுப் பார்க்கலாமா? என்று நினைத்தார் பூய்யியோ (Pouillot) என்ற பிரஞ்சுப் பேர் அறிஞர். அவருடைய கணக்கு மூளை என்ன காட்சி கண்டது? 100 அடி கனமுள்ள பனிக்கட்டியை அவ்வாறு நிலமகள் மேல் போர்த்தினால் அந்தச் சூட்டில் அந்தப் பனிக்கட்டி முழுதும் தண்ணீராக ஓராண்டில் உருகி விழ மனக் கண்ணால் கண்டார். 66 மைல் ஆழமுள்ள பெரிய நல்ல தண்ணீர்க் கடல் ஒன்று இருக்குமானால் அதனைப் பனிக்கட்டி போல் இருக்கும் சில் என்ற நிலைமையில் இருந்து (0°C) தளபள என்று கொதிக்கும் நிலைக்கு (100°C) கொண்டுபோகுமாம் இந்த சூரியனாரின் சூடு. இந்தச் சூட்டின் பெருமையை மற்றோர் ஆசிரியர் (Hershil) எழுத்தோவியமாக எழுதிக் காட்டுவதைக் காண்பது வியப்பைத் தரலாம். "பூமியின் நடுக் கோட்டுக்கருகே தலைக்கு நேரே சூரியன் காயும் நண் பகலில் ஒரு சதுர மையில் அளவுள்ள தரையில் எவ்வளவு சூடு கொதிக்கும்?" என்று பார்த்தார். அந்தச் சூட்டை "இவ்வளவு என்று எப்படிச் சொல்லுவது? ஒரு மணி நேரத்தில் அந்தச் சூடு 26,000டன் பனிக்கட்டியைத் தண்ணீராகக் கரைத்து விடும். அவ்வளவு பெரியது அந்தச் சூடு. ஆனால் பூமி இதைவிட ஐந்து கோடி மடங்கு அதிக சூட்டினைத் தரை முழுவதிலும் பெறுகின்றது. பனிக்கட்டியாலேயே ஒரு உருளையை 45மைல் விட்டமுள்ளதாகச் செய்தால் எவ்வளவு பெரிதாக இருக்கும்? இதனை சூரியன் மேலே வீசி எறிந்து கொண்டே இருப்பது என்றால், சூரபத்மாவின் போர்தான் நினைவிற்கு வருகிறது. வினா 4க்கு 186,000 மைல் வேகத்தில் சூரியனுடைய உடலின் மேல் வீசி எறிந்து கொண்டே இருந்தால் சூரியன் குளிர்வானா? மேலே கூறிய வேகம் ஒளியின் வேகம்; இந்த வேகத்தைத் தாண்டி எந்தப் பொருளும் போக முடியாது. அப்படி இருந்தாலும், இத்தகைய போரில் சூரபத்மாவின் கை நோகுமே அன்றிச் சூரியன் சூட்டில் இம்மியும் குறையாது. அந்தச் சூரியனின் சூட்டில் இத்தனை பெரிய பனிக்கட்டியும் கரைந்து போகும்.

மொத்த சூடு

இவை எல்லாம் கதை சொல்வதுபோல் இருக்கும். இன்று சூரியனுடைய சூட்டினை அளந்து அறிய அறிஞர்கள் வகை

செய்துள்ளார்கள். சூட்டினை அளப்பது என்றால், சூடளப்பான் (Thermo Meter) சுரம் அளப்பான் (Clinical Thermometer) இவற்றின் நினைவு வரலாம். இதிலிருந்து சூடு என்ற சக்தியின் மொத்த அளவு தெரியவாராது. ஒரு குடம் தண்ணீரைச் சுடவைப்பதற்கும், ஒருசால் தண்ணீரைச் சுடவைப்பதற்கும் வேற்றுமை இருகிறது அல்லவா? ஒன்றிற்கு ஒரு சிறிது அளவே விறகு வேண்டும்; மற்றொன்றிற்கு மிகுதியும் விறகு வேண்டும் அல்லவா? விறகில் இருக்கிற சூடன்றோ தண்ணீருக்குள் பாய்கிறது? இரண்டையும் ஒரே அளவில் கொதிக்க வைத்தால், ஒன்றில் மொத்தச்சூடு குறைந்தும், மற்றொன்றில் மொத்தச்சூடு மிகுதியாயும் இருக்கும் என்பதாயிற்று. மொத்தச் சூட்டைக் கணக்கிட, சூடு பரவிய பொருளின் அளவையும் கணக்கிடல் வேண்டும்.

சூட்டளவுகோல்

விஞ்ஞானிகள் நீளத்தைக் கணக்கிடுவது மீடர் என்ற கோல் கொண்டேயாம். இந்த மீடரில் நூற்றில் ஒரு பங்கிற்குச் செண்டி மீடர் என்று பெயர். ஒரு செண்டி மீடர் நீளம், ஒரு சென்டி மீடர் அகலம், ஒரு சென்டிமீடர் ஆழமுள்ளதனைச் சென்டிமீடர் கட்டி அல்லது கனசென்டிமீடர் என்பர். இந்த அளவுத் தண்ணீரை அடிப்படை அளவாக விஞ்ஞானிகள் கொள்கின்றனர். தண்ணீர் பனிக்கட்டியாய் உறைகிற நிலைக்கும் கொதிக்கிற விலைக்கும் உள்ள வேற்றுமையை நூறாகப் பங்கிட்டு வழங்கும் சூடளப் பானைத்தான் பெரிதும் விஞ்ஞானிகள் வழங்குகின்றனர். இந்த அளவில் ஒரு கன சென்டிமீடர் தண்ணீரை ஒருடிகிரி அல்லது ஒரு சுழி (1°0) அளவு சூடேற்றுதற்கு வேண்டிய மொத்தச் சூட்டினை ஒரு கனலி (Calories) என்பர். ஆனால் நம்முடைய அரிசிப் பங்கீட்டுக்காக எடுக்கும் கணக்கில் வரும் கனலி அல்லது காலரி அல்ல இது. சும்மா இருக்கின்ற மனிதனுக்கும் குறைந்தது 2500 காலரி சூடு உணவிலிருந்து வரவேண்டும் என்று பேசக் கேட்கிறோம். நம்முடைய உடம்பும் சூடு எந்திரந்தானே. அது எரிந்து கொண்டு இருக்க விறகு வேண்டும் அல்லவா? இந்த விறகுதான் நாம் உண்ணும் உணவு. இந்த உணவுக் கணக்கில் பேசுகிற காலரி, உண்மையில் ஆயிரம் காலரியேயாம்; 2500 காலரி என்பது 25,00,000 (இருபத்தைந்து லட்சம்) காலரியேயாம். எவ்வளவு சூடு நமக்கு வேண்டி இருக்கிறது! இத்தனையும் ஒருநாழி அரிசியில் அடங்கிக் கிடக்கிறது அல்லவா?

சூரியச் சூடளப்பான்

"சூரியனுடைய சூடு தரையின் மீது படுகின்றது எவ்வளவு?" எனக் கணக்கிடுகின்ற முறையைச் சிறிது பார்ப்போம். ஒரு சிறிய வட்டப்பெட்டி; இதுதான் சூரியச் சூடளப்பான் (Pyroheliometer) அது முழுதும் இடை வெளி சிறிதும் இல்லாமல் மூடுண்டு கிடக்கும். அதனுடைய மேல் மூடி ஒரு வட்டமான வெள்ளித் தகடு ஆம். அந்த வெள்ளித்தகட்டின் மீது மை பூசி இருக்கும். பெட்டிக்குள்ளே தண்ணீர் இருக்கும். தண்ணீருக்குள் சூடளப்பானின் அடிப்பகுதியும் கிடக்கும். இதற்கொரு பீடம் உண்டு. ஒரு கடிகார அமைப்பு அந்தப் பீடத்தை சூரியனுக்கு எதிர் முகமாகவே காட்டிக் கொண்டேவரும். இதனைச் சூரிய பீடம் (Heliostat) என்பர். முதலில் இருந்ததை விடச் சூரியனின் சூடுபட்டதும் எத்தனை டிகிரி சூடு ஏறியது? என அறியலாம். "பெட்டிக்குள் இருக்கின்ற தண்ணீர் எத்தனை சென்டிமீடர்கட்டி?" எனவும் முன்னரே தெரியும். இந்த இரண்டையும் பெருக்கி வருகின்ற தொகையே, தரையில் படும் சூரியச்சூட்டின் மொத்த அளவாம். தரை முழுதிற்கும் சராசரி கணக்குப் போட்டுப் பார்த்ததில், ஒரு சதுர சென்டி மீடருக்கு ஏறக்குறைய 2 காலரி சூரியச் சூடு நிமிஷத்திற்கு நிமிஷம் பாய்கிறதாம். ஒரு சதுர கஜத்தில் பாய்கின்ற சூடு குதிரை ஓட்டமாம். ஓர் ஏக்ராவில் 7400 குதிரை ஓட்டம் சூடு பாய்கிறதாம்.

சூரியனைத் தொட்டால்

இதிலிருந்து சூரியனை, மேலேபோய், மேலே தொட்டால் எவ்வளவு சூடு இருக்கும் எனக்கணக்கிட்டு இருக்கிறார்கள். சூரியன் ஒரு உருண்டை; அதிலிருந்து சூடுபரவுவதும் வட்டமாக உருண்டைக்குள் பரவுவது போலவே பரவும். தரையில் படுகின்ற சூட்டைக் கண்டோம். அது சூரியனது சூடு பரவுகிற வெட்ட வெளி உருண்டையின் ஒரு சிறு பகுதியேயாம். இதிலிருந்து சூடு பரவுகிற வெட்டவெளி உருண்டையின் மேற்பரப்பு எல்லையையும் கணக்கிடலாம். சதுரசென்டி மீடருக்கு 2 காலரி கணக்கில் எவ்வளவு சூடு இந்தமேற்பரப்பு எல்லை முழுதும் பாயும் என்றும் கணக்கிடலாம். இதிலிருந்து சூரியன் சூட்டினைக் கணக்கிடும் வழியினை அறிஞர்கள் கண்டுள்ளார்கள். இவ்வாறு பரவும் சூட்டினைச் சூரியனுடைய பரப்பால் வகுத்தால், 'சூரிய பரப்பில் ஒவ்வொரு சதுர செண்டி மீடரும் எவ்வளவு மொத்தச்

சூடு தருகிறது?' என்று அறியலாம். ஸ்டிவான் (Stefan) என்பவர் மாறாஎண் (Constant) ஒன்று கண்டார் அதனால், அந்த மொத்தச் சூட்டை வகுத்தால் சூரிய உஷ்ணத்தின் நான்காவது மடக்கு (74) வரும். பின்னர்ச் சூட்டு நிலையைக் கணக்கிடுவது எளிது தானே. இவ்வாறு கணக்கிட்டதில் சூரியன் (6000°C) ஆறாயிரம் சுழி சூடு இருப்பானாம். இது மேற்பரப்பினைத் தொட்டால் இருக்கும் சூடு. உள்ளே போனால் பல லக்ஷம் சுழி சூடு இருக்கக் காணலாம்.

பழைய சூட்டு எந்திரங்கள்

இந்தச் சூட்டு எந்திரத்தில் இருந்து மின்சாரம் முதலிய சக்திகள் உண்டாவதைக் காண்பதற்கு முன், சூடு எந்திரங்களை இயக்கி வைப்பதனைக் காணலாம். ஆர்க்கிமிடீசர் என்பவர், 2113 ஆண்டு களுக்கு முன் சூரியனைக் கொண்டு ஒரு அற்புதம் செய்தார். சைரகூஸ் (Syracuse) என்கிற அவருடைய ஊரைப் பகைவர்கள் கப்பற்படைகொண்டு முற்றுகை இட்டனர். கடற்கரையில் கண் ணாடிகள் வைத்துச் சூரிய ஒளியை ஒரு முகப்படுத்திப் பகைவர்கள் கப்பற்படையை எரித்து விட்டாராம். 1747-ஆம் ஆண்டில் பப்பான் (Buffon) என்பவர் 360 கண்ணாடித் துண்டுகளை ஒரு சட்டத்தில் அமைத்து ஒரே இடத்தில் குவி முனை பெற்று (Focus) விளங்கச் செய்து, அதில் சூரிய ஒளியைப் பாய்ச்சி விறகினை எரித்தாராம்; வெள்ளியை உருக்கினாராம். வெட்ட வெளி இல்லாத ஒரு மூடு பெட்டியை முழுதும் கறுப்புப்பூசி சூரியன் எதிரே வைத்தால், பெட்டிக்குள் சூடு மெல்ல மெல்ல ஏறிக் கொண்டே போய்க் கொதி நிலையை (100°C) அடையும். சுற்றியும் மணலிட்டு மேலே கண்ணாடியும் மூடி வைத்தால், முட்டையையும் உள்ளே வேக வைக்கலாம் என்று ஹெர்ஷல் கண்டார்.

புதிய கனா

மேல் மூடும் பெட்டிகளை மிகுதிப்படுத்திக் கொண்டே போய் அவற்றை எல்லாம் கருப்புப் பூசிய செப்புத் தகட்டால் செய்து, அவை ஒன்றின் மேல் ஒன்று படாமல் இடையே கரித்துளைக் கொட்டி, வெளிப் பகுதி முழுதையும் பஞ்சால் மூடி, உலர்ந்த மணலில் புதைத்தால், நெருப்பைப்பற்ற வைக்கும் சூடும் இங்குப்பிறக்கலாம் என்கிறார் அந்த அறிஞர். இதனைப் பயன் படுத்திச் சமைக்கின்ற எந்திரம் ஒன்றும் சிலர் அமைத்தனர். சூரிய ஒளியை ஒரு முகப்படுத்தி ஒரு குழைக்குள் செலுத்தி 2.5 குதிரை ஓட்டம் உள்ள எந்திரத்தையும் ஓட்டினர். நீராவி எந்திரம்

ஓட்ட, அச்சடிக்க, தண்ணீர் இறைக்க, இப்படி எல்லாம் சிறிய அளவில் இந்த எந்திரங்களைப் பயன்படுத்திப் பார்த்தார்களாம் அறிஞர்கள். மாடி மேலே ஆழமில்லாத நீர்த் தொட்டிகளைக் கட்டி. சூட்டினை வெளிவிடாத பொருள்களால் கீழ்ப்பக்கத்தை மூடி, மேற் பக்கத்தினைக் கண்ணாடி கொண்டு மூடி விட்டால் சூரியனது சூட்டால் தண்ணீர் கொதித்து கீழே நாம் வைக்கும் குழாய்கள் வழியாக நாம் வேண்டிய போதெல்லாம் வந்து பாயும். சகாரா (Sahara) பாலைவனத்தில் பாழாகிப் போகின்ற சூட்டினை எல்லாம் இவ்வாறு பயன் படுத்திச் செல்வங் கொழிக்கும் நாகரீக நிலையமாக ஆக்க முடியாதா என இந்த நூற்றாண்டைய மக்கள் கனாக்கண்டு வருகிறார்கள்.

இயற்கை எந்திரம்

ஆனால், சூரியனது சூட்டில் முழுதினையும் பயன்படுத்தக் கூடிய எந்திரத்தை நாம் இது வரையும் கண்டதில்லை. செயற்கைச் சூட்டால் நாம் உலகில் ஓட்டி வரும் எந்திரங்களும் அவை எழுப்பும் சூட்டில் காற் பங்குக்கு மேல் பயன்படுத்த முடியாமல் அலைகின்றன. இயற்கையாகவே விளங்குகின்ற சூரிய எந்திரங்கள் நம்மைச்சுற்றிப் பல உள்ளன. அவையே ஓர் அறிவு உயிர்களாம் செடி கொடிகள். அவை சூரியனது சூட்டுச்சக்தியை உடனே வேதிச்சக்தியாக மாற்றுகின்றன. சூரியனது சூடு தம் இலைமேல் படுவதில் நெரியம் (Nerlum) என்பதன் இலை நூற்றுக்கு 1.5 வீதம் இவ்வாறு கவர்ந்து மாவுப் பொருளாக (Starch) மாற்றி விடுகிறதாம்.

மாவு பிடிக்கும் வழி

செடிகளின் இலையிலே 1½ கோடிக்கு மேல் துளைகள் உண்டு. அங்கே காவலாகப் பல அணு அறைகள் உள்ளன. சூரியன் நன்றாகக் காயும் போது இந்த வாயில்கள் நன்றாகத் திறந்து கொள்ளும். இருந்தாலும், இலையின் முழு பரப்பில் நூற்றுக்கு ஒன்றே இந்த வாயில்களின் வெளியாம். இந்த வாயில்கள் வழியாகக் கரியமில வாயு உறிஞ்சப்படுகிறது. இந்தக் கரியமிலவாயு விரை வாக உள்ளே பாயும் போது வாயில்களின் வாய்குறுகும். ஆனால் வாயில்களின் உட்புறத்தில் எல்லாம் இந்த வாயு பரந்து போகும். இதனால் தான் ஒரு சிறிது அளவே இந்த வாயில்கள் இருந்தாலும், உள்ளிருப்பவற்றைக் காக்க மூடுண்டு கிடந்தாலும் இலை முழுதும் இந்தவாயுவை உட்கொள்ளுவது முடிவதாகிறது. இதனை உட்கொள்வதால் தான் மரத்தின் எடை ஏறுகிறது.

ஒருசதுர மைல் அளவுள்ள காட்டில் மரங்கள் ஓர் ஆண்டில் 50 டன் கரியமிலவாயுவை உறிஞ்சுகின்றன. ஆனால், காற்றில் இந்த வாயு இருப்பது (3/14000) பங்கேயாம். இவ்வளவு சிறிதாக இருந்தும், செடிகள் இவ்வளவு பெரிதாக அதனை உட்கொள்வது பெரிதும் வியப்பேயாகும். நமக்கு நெல்லும் கிழங்கும் பழமும் தந்து நாம் மூச்சாக வெளிவிடும் கரியமில வாயுவை உண்டு இவ்வாறு வளர்கின்றன மரங்கள்.

செடிக்குள்ளே ஒரு ஏற்றக்கோல்

அம்மட்டுமா? அவை கரியமில வாயுவை உட்கொண்டு நீராவியை வெளியே கக்குகின்றன. இந்த நீராவியாலேயே காட்டின் அருகில் உள்ள இடங்கள் எல்லாம் குளிர்ச்சியாய் மழையைப் பெய் விக்கின்றன. செடி கொடிகள் வேரிலிருந்து பெறும் நீரில் கரிய மிலவாயு முதலிய மருந்துப் பொருள்கள் கரைந்து மரத்தில் ஒவ்வொரு உறுப்பிலும் பாய்கின்றன. எனவே மரத்தினுள்ளே தண்ணீர் இறைக்கும் எந்திரம் ஒன்றும் வேலை செய்யப் பார்க்கி றோம். சவுக்கு, பைன் (Pine) முதலிய மரங்கள் எத்தனையோ அடி உயரம் உள்ளவை. தரையின் கீழே மறைந்து கிடக்கும் வேரிலிருந்து தண்ணீர் இம்மரத்தின் உச்சிக்குப்போவது ஒரு பெரிய வியப்பேயாம். இலைகளிலிருந்து நீராவியாகத் தண்ணீர் மாறிச்கொண்டே போகும்போது, அந்த வெற்றிடத்தில், வேரில் இருக்கும் நீர் பாய்ந்து போகிறது. அவ்வளவுதானா? இவ்வாறு சூரியனது சூட்டை வேதிச்சக்தியாக மாற்றுவதற்கு மரத்தில் பச்சை என்ற பொருள் உண்டு. அதன் வழியாகவே சூரிய ஒளியால் மரத்தினுள் பாயும் கரியமிலவாயு மாவுப்பொருளாகவும், சர்க்கரை யாகவும் பல பல வடிவங் கொண்டு மரமாகி வளர்கிறது. எனவே மரங்களைச் சூரிய சக்தியை புதைத்து வைத்திருக்கும் புதையல்கள் என்று கூறலாம்.

பல சக்தி எந்திரம்

வேறு பல சக்திகளையும் சூரியனே தருகிறான் என்பதனை அடுத்துக் காண்போம்.

தமிழ்த் தென்றல், 01-09-1949

ஊருக்கெல்லாம் ஒரே விளக்கு

பேராசிரியர்

திரு. ஈ. த. இராசேசுவரியார், M.A., L.T.

சூரிய ஒளியை அளத்தல்:

"ஊருக்கெல்லாம் ஒரே விளக்கு" என்ற விடுகதையை எத்தனை முறை நம்முடைய இளமைப் போதில் விடுவித்து இருக்கின்றோம். குழந்தைக்கும் தெரியும் இந்த விளக்கு. சூரியன் தான் இந்த விளக்கு என்று சொல்லவும் வேண்டுமா? மத்தாப்பு விளக்கை விடச் சூரியனது மேற் பரப்பிலுள்ள ஒளி 146 மடங்கு வெளிச்சம் மிக்கதாம். நமது மின்சார விளக்கை 40 மெழுகு வர்த்தி ஒளி, 60 மெழுகு வர்த்தி ஒளி என்று பேசுவது போல இந்தச் சூரிய ஒளியையும் பேச வேண்டுமானால் 3207 மெழுகு வர்த்தி ஒளி என்று பேச வேண்டும். கோடையில் சூரியனின் ஒளி இதனினும் மிக்குத் தோன்றும். காற்று மண்டலத்தின் இடையூறும் இல்லையானால் இன்னும் எத்தனையோ மடங்கு மிக்குத் தோன்றும்.

ஒளியை எடை போடுதல்

ஒளியை எடை போட்டு விற்பது இந்த நூற்றாண்டின் புதுமை. ஆற்றல் அல்லது சக்தி இறுகினால் பொருளாம். பொருள் உருகி வழிவது போல் இயங்கினால் ஆற்றலாம். சூரியன் வெளியிடும் ஆற்றலைச் சூடு வழியாகக் கணக்கிட்டுக் கூறினோம். ஒளியும் ஒரு ஆற்றல் தானே. அது மிக இலேசானது எனலாம். ஒரு கில்லோ வாட் (Kilo-watt) என்ற அளவில் ஒரு மணி நேரம் மின்சார விளக்கு எரிந்தால் மின்சாரம் செலவாகின்றதன்றோ? அந்த மின்சாரத்தையே ஒரு யூனிட் (Unit) அல்லது அலகு அல்லது அளவாகக் கொள்கின்றனர். இதன் விலை இங்கிலாந்தில் மூன்று பென்ஸ். ஒரு இராத்தல் எடையுள்ள ஒளி வேண்டுமானால் 14 கோடி சவரன் ஆங்கிலேயர் கொடுக்க வேண்டும். ஒரு இராத்தலுக்கு 1120 கோடி

21. ஊருக்கெல்லாம் ஒரே விளக்கு

சூரிய ஒளியை அளத்தல்:

"ஊருக்கெல்லாம் ஒரே விளக்கு" என்ற விடு கதையை எத்தனை முறை நம்முடைய இளமைப் போதில் விடுவித்து இருக்கின்றோம். குழந்தைக்கும் தெரியும் இந்த விளக்கு. சூரியன் தான் இந்த விளக்கு என்று சொல்லவும் வேண்டுமா? மத்தாப்பு விளக்கை விடச் சூரியனது மேற்பரப்பிலுள்ள ஒளி 146 மடங்கு வெளிச்சம் மிக்கதாம். நமது மின்சார விளக்கை 40 மெழுகுவர்த்தி ஒளி, 60 மெழுகுவர்த்தி ஒளி என்று பேசுவது போல இந்தச் சூரிய ஒளியையும் பேச வேண்டுமானால் 3207 மெழுகுவர்த்தி ஒளி என்று பேச வேண்டும். கோடையில் சூரியனின் ஒளி இதனினும் மிக்குத் தோன்றும். காற்று மண்டலத்தின் இடையூறும் இல்லையானால் இன்னும் எத்தனையோ மடங்கு மிக்குத் தோன்றும்.

ஒளியை எடை போடுதல்

ஒளியை எடை போட்டு விற்பது இந்த நூற்றாண்டின் புதுமை. ஆற்றல் அல்லது சக்தி இறுகினால் பொருளாம். பொருள் உருகி வழிவது போல் இயங்கினால் ஆற்றலாம். சூரியன் வெளியிடும் ஆற்றலைச் சுடு வழியாகக் கணக்கிட்டுக் கூறினோம். ஒளியும் ஒரு ஆற்றல் தானே. அது மிக இலேசானது எனலாம். ஒரு கில்லோ வாட் (Kilo-watt) என்ற அளவில் ஒரு மணி நேரம் மின்சார விளக்கு எரிந்தால் மின்சாரம் செலவாகின்ற தன்றோ? அந்த மின்சாரத்தையே ஒரு யூனிட் (Unit) அல்லது அலகு அல்லது அளவாகக் கொள்கின்றனர். இதன் விலை இங்கிலாந்தில் மூன்று பென்ஸ். ஒரு இராத்தல் எடையுள்ள ஒளி வேண்டுமானால் 14 கோடி சவரன் ஆங்கிலேயர் கொடுக்க வேண்டும். ஒரு

இராத்தலுக்கு 1120 கோடியூனிட்டாம். சென்னையில் யூனிட் சராசரி 3 அணா விற்கிறது. ஆகவே, ஒரு இராத்தலின் விலை 210 கோடி ரூபாய் ஆகும். சூரியனோ ஒவ்வொரு நாளும் 160 டன் ஒளியைத் தன்னிடத்திலிருந்து ஒளி அலைகளாம் வண்டிகளில்

ஏற்றி வண்டிச் செலவையும் தானே தந்து விலை ஒன்றும் வாங்கிக் கொள்ளாமல் அனுப்பி வைக்கின்றான். ஆனால், பூமி பெறும் சூரிய ஆற்றலோ மிகச் சிறிதாம்; சூரியன் வெளியிடும் ஆற்றலில் 50 ஆயிரம் கோடியில் ஒரு பங்காம்.

முதலும் வட்டியும்

சூரியன் வெளியிடும் ஆற்றல் பலபல வகையாக வருவதைக் கண்டோம். அந்த ஆற்றலே நிலக்கரியாகவும் மண்ணெண்ணெ யாகவும் கிடப்பதனையும் கண்டோம். இது தான் மூலதனமாக அல்லது முதற்பொருளாக அல்லது பிதுரார்ஜிதமாக நமது தந்தையாம் சூரியன் நமக்கு எனச் சேர்த்து வைத்து உள்ளது. இந்த மூலதனத்தையே இப்பொழுது நமது எந்திரங்கள் பயன் படுத்திவருகின்றன. "குந்தித் தின்றால் குன்றும் கரையும்" என்பது ஒரு பழமொழி. அப்படித்தான் மூலப் பொருள்களைப் பாழாக்கி வருகின்றான் மனிதன். செடி கொடிகளோ சூரியனாம் முதலில் இருந்து வட்டியாக வரும் ஒளி முதலிய ஆற்றல்களை நேராக உண்டு வளர்கின்றன. விஞ்ஞானத்தின் முன்னேற்றம் மனிதனது முன்னேற்றம். முதலை விற்று வாழாமல் நேரே சூரிய ஆற்றலைப் பயன்படுத்துவதாக வளர்ந்து வந்து உள்ளது.

அணுவும் உடைந்தால்

ஒளி எல்லாம் மின்காந்த அலைகளின் அலைச்சலே என்று கண்டோம். மின்சார சக்தியும் காந்த சக்தியும் சூரிய ஒளியால் வெளி வருகின்றன. இந்த விந்தையைச் சிறிது உற்று நோக்குவோமாக. பொருள்களைப் பிரித்துக்கொண்டே போனால் அணுக்களாக முடி யும் என்று கண்டோம் அந்த அணுவையும் பிரித்தால் 'நேர் மின்னி', 'எதிர் மின்னி' என்று பிரியும். நம்முடைய வீட்டில் மின்சாரம் இரண்டு கம்பிகளில் வரப்பார்க்கிறோம் அல்லவா? ஒன்று நேர் மின்சார ஓட்டம், மற்றொன்று எதிர் மின்சார ஓட்டம், அணுவில் இந்த இரண்டு வகை ஓட்டமும் சமமாக இருப்பதால் மின்சாரமே வெளிப்பட்டுத் தோன்றுவதில்லை. அந்த அணுவில் உள்ள 'எதிர் மின்னி' ஒன்று தாக்கப்பெற்றுச் சிதைந்து ஓடுமானால் அப்போது அணுவின் சமலை பிறழும். எதிர் மின்னி ஒன்று குறைந்ததால் நேர் மின்சார ஓட்டம் தலை எடுக்கும். சிலபோது சம நிலையிலுள்ள அணுவிலே வேறே ஒரு அணுவிலிருந்து எதிர் மின்னி வந்து புகுந்து கொள்வதும் உண்டு. அப்போது எதிர் மின்சார ஓட்டம் மிக்குத் தோன்றும். இப்படிச் சமநிலை பிறழ்ந்த அணுக்களைச்

'செல்லிகள்' (ions) என்று வழங்குவார்கள். நேர் மின்சார ஊட்டம் பெற்ற செல்லி 'நேர்செல்லியாம்' (Positive ions); எதிர் மின்சார ஊட்டம் பெற்றசெல்லி 'எதிர் செல்லியாம்' (Negative ions).

அற்புதக் காட்சிகள்

எங்கிருந்து இந்தச் செல்லிகள் வருகின்றன? சூரியன் அணு அணுவாகச் சிதைந்து செல்லி செல்லிகளாகச் சிதறி, எரிந்து கொண்டு கிடக்கின்றான். அங்கிருந்தும் செல்லிகள் பூமியில் பாய் கின்றன. அப்போதைக்கப்போது மிகப் பல நிறத் தோற்றங்கள் வானத்தில் எழுகின்றன. 'வட முனை வளர் ஒளி' என்பது (Aurora Borealis) பூமியின் வட முனைக்கருகே வானில் தோன்றுகிற வியத்தகு காட்சி. 'தென்முனைத் திகழ் ஒளி' என்பது (Aurora Australis) நம்முடைய உலகின் தென் முனைக்கருகே வானில் சில போது தோன்றும் சிறந்ததொரு காட்சி. 'இராசி சக்கரத்து எழில் ஒளி' என்பது (Zodiacal light) வானத்தே பலபல இடங்களில் வளர்ந்து தோன்றும் வனப்புமிக்க காட்சியாம். சூரிய கிரகணத்தின் போது பூமி சூரிய வட்டத்தை முழுதும் மறைப்பதும் உண்டு. அப்போது சூரிய வட்டத்தைச் சுற்றிலும் கொடிகளும் தோரணங்களும் புதை பாணங்களுமாக நெடுக விரிந்து தோன்றும் அற்புதக் காட்சிகளை வான நூற் புலவர்கள் படம் பிடித்துக் காட்டுகின்றார்கள்.

ஆக்கலா? அழித்தலா?

சூரியனிடத்திலிருந்து மட்டும் இந்தச் செல்லிகள் வருவதில்லை. வானத்தின் வெட்டவெளிகளில் எல்லாம் அண்டக் கதிர்கள் (Cosmic rays) பாய்கின்றன. இவை கண்ணுக்குப் புலனாகாத மிக மிக நுண்ணிய கதிர் அலை வீச்சுக்களாம். வான வழியிலுள்ள அண் டங்கள் அழிந்து அண்டக் கதிர்களாகத் தேய்ந்து பாய்கின்றன என்பர் ஒரு சிலர். புதிய அண்டங்கள் தோன்றுதற்குக் கடை காலாக விளங்கும் புத்தம் புது அணுக்களைப் படைத்து வருவதே அண்டக்கதிர்களாகப் பாய்கின்றன என்று மில்லிகன் (Millikan) போன்ற ஒரு சிலர் கூறுகின்றனர். இந்தக் கதிர்கள் காற்றிலுள்ள அணுக்களின் மீது தாக்கும் போது அணுக்கள் சிதைகின்றன; செல்லி ஆகின்றன. மேலே போகப் போக அண்டக் கதிர்களின் வீச்சு நிலை மிகுவதால் செல்லி ஆக்கம் மிக்கு வருகின்றது. செல்லிகள் மிகுதியாக வாயு மண்டலத்துக்குள்ளே மின்னோட்டம் பாய்ந்து ஓடும் நிலைமை ஏற்படுகிறது

காந்த அம்மையின் திரு அவதாரம்

இவ்வாறு பூமி முழுதும் மின்னோட்டம் பாய்ந்து ஓடும் ஒரு போர்வை சுற்றிக்கிடக்கின்றது எனலாம். மின்னோட்டத்தின் நடுவிலே வைத்த இரும்பு என்ன ஆகும் எனக்கண்டோம்? அந்த இரும்பு காந்த சக்தி பெற்று விளங்கும் எனக் கண்டோம். செல்லிகளின் மின்னோட்டத்தின் இடையே நில்லாது சுழன்று வரும் பூமியும் காந்த சக்தி பெற்று விளங்குவது இயல்பு தானே. காந்த சக்தியைக் காந்த அம்மை எனலாம். சூரியனாலும் சூரியன் ஒளியாலும் செல்லி ஆக்கம் மிக்கும் குறைந்தும் வருவதை முன்னரே கண்டோம்.

காந்தப் புயல்

பூமியின் காந்த சக்தி ஒரு பொழுது இருப்பது போல் மாற்றொரு பொழுது இருப்பதில்லை. காந்தத்தின் ஒரு முனை எப்போதும் வடக்கினையே காட்டி நிற்கும்; மற்றொரு முனை தெற்கினையே காட்டி நிற்கும். இத்தகைய காந்த ஊசி ஒன்றை வைத்துக் கொண்டு சீனர்கள் திசை அறிந்து கப்பல் ஓட்டி வந்தார்களாம். இன்றும் இத்தகைய திசைக்கருவி (Compass)களைப் பல சீர்திருத்தங்களோடு பயன்படுத்தி வருகின்றோம். ஆனால் பூமியின் நேர் வட முனைக்கும் இந்தத் திசைக் கருவி காட்டும் வடக்கிற்கும் சில வேற்றுமை உண்டு. 1580-இல் பாரிஸில் இந்த திசைக் கருவி வடக்கினைச் சிறிது கிழக்காகக் கோணிக்காட்டியதாம். 1580இல் வடக்கை நேர் வடக்காகவே காட்டியதாம். 1812இல் வடக்கை வட கிழக்காகக் கோணிக் காட்டியதாம். 1862இல் மறுமுறையும் வடக்கை நேர் வடக்காகவே காட்டியதாம். இப்போதோ வடக்கு வடகிழக்காகக் கோணிக் காட்டுகிறதாம். பல ஆண்டுக்கு ஒரு முறை மாறும் இம்மாற்றத்தைச் சொல்லுவானேன்? ஒவ்வொரு நாளும் பொழுதுக்கு ஒரு முறையாக மாறி வருவதைக் காண்கிறோம். காலையில் ஒரு சிறிது கிழக்காகக் கோணி நிற்பதைக் காண்கிறோம். நண்பகலில் நேர் வடக்காக நின்று மாலையில் மேற்காகச்சிறிது கோணி நிற்கும் சூரிய காந்தப் பூவைப் போல, இந்தக் காந்த முள்ளும் சூரியனை நோக்கி நின்று வழி படுகிறது என்று

சொல்ல வேண்டாமா? காந்தப்புயல்கள் சூரியனில் வீசுவது உண்டு. அப்போது இந்தக் காந்தமுள் அலையும் அலைச்சலை

என்ன என்பது? மிக நுண்ணிய தராசுகள் கொண்டு அளந்து பார்க்கிறார்கள். எதனை? காந்த முள்ளை நேர் வடக்கில் இருந்து இப்புறமும் அப்புறமும் இழுக்கும் சக்தியைத்தான் அளக்கிறார்கள்.

வடக்கில் தலை வைத்துப்படுத்தால்

இந்தக் காந்த சக்தி மனிதனையும் அலைக்கழிக்கின்றது என ஒரு சில அறிஞர்கள் கருதுகின்றார்கள். ஸ்டெட்சன் (Stetscn) என்பவர் 'இதனை ஏன் மூடநம்பிக்கை எனக் கொள்ள வேண்டும்?' எனக் கேட்கின்றார். நரம்புகளின் வழியே மின்சாரம் ஓடக் கூடும் என்பதனைக் கால்வானி (Galvani) என்பவர் பல ஆண்டுகளுக்கு முன்னரே கண்டார். அணுக்களால் ஆய மூளையில் மின்காந்த அலைகள் பாயவும் செய்யலாம். இதனால் தான் போலும் ஒரு சிலர் வடக்கே தலை வைத்துப் படுத்துக்கொண்டால் "தூக்கமே வருவது இல்லை" என்று புலம்புவது! "புறாக்கள் கண் மூடிவிட்டாலும் குறித்த இடத்திற்போய்ச் சேர்வது இந்தக் காந்த சக்தியைப் பின் பற்றியோ?" என ஒரு சிலர் ஐயப்படுகின்றனர். ஆனால் இவை எல்லாம் வெறும் ஊகங்களே.

மின் ஒளியான் பிறப்பு

சூரியனால் மின்சார சக்தி எழுவதனைச் சொல்ல வேண்டுமா? செல்லிகள் வழியே மின்சாரம் ஓட வில்லையா? மின்னல் எழுவ தனை மழை காலத்தில் நாம் கண்டுள்ளோம். எவ்வளவு பெரிய மின்சார ஒளி அது! ஒரு இமைப் போதுக்குள் எத்தனையோ மின்னல்கள் தோன்றி மறைகின்றன. மின்சாரம் ஓடும் செல்லிகள் இடையே பூமி இயங்கும் போது காந்த சக்தி பிறப்பதனைக் கண்டோம். மின்சாரம் ஓடக் கூடிய கம்பிச் சுருளைக்குள் காந்தத்தை இயக்கினால் சுருளையில் மின்சாரம் ஓடுவதனையும் கண்டோம். பூமியாகிய காந்தத்தைச் சுற்றி மின்சார ஓட்டமுடைய செல்லிகள் நிற்கையில் பூமியாகிய காந்தம் அசையும் போது மேலும் மின்சார ஓட்டம் எழும் அன்றோ? இந்த இயற்கை நிகழ்ச்சியை வானொலிப்பெட்டி வைத்துள்ள ஒவ்வொருவரும் அறிவர். இவ் வாறு எழும் மின்சாரப் புயல்களாலும் காந்தப் புயல்களாலும் வானொலிக்கெழும் இடையூற்றைச் சொல்லி முடியாது.

முட்டையும் ஓடும்

உலகினை அண்டம் என்பர். அண்டம் என்றால் முட்டை. உலகினைச்சுற்றி உள்ள முட்டை ஓடு எங்கே? செல்லிகள் பூமிமேல்

போர்வை போலக் கிடக்கின்றன என்றோம். ஒரு வகையால் அந்தப் போர்வையே இந்த முட்டை ஓடு எனலாம். வானொலி அலைகள் வானில் போனால் அப்படியே போய் விடவேண்டும் அல்லவா? அப்படிப்போய்விட்டால் வானொலியை நாம் கேட்க முடியுமா? நாம் வானொலியைக் கேட்டு வரும் வியப்பு தான் என்ன? ஒலி மலை முடுக்கில் பட்டு எதிரொலியாக வருவதனைக் கண்டு பலர் வியக்கின்றனர். திருக்கழுக்குன்றத்தைச் சுற்றி வருகின்றவர் ஓர் இடத்தில் இருந்து "திருமலைச் சொக்கம்மா" என்று கூவியதும், கடைசி ஒலியாகிய "ஆ" என்பது எதிரொலியாக வருவதைக் காதால் கேட்கின்றனர். அம்மையே "ஆ" என்று பதில் கூறுவதாகவும் கருதி விடுகின்றனர். அங்குமட்டுமல்ல எங்குமே ஒலி எதிர் ஒலியாகத் திரும்பி வரும். வானொலியும், முட்டையோடுபோல் தடுத்து நிற்கின்ற செல்லிப் போர்வை மேல் முட்டிக்கொண்டு நிலத்தை போக்கி மறுபடியும் திரும்பி வருகிறது. சுவரின் மீது முட்டிய பந்து திரும்பித் தானே வர வேண்டும். இதனாலேயே வானொலி வெட்ட வெளியில் கலந்து ஒழிந்து மறையாமல் நாம் மிக விரும்பிக் கேட்கும் பாட்டாகவும், பேச்சாகவும் நம் காதில் பட்டு மிகமிக இனிக்கின்றது. சூரியனார் காயக்காய இந்த செல்லிப் போர்வை பூமிக்காக இறங்கி வரும். சூடு குறையக் குறைய மேல் எழும்பித் தோன்றும். சூரியனால் விளைகின்ற மின்சாரப் புயலும் காந்தப் புயலும் இந்த வானொலியை மறித்துச் சிதைப்பது இயல்புதானே. இவ்வளவும் சக்தியின் திருவிளையாடலே. உண்மையில் அவை எல்லாம் சூரியன் என்ற சிவனாரின் திருவிளையாடலேயாம்.

ஐயோ சூரியன் சாவானோ?

இந்தச் சக்தி என்றும் நின்று நிலவுமா? சிவனுக்கோ அழிவு இல்லை. சூரியனுக்கும் சாவு இல்லையோ? இப்படிப் பல கேள்விகள் நம் மனத்தில் எழுகின்றன. "சூரியன் வாழ வேண்டும்" என்ற அருளால் அல்ல இவ்வாறு நாம் கேட்பது. "வாழ்த்துவதும் வானவர்கள் தாம் வாழ்வான்." சூரியன் வாழ்ந்தால் அன்றோ நாம் வாழ்வது? நம் வாழ்வைக் குறித்த கேள்விகளே இவை எல்லாம். அடுத்து அவற்றைக் காண்போம்.

தமிழ்த் தென்றல், *01-11-1949*

ஐயோ சூரியன் சாவானா?

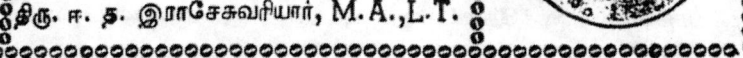

பேராசிரியர்
திரு. ஈ. த. இராசேசுவரியார், M.A., L.T.

வெற்றிலை பாக்குச் செலவு.

சூரியனார் பேரருளால் நாள் தோறும் 160 டன் எடையுள்ள வெளிச்சம் பூமாதேவியின் வெற்றிலைப் பாக்குச் செலவுக்குக் கிடைக்கின்றது. இது மகள் பெறுகின்ற கணக்கு. தந்தையார் அனுப்புகின்ற கணக்கோ வேறு. சூரியன் தன் உருண்டை வடிவம் முழுதிலும் வெளிச்சத்தை வெளியே வீசி எறிந்தால் தான், உருண்டு வருகின்ற பூமியின் மீது ஒரு சிறிதேனும் படும். இடையே காற்று மண்டலம் முதலியவை வெளிச்சத்தில் விழுங்கி ஒழிந்தவை போக எஞ்சியிருப்பவையே தரையில் வந்து சேரும். இப்படிக் கணக்குப்போட்டால் சூரியன் நிமிஷம் தோறும் 25 கோடி டன் அனுப்பிக் கொண்டே இருக்கின்றான். இப்படி எத்தனை நாளாக அனுப்பிக் கொண்டிருக்கின்றான் தெரியுமா? கோடி கோடி ஆண்டுகளாக அனுப்பி வருகின்றான்.

குபேரனுக்கும் குபேரன்.

இது எவ்வாறு முடியும்? நாம் ஏற்றிவைக்கும் விளக்கு இப்படி அவியாமல் எரியுமா? சூரிய வெளிச்சத்தை நினைக்கும் போது சிறிய விளக்கைப் பற்றியா பேசுவது? சூரியன் முன் மின் மினியா! சூரியன் போன்ற அவ்வளவு பெரிய நிலக்கரியைத் திரட்டி உருட்டி, எரிய வைத்தால் 5000 ஆண்டுகளுக்குள் அத்தனையும் சாம்பலாகி ஒழிந்து போகும். இத்தனை கோடி கோடி ஆண்டுகளாக எரிந்து கொண்டு இருக்கக் கூடிய பொருள் ஒன்று இருப்பதாக நாம் அறியோம். எத்தனையோ புராணங்கள், எத்தனையோ காப்பியங்கள் நம்பாதவற்றை எல்லாம் நம்பவைத்துப் பாடிப்போகின்றன. எண்ணெயுமின்றிக் கரியுமின்றி கோடி கோடி ஆண்டுகளாக எரிகின்ற இந்த விளக்கைப் போன்ற அற்புதம் ஒன்றை எக்

22. ஐயோ சூரியன் சாவானா?

வெற்றிலை பாக்குச் செலவு

சூரியனார் பேரருளால் நாள்தோறும் 160 டன் எடையுள்ள வெளிச்சம் பூமாதேவியின் வெற்றிலைப்பாக்குச் செலவுக்குக் கிடைக்கின்றது. இது மகள் பெறுகின்ற கணக்கு. தந்தையார் அனுப்புகின்ற கணக்கோ வேறு. சூரியன் தன் உருண்டை வடிவம் முழுதிலும் வெளிச்சத்தை வெளியே வீசி எறிந்தால்தான் உருண்டு வருகின்ற பூமியின் மீது ஒரு சிறிதேனும் படும். இடையே காற்று மண்டலம் முதலியவை வெளிச்சத்தில் விழுங்கி ஒழிந்தவை போக எஞ்சிநிற்பவையே தரையில் வந்து சேரும். இப்படிக் கணக்குப்போட்டால் சூரியன் நிமிஷம் தோறும் 25 கோடி டன் அனுப்பிக்கொண்டே இருக்கின்றான். இப்படி எத்தனை நாளாக அனுப்பிக் கொண்டிருக்கின்றான் தெரியுமா? கோடி கோடி ஆண்டுகளாக அனுப்பி வருகின்றான்.

குபேரனுக்கும் குபேரன்

இது எவ்வாறு முடியும்? நாம் ஏற்றிவைக்கும் விளக்கு இப்படி அவியாமல் எரியுமா? சூரிய வெளிச்சத்தை நினைக்கும் போது சிறிய விளக்கைப் பற்றியா பேசுவது? சூரியன் முன் மின்மினியா! சூரியன் போன்ற அவ்வளவு பெரிய நிலக்கரியைத் திரட்டி உருட்டி, எரிய வைத்தால் 5000 ஆண்டுகளுக்குள் அத்தனையும் சாம்பலாகி ஒழிந்துபோகும். இத்தனை கோடி கோடி ஆண்டுகளாக எரிந்துகொண்டு இருக்கக்கூடிய பொருள் ஒன்று இருப்பதாக நாம் அறியோம். எத்தனையோ புராணங்கள், எத்தனையோ காப்பியங்கள் நம்பாதவற்றை எல்லாம் நம்பவைத்துப் பாடிப்போகின்றன. எண்ணெயுமின்றிக் கரியுமின்றி கோடி கோடி ஆண்டுகளாக எரிகின்ற இந்த விளக்கைப் போன்ற அற்புதம் ஒன்றை எந்தப் புலவனும் இதுவரை பாடியதில்லை. இந்த உண்மையை நோக்க அவர்களுடைய கற்பனை எல்லாம் குழந்தை விளையாட்டாக முடிகின்றது. இதன் பெருமையை எண்ணும்போதே திண்

என்ற உள்ளமும் திகைத்துப்போகும். நம்முடைய நிலக்கரிச் சுரங்கங்கள் மண்எண்ணெய் கிணறுகள் காற்றுமண்டலம் நீர் வீழ்ச்சிகள், தண்ணீர் தேக்கங்கள், எந்திர சக்திகள், கப்பற்படைகள் நிலப்படைகள், விமானப் படைகள், அணுக்குண்டுகள் உட்பட்ட பலவகை குண்டுகள் இவை அத்தனையும் ஒன்று சேர்த்தாலும் இவை அத்தனையும் அந்தப் பெரிய சூரிய சக்தி வெள்ளத்தில் ஒரு சிறு துளியேயாம். இவ்வளவு பெரிய சக்தியும் மனிதன் தோன்றுவதற்கு முன்னிருந்து செலவழித்துக்கொண்டிருக்கின்ற சூரியனை என்னென்பது! குபேரனுக்கும் மேலாக ஒரு செல்வனை மக்கள் உள்ளம் படைத்துக் காணவில்லை. சூரியனுடைய செல்வமோ கோடானு கோடி குபேரர்களை ஒன்று சேர்த்தாலும் ஒருபிடிக்கும் போதாத அவ்வளவு இருக்கின்றது.

ஊழிக்கூத்தோ உள்ளக்கூத்தோ?

நம் கணக்குப்படி பார்த்தால் சூரியசக்தியை முடிவிலாதது என்றே கூறிவிடலாம். ஆனால் இந்தச் சூரியனோ கடல் மணலிலும் எண்ணிக்கை மிக்க நட்சத்திரங்களிலே மிக மிகச் சிறிய நட்சத்திரம். அந்தப் பெரிய நட்சத்திரங்களோ கோடிக்கணக்கான சூரியர்களை விழுங்கியும் வெறும் வயிறாகத் தோன்றக் கூடியவை. எண்ணவும் மனம் நடுங்குகிறது. இவ்வளவு பெரிய நட்சத்திரங்களாக இருந்தும் ஒரு பெரிய கடலில் சிறு துளிபோல வெட்டவெளியில் இவை மிதக்கின்ற நிலையை என்ன என்பது! இவை ஒவ்வொன்றும் கோடிக் கணக்கான மைல் தொலைவில் பிரிந்து நிற்கின்றன என்றால், இந்த வெட்ட வெளியின் அகல நீள ஆழத்தை எண்ணிப் பார்க்கவும் நம் மனம் நடுங்குகிறது. எண்ணிலாப் பலகாலம், எண்ணிலாப் பல ஊழி இவ்வாறு எண்ணற்ற பெரும் பொருள்கள் எண்ணற்ற பேராற்றலை வாரி இறைத்துக்கொண்டு களிக்கூத்தாடி வருகின்றன. இந்த ஊழிக்கூத்தினை எந்தப் பாவலனும் பாடவில்லை. எங்குமாய்ப் புரண்டு வழிகிற இந்தப் பெருவெள்ளத்தில் இடமும் காலமும் பொருளும் உயிரு சக்தியும், அலைஅலையாய்ப் புரண்டு ஓடுகின்ற பெரும் புயலில் நாமும் ஒரு சிறு துரும்பாய்ச் சிக்கிக் கிடக்கின்றோம் என்று எண்ணும்போது திசை தெரியாது திகைத்துப் போனாலும், இந்தப் பெருங்கூத்து நம்முடைய நெஞ்சிலும் நம்முடைய இரத்தத்திலும் நம்முடைய உடலிலுள்ள ஒவ்வொர் உயிர் அணுவிலும் நிகழ்கின்றது என்று நினைக்கும்போது ஓர் ஊக்கம் பிறக்கின்றது.

அணுவுக்குள் அடைத்துவைத்த ஆற்றல்

சூரியன் ஆற்றலை வீசி எறிந்துகொண்டே வருவானானால், அவனுடைய ஆற்றல் எல்லாம் ஒருநாள் செலவழிந்து ஒழியு மன்றோ? பொருள் வேறு ஆற்றல் வேறு என்று முன்னெல்லாம் எண்ணி இருந்தனர். "பொருள்களோ அணுக்கள்; அணுக்களோ மின்சாரசக்தி பெற்ற மின்னிகள்" என்று கண்டதும் எல்லாப் பொருளும் மின்சாரமாய் ஒடுங்கியது. (1) குழாய்க்குள் அடை பட்டிருக்கும் தண்ணீர், (2) குழாயைத் திறந்ததும் வெளிப்பட்டு ஓடும் தண்ணீர் என்று இரண்டு வகையாகப் பேசுவது போல, அடைபட்டு இருக்கும் பொருண்மை, ஓடுகின்ற பொருண்மை என்று பேசலாம் எனத் தோன்றியது. ஓடுகின்ற பொருண்மையே ஆற்றலாம். உறைந்த பனியைத் தண்ணீராக உருக்கி விடலாம். எந்தப் பொருளையும் ஆற்றலாக ஓட விடலாம். ஒரு பொருளை முழுதும் ஆற்றலாக மாற்றினால் எவ்வளவு ஆற்றல் வரும் என இன்று விஞ்ஞானிகள் அறிவார்கள்.

(ஆற்றல்) = (பொருண்மை) x (ஒளி வேகம்)2

இதுவே அவர்கள் கண்ட உண்மை. ஒரு கிராம் பொருண்மையில் எவ்வளவு சக்தி பிறக்கும். ஒரு கிராம் நிலக்கரியை முழுதும் ஆற்றலாக மாற்றி விட முடியுமானால் 25000 டன் நிலக்கரியை எரித்தால் வரும் அவ்வளவு சூட்டையும் பெறலாம். நிலக்கரி எரியும் பொழுது அணுத்திரளைகள் அணு அணுவாகப் பிரிகின்றன. பொருளை முழுதும் சக்தியாக மாற்றும் பொழுது அணுக்களே சிதைகின்றன. ஆற்றலாக மாறுகின்றன. அணுக்குண்டு வெடிக்கும் பொழுது இத்தகைய ஆற்றல் வெளியாவதைக் காண்கிறோம்.

சூரியனில் கொதித்து உருகும் ஆற்றல்

மின்னிகள் இயங்கும்போது அதன் பொருண்மை மிகும் அன்றோ? ஆற்றலும் பொருண்மையும் ஒன்று ஒன்றாக மாறும் என்றால் இயங்கும் ஆற்றலையும் பொருண்மை எனப் பேசலா மன்றோ? "முன்னிருந்த நிலையான பொருண்மை" ஒன்று அது இயங்கும் ஆற்றலாக எழுகின்ற "இயங்கு பொருண்மை இரண்டு" எனப் பேசலாமாதலின் ஒரு பொருள் இயங்கும் போது அதன் பொருண்மை மிகுகின்றது என்று பேச இடமுண்டு. ஒரு பொருளின் நிலையான பொருண்மை இயங்கு பொருண்மையைவிட எத்த

னையோ பங்கு மிகுதியாம். சூரியனில் இருக்கின்ற எதிர்மின்னிகள் பெருஞ் சூட்டினால் பெரிதும் இயங்குகின்றன. சூரியனுடைய நடுவே அதனுடைய சூடு 5 கோடி சுழி (டிகிரி) இருக்குமாம். இத்தனையும் அதன் நிலையான பொருண்மையால் எழுவதேயாம். சூரியனது பொருண்மையில் இரண்டு இலட்சத்தில் ஒரு பங்கே இயங்கும் ஆற்றலால் எழுவதாம். முதலில் தோன்றியபோது சூரியன் இதற்கு மேல் சூடாக இருந்து இருக்க முடியாது. அப்போழுதும் அதன் பொருண்மையில் பெரும் பகுதியும் நிலைப் பொருண்மையாகவே இருந்து இருத்தல் வேண்டும். அப்படி ஆனால் சூரியன் வீசி எறிகின்ற வெளிச்சம் எல்லாம் எங்கு இருந்து வந்திருக்கும்? அணுக்களில் இருந்து தான். இப்பொழுது இருக்கும் அணுக்களைவிட அப்பொழுது இருந்த அணுக்கள் மிக்கு இருத்தல் வேண்டும்.

சம்ஹார புராணம்

இந்த அணுக்கள் அழிந்து அலை வீச்சு இயக்கமாக வருகின்றன என்பது ஒரு கொள்கை. ஒளிக்கும் பொருண்மை உண்டு என்று கண்டோம். அதனுடையபொருண்மை தான் ஒளியாக வீசுகிறது. எந்த அணு அழிகிறதோ அதன் பொருண்மை அத்தனையும் ஒளியாக வீசி வரலாம். ஆகையால், ஒளியைக் கண்டதும் “எந்த அணு அழிந்து இவ்வாறு ஒளியாக வீசுகின்றது? என்று அறியலாம். சூரியன் மட்டும் அல்ல; அண்டம் முழுதுமே அழிந்துவருகிறது என்று பேராசிரியர் ஜீன்ஸ் (Jeans) கருதுகிறார். நம்மைச் சூழ்ந்துள்ள அண்டவெளியிலிருந்து ஈயத்திலும் ஊடுருவிப் பாயும் ஒரு வகைக் கதிர்கள் பாய்ந்து வருவதனை இந்த நூற்றாண்டில் விஞ்ஞானிகள் ஆராய்ந்து வருகிறார்கள். அவற்றிற்கு அண்டக் கதிர்கள் என்றும் பெயரிட்டு வழங்குகிறார்கள். அணுக்கள் ஒவ்வொன்றிற்கும் உள்ள எடைகளை ஒன்றுக்கு ஒன்று தராதரம் பிரித்து விஞ்ஞானிகள் வழங்கி வருகின்றனர். “ஆக்சிஜன் என்ற உயிரியம் 16 எடை என்றால் பிற அணுக்களை அதனோடு ஒப்பிட்டுப் பார்க்கும் போது அவை ஒவ்வொன்றும் எத்தனை எத்தனை எடை இருக்கும்” என்று கண்டுபிடித்து உள்ளார்கள். இதில் அடிப்படையாக ஒரு எடை என்று கூறக்கூடியது ஹைட்ரஜன் அல்லது நீரியமாம். இந்த நாலு நீரிய அணுவும் சேர்ந்து வருவதே அடுத்த வருகிற ஹீலிய அணுவாம். இங்கு வரும் அண்டக் கதிர்கள் இந்த இரண்டு அணுக்களின்

பொருண்மைக்கு ஏற்ப விளங்குகின்றனவாம். ஆகையால் அண்டங்கள் எல்லாம் அணுக்களாய்ச் சிதைந்து பேரணுக்கள் எல்லாம் சிற்றணுக்களாய், ஹீலியமாய், ஹைட்ரஜனாய்த் தேய்ந்து ஒளிந்து ஒளியாகி மறைகின்றனவாம். அண்டக்கதிர்களின் ஒளி வீச்செல்லாம் இவ்வாறு சூரியனும் நட்சத்திரங்களும் அழிந்து வரும் சம்ஹாரபுராணத்தையே என்றும் பாடி வருகின்றன என்று ஜீன்ஸ் என்ற பெரியார் கருதுகிறார். “ஐயோ சூரியன் சாகின்றானே” என்று வயிறு பிடிக்கின்றார்.

சிருஷ்டி புராணம்

ஆனால், எல்லா விஞ்ஞானிகளும் இந்த முடிவினை ஒப்புக் கொள்ளக் காணோம். மில்லிகன் என்ற பேராசிரியரோ சிற்றணுக்கள் எல்லாம் பேரணுக்களாய், அண்டமாய்ச் சமைந்து வருகின்ற சிருஷ்டி புராணத்தையே அண்டக் கதிர்கள் பாடி வருகின்றன என்று அண்டக்கதிர்களையே ஆராயும் அப்பெரியார் பாடி வருகின்றார். அடிப்படையான ஹைட்ரஜன் அணுவின் தராதர எடை ஒன்று என்று நாம் எதிர்பார்த்ததற்கு மாறாக 1.008 ஆக இருக்கின்றது. இவை நான்கும் ஒன்றாகச் சேர்ந்து ஹீலியம் அணுவாகச் சமையும் போது எடை 4.032 இருக்க வேண்டும். ஆனால் இருப்பதோ 4 தான். எஞ்சிய மிகுதி 0.032 எடை - எங்கு போயிற்று? நாலு ஹைட்ரஜன் அணுக்களை ஒன்றாகத் திரட்டி ஹீலியம் அணுவாக அமைப்பதற்கு இந்த அதிகப்படை எடை செலவாகி ஒளியாக வெளி ஏறுகிறது. இதனை மனத்தில் வைத்துக்கொண்டு, அண்டக் கதிரை ஆராயும் போது, அண்டக்கதிர்களின் ஒளி வீச்சு மிக மிகச் சிறிய அளவினதாக விளங்கியது. ஹைட்ரஜன் அணு அழியும் போது எழும் ஆற்றலை விட இது மிக மிகக் குறைவாகத் தோன்றுகிறது. அண்டக்கதிர்களில் நான்கு வேறு அளவுகளைக் காண்கிறோம். ஒன்று ஹைட்ரஜன் ஹீலியமாக மாறும்போது வெளிப்படும் 0.032 என்ற எடையின் ஒளி ஒன்று. ஹைட்ரஜன் அணுக்கள்கூடி ஆக்சிஜன் அணுவாகத் திரளும்போது வெளிப்படும் ஆற்றலின் அளவு மற்றொன்று. சிலிகன் (Silicon) என்ற அணு தோன்றும் போது உண்டாவது மூன்றாவது. இரும்பு அணு உருப்பெறும்போது வெளியாகும் ஆற்றலின் அளவு நான்காவது. இதனைக் கண்ட மில்லிகன் (millikan) அடிப்படையான இந்த நாலு வேறு அணுக்களும் உண்டாகி அண்டத்தைப் படைத்து வருகின்ற

காட்சியே இங்கு நாம் காண்கின்றோம் என்கிறார். சூரியனிலும் அத்தகைய ஆக்கப்பாடே நிகழ்ந்துவருகிறது. ஹைரஜன் அணுக்கள் ஹீலிய அணுக்களாகத் திரளும்போது எழுகின்ற ஒளியே கோடி கோடி ஆண்டுகளாகச் சூரிய வெளிச்சமாகப் பாய்ந்து உலகினைக் காத்து நம்மையும் படைத்து வளர்த்து வருகின்றது.

நமக்குப் பின் ஊழிப் பெரு வெள்ளம்

1. ஆகையால் "சூரியன் அழியாது ஆக்கமுற்று வருகின்றான்" என்று எண்ணி மகிழ்ச்சி அடையலாம். ஆனால், நம் வளர்ச்சியும் நம்முடைய உலகின் வளர்ச்சியும் இப்பொழுது சூரியனிடமிருந்து நாம் பெறுகின்ற சூட்டினில் ஒரு சிறிது குறையினும், ஒரு சிறிது மிகினும் அடியோடு அழிந்து போகும். சூரியன் இன்று ஆவியாக இருக்கின்ற நிலைமை மாறி இரும்பாக ஆனால், அதனை ஆக்கப்பாடு என்று நாம் மகிழ்தற்கு இல்லை. சூரியனது சூடு குறையுமானால் நாம் எங்கே? நம்முடைய உலக வாழ்வு எங்கே? இருந்தாலும் இத்தகைய மாறுதல் நம் தலைமுறையிலோ அல்லது கோடி கோடி தலைமுறைக்கு உள்ளாகவோ நேரப்போவதில்லை. எனக்குப் பின்னே, ஊழிப் பெருவெள்ளம் எனப் பிரஞ்சுப் பேரரசர் கூறினாராம். அது போல நாமும் கூறலாம்.

எதன் கணக்கு இது?

விஞ்ஞானிகள் இன்று காண்கின்ற காட்சி எல்லாம் கணக்குப் புள்ளிகளேயாம். 2,3,4 என்று கணக்குப் போடுறார்கள். ஆனால் இந்த எண் எதனைக் குறிக்கின்றது என்பது இன்னும் விளங்க வில்லை. 2 என்றால் 2 மரமாகலாம், 2 கழுதையாகலாம், 2 தேவனாகலாம். ஆதலின் இவர் கூறுகின்ற கணக்குகள் வெறும் புள்ளிகளே; வெறும் வாய்பாடுகளே. ஆனால் இந்த வாய்பாடும் புள்ளிகளும் அடிப்படையாகக் குறிப்பது எதனை என இன்னும் அறியோம். எல்லாம் ஜடமாய் அணுவாய் அழிந்து ஒழியும் என நம்முடைய மனம் ஒப்புக்கொள்ள மாட்டேன் என்கிறது. பொங்கி வழிகின்ற சக்திப் பெருவெள்ளம் எல்லாம் அழியாத இன்ப அறிவுப் பெருங்கூத்தின் திருவிளையாடல் என்றே தோன்றுகிறது. அப்படி நம்புகின்ற பெருமக்கள் அழியாப் பெருநிலையில் நின்று ஆனந்தக் கூத்தாடுகின்றார்கள்.

"இன்றெனக்கருளி இருள்கடிந்து
உள்ளத் தெழுகின்ற
ஞாயிறே போன்று
நின்றநின் தன்மை நினைப்பற
நினைந்தேன் நீயலாற்
பிறிது மற்றின்மை
சென்றுசென் றணுவாய்த் தேய்ந்து
தேய்ந்தொன்றாத் திருப்பெருந்
துறையுறை சிவனே
ஒன்றும்நீ யல்லை அன்றி
யொன்றில்லை யாருன்னை
அறியகிற் பாரே"

(திருவாசகம்)

தமிழ்த் தென்றல், *01-12-1949*

2. அண்டப் பூங்கொத்தில்

—:அணுவின் இதழ்கள்:—

(தொடர்ச்சி)

பேராசிரியர்

திரு. ஈ.த. இராசேசுவரியார், M.A., L.T.

நீரிப் பொருள்

நீர் போல உருகி ஓடுவனவற்றை நீரிப் பொருள்கள் (Liquids) என்பார்கள். தண்ணீரைத் தட்டில் ஊற்றி வைத்தால் மெல்ல மெல்ல ஆவியாகிறது. அதனால், தண்ணீரின் அளவு குறைந்து வரக் காண்கிறோம். மிக விரைவாக ஓடும் அணுத்திரளைகளே தண்ணீரின் மேல் பரப்பை கிழித்துக் கொண்டு அவ்வாறு ஆவியாகப் போய் விடுகின்றன. ஆவியாகப் போன அணுத்திரளைகள் சூடானவை. ஆதலால், எஞ்சி நிற்பவை அந்த அளவுக்குச் சூடு குறைந்து இருக்கும். சூடு குறைந்து இருப்பதால் அணுத்திரளைகளின் வேகமும் குறைந்து இருக்கும். அணுத்திரளைகளைக் கட்டி வைப்பவர்கள் இல்லை; இருந்தாலும் சூடு நிலை குறைந்து இருப்பதால் மிகத் தொலைவு ஓடுவதற்கு இல்லை. ஓடுகின்ற பிள்ளைகள் ஓட்டம் ஓய்ந்து நிற்கிறார்கள். அவர்களை இறுக்கிப் பிடித்து அழுத்தி வையாமலே ஓட்டம் ஓய்ந்ததால் விளையாடும் இடத்தில் வரிசையாக ஓரளவில் அடங்கி நிற்கின்றார்கள்; ஒருவரோடு ஒருவர் பேசி அளவளாவுகின்றார்கள். பிரிந்தோடுவது குறைகின்றது. அது போலச் சூடு குறைந்ததும் அணுத்திரளைகள் ஒன்றோடொன்று கூடிக் குலாவுகின்றன. ஒரு கவர்ச்சி ஆற்றல் அவைகளை ஒன்று திரட்டுகிறது. இதனாலேயே, நீரிப் பொருள்களைச் சிறுகச் சிறுக ஊற்றும் போது சிறு முத்து முத்தாக உருண்டைத் துளிகளாக ஒருங்கு திரண்டு விழுகின்றன.

புயலைத் நடுக்கும் ஏடு.

நீரிப் பொருள்களின் மேற்பரப்பில் ஒரு இறுக்கம், அல்லது பிதுவு, அல்லது முறுக்கு நிலை (Surface Tension) உண்டு. அதனாலேயே நீரிப் பொருள்கள் ஆவிப் பொருள்களைப் போல் எல்லாத் திசையிலும் பரவாது, ஆழாக்கு, உழக்கு என்று குறித்த அளவிலேயே மாறாமல் கிடக்கின்றன. நீரிப் பொருள்களின் பரப்பின் மேல் அது எடு போலப் பரவ இதனாலேயே இடம் உண்டாகிறது. சவகாரத் தண்ணீரில் (Soap Solution) குமிழி (bubbles) எழுவதும் இதனாலேயே. தண்ணீரில், எண்ணெயை ஊற்றினால் மிக மிக மெல்லிய எடாகப் பரவும். ஒரு

23. அண்டப்பூங்கொத்தில் அணுவின் இதழ்கள்

நீரிப் பொருள்

நீர் போல உருகி ஓடுவனவற்றை நீரிப் பொருள்கள் (Liquids) என்பார்கள். தண்ணீரைத் தட்டில் ஊற்றி வைத்தால் மெல்ல மெல்ல ஆவியாகிறது. அதனால், தண்ணீரின் அளவு குறைந்து வரக் காண்கிறோம். மிக விரைவாக ஓடும் அணுத்திரளைகளே தண்ணீரின் மேல் பரப்பை கிழித்துக் கொண்டு அவ்வாறு ஆவியாகப்போய் விடுகின்றன. ஆவியாகப்போன அணுத்திரளைகள் சூடானவை. ஆதலால், எஞ்சி நிற்பவை அந்த அளவுக்குச் சூடு குறைந்து இருக்கும். சூடு குறைந்து இருப்பதால் அணுத்திரளைகளின் வேகமும் குறைந்து இருக்கும். அணுத்திரளைகளைக் கட்டி வைப்பவர்கள் இல்லை; இருந்தாலும் சூடு நிலை குறைந்து இருப்பதால் மிகத் தொலைவு ஓடுவதற்கு இல்லை. ஓடுகின்ற பிள்ளைகள் ஓட்டம் ஓய்ந்து நிற்கிறார்கள். அவர்களை இறுக்கிப் பிடித்து அழுத்தி வையாமலே ஓட்டம் ஓய்ந்ததால் விளையாடும் இடத்தில் வரிசையாக ஓரளவில் அடங்கி நிற்கின்றார்கள்; ஒருவரோடு ஒருவர் பேசி அளவளாவுகின்றார்கள். பிரிந்தோடுவது குறைகின்றது. அது போலச் சூடு குறைந்ததும் அணுத் திரளைகள் ஒன்றோடொன்று கூடிக் குலாவுகின்றன. ஒரு கவர்ச்சி ஆற்றல் அவைகளை ஒன்று திரட்டுகிறது. இதனாலேயே, நீரிப் பொருள்களைச் சிறுகச் சிறுக ஊற்றும் போது சிறு முத்து முத்தாக உருண்டைத் துளிகளாக ஒருங்கு திரண்டு விழுகின்றன.

புயலைத் தடுக்கும் ஏடு

நீரிப் பொருள்களின் மேற்பரப்பில் ஒரு இறுக்கம், அல்லது பிகுவு, அல்லது முறுக்கு நிலை (Surface Tension) உண்டு. அதனாலேயே நீரிப் பொருள்கள் – ஆவிப் பொருள்களைப் போல் எல்லாத் திசையிலும் பரவாது. ஆழாக்கு, உழக்கு என்று குறித்த

அளவிலேயே - மாறாமல் கிடக்கின்றன. நீரிப் பொருள்களின் பரப்பின் மேல் அது ஏடு போலப் பரவ இதனாலேயே இடம் உண்டாகிறது. சவகாரத் தண்ணீரில் (Soap Solution) குமிழி (bubbles) எழுவதும் இதனாலேயே. தண்ணீரில், எண்ணெயை ஊற்றினால் மிக மிக மெல்லிய ஏடாகப் பரவும். ஒரு அங்குலத்தினை ஒரு கோடியாகப் பிரித்து அதில் ஐந்து பங்கினை எடுத்தால் அது எவ்வளவு நுண்ணியதாக இருக்குமோ அவ்வளவு நுண்ணியதாக எண்ணெய் ஏட்டினை (Oil film) பெர்ரின் (Perrin) என்ற பேராசிரியர் பரப்பினாராம். அணுத்திரளையின் கனம் இந்த அளவை விடச் சிறியதாக இருக்க வேண்டும் என்பது புலனாகவில்லையா? அணுத் திரளையின் குறுக்களவு 12.5x10.7 அங்குலம் என ஏற்படுகிறது. எண்ணெய்ஏடு இவ்வளவு நொய்தானாலும் இது முறுக்கேறி நிற்கும். கடலிற் பெரிய சூறாவளி சுற்றியடிக்கும்போது இவ்வாறு எண்ணெயை ஏடு போலப் பரவ ஊற்றி விட்டால் அந்த இடத்தில் கடல் அமைதி ஆகிவிடும். அந்த ஏட்டினை ஊடுருவிச் செல்லச் சண்டமாருதத்தாலும் ஆவதில்லை. கடலின் நடுவே செல்லும் போது இவ்வாறு எண்ணெயை ஊற்றி கப்பலை முழுத்த வரும் சண்டமாருதத்தினின்னும் தப்புவது பழைய காலத்திலிருந்து தொன்று தொட்டு வரும் வழக்கமாதலினால், ஆங்கிலத்தில் "Pouring oil over troubled waters" என்ற சொற்றொடர் வழக்கத்தில் வந்துள்ளது. இங்கு நாம் காண வேண்டியது நீரிப் பொருள்களின் பரப்பு இவ்வாறு பிகுவு நிலையில் இறுக்கம் பெற்றுள்ளதால் ஆவியிற் போல அணுத்திரளைகள் இந்த மேற்பரப்பினைத் தாண்டிப் பறந்து போக முடியாமையால் நீரிப் பொருள் எப்போதும் ஒரே அளவில் இருக்கின்றது என்பதேயாம்.

கெட்டிப்பொருள்

ஆவிப் பொருளில் பரவும் ஆற்றல் மேலோங்கி நின்றது. நீரிப்பொருளில் பரவும் ஆற்றலும் ஒன்று கூடும் ஆற்றலும் சரிநிகர் சமானமாக இருந்தன. அதனாலே, ஆவியாக ஓடுவதும் இல்லை, கெட்டியாக இறுகுவதும் இல்லை. நீர்போல உருகி நெகிழ்ந்து ஓடும் நிலையே உண்டு. கெட்டிப்பொருளில் ஒன்று கூட்டும் கவர்ச்சி ஆற்றலே மேலோங்கி விடுகிறது. அதனால், அணுத் திரளைகள் ஒன்றுகூடிக்கிடக்கின்றன. ஓடித்திருந்த பிள்ளைகள் ஓடி ஓய்ந்ததும் தோட்டத்தில் பேசிச் சுற்றி வந்தபின் வகுப்பிற்குள்

நுழைந்து தத்தம் இடங்களில் உட்கார்ந்து விடுகிறார்கள். நிலையாக அமர்ந்து விடுகிறார்கள். இது போன்றதே கெட்டிப் பொருள்களது நிலை. ஆனால், இந்தத் திணிப்பொருளின் கவர்ச்சி நிலை பொருளுக்குப் பொருள் வேறுபடும். கைத்தொழில் செய்கின்ற வகுப்பில் மாணவர் வகுப்புக்குள் இயங்குவதும், விஞ்ஞானச் செய்க்காட்சி (Laboratory) வகுப்பில் இயங்குவதும், சொற்பொழிவு கேட்கும்போது அசைந்து, அசைந்து, சாய்ந்து, சாய்ந்து இயங்குவதும், கட்டுரை வகுப்பில் எழுதும்போது அவ்வாறு அசையாது நிலையாக இருந்து எழுதுவதும் காண வில்லையா? பலபல வகுப்புகளில் மாணவர்களின் இயக்கம் மிக்கும் குறைந்தும் வருவது போலத்தான் பல பல கெட்டிப் பொருள்களிடையே அணுத்திரள்களின் கவர்ச்சி நிலை ஏறியும் குறைந்தும் தோன்றுகிறது. வெண்ணெய் விரைவில் உருகிவழியும். அரக்கு உருகுவது அதனை விட அருமை. வைரமோ அவ்வாறு உருகியே வழியாது. வெண்ணெயில் அணுத்திரள்களைத் திணிக் கும் கவர்ச்சி நிலை குறைவு; அரக்கில் அதனை விட மிகுதி; எல்லா வற்றிற்கும் மிகுதியான கவர்ச்சி நிலை வைரத்தில் விளங்குகிறது. வெண்ணெய் சிறு தீயில் உருகும். அரக்கு உருக அதனிலும் பெருஞ் சூடுவேண்டும். எனவே கவர்ச்சி நிலை குறையக் குறைய உருகி வழிவதற்கு வேண்டிய சூடு நிலையும் குறையும் என்பதாயிற்று.

அறையில் வானவில்

இந்தக்கெட்டிப் பொருள்களின் உள்ளமைப்பினைத் தெளிவாக அறிந்துள்ளோம். சூரியனது ஒளியை முப்பட்டைப் பளிங்கு கொண்டு பார்த்தால் வானவில்லில் உள்ள ஏழு நிறங்களாகப் பிரிந்து நிற்கக் காண்கிறோம். ஒவ்வொரு பொருளும் எரிநிலையை அடையும்போது, ஒவ்வொன்றின் சுடரும் ஒவ்வொரு வகையாக அமைந்து இருப்பதனைக் காண்கிறோம். எப்படிக்காண்கிறோம். முப்பட்டைப் பளிங்கு கொண்டு ஒளியை உடைத்து அதன் பலவேறு வகைகளைப் பிரித்துக் காண்கிறோம். நெல்குத்தும் எந்திரத்தில் (மெஷினில்) இட்ட நெல்லானது எப்படி அரிசி, உமி, தவிடு என பிரிபட்டு வெளியே வருகிறதோ அப்படியே முப்பட்டைப் பளிங்கின் உள்ளே சென்ற ஒளிக்கதிர் அதன் இருமுகங்களிலும் உடைபட்டு வெளியே வரும்போது நிறமாலையாக வெளிப் படுகிறது. இக்கருவி மிக நுட்பமான பேதங்களை மிக எளிதில் காட்டாது. இதற்கு இன்னொரு கருவியும் உண்டு. அதன் பெயர்

கீற்றுப்பளிங்கு கிரேடிங் (Grating) ஒரு உலோகத் தட்டு (Speculeem plate) அதில் மிகச் சிறிய அளவாகக் கீறல்கள் கீறப்பட்டு இருக்கும்; சுமார் அங்குலம் ஒன்றுக்கு 14,000 அல்லது 15,000 கீறல்கள் உண்டு. இந்தத் தட்டின் மீது ஜெலடின் வார்படம் ஊற்றிக் கொஞ்சம் உலர்ந்த பிறகு அதனை எடுத்துக்கண்ணாடியில் ஒட்டிக் கண்ணாடியில் கீறல் தெரியும்படி வைப்பார்கள். இதற்கு ஒளி ஊடுருவும் கிரேடிங் என்று பெயர் இவற்றினூடே பல வகைச் சுடரொளிகளையும் பாய்ச்சி வேற்றுமை கண்டார்கள் அவ்விஞ்ஞானிகள். ஒளியோ அலை அலையாகப் பரவுவது. ஒளி அலை மிகமிகச் சிறியதாகையால் அது உள்ளே புகும்படியாக மிகமிகச் சிறியதாக இடையீடிட்டுக் கீற வேண்டியதாயிற்று. எக்ஸ்ரே (X-Ray) என்ற புதிர்க்கதிர்

மிக மிகச் சிறிய ஒளி அலையுடையது. அவ்வளவு சிறிதாக இடையீடுவர வரிகளைக் கீறவே முடியாது. பளிங்குகள் அணுக் களால் ஆகியவை. அணுக்களுக்கு இடையிலுள்ள இடைவெளி மிகமிகச்சிறியது. இதன் வழியாகப் புதிர்க்கதிரினைப் பாய்ச்சி அதன் சிறப்பியல்பினை அறிந்தவர் லா (Laue) என்ற பேராசியர்.

அணுத்திரளைப் படம் பிடித்தல்

இதிலிருந்து ப்ரார் (Sir William Brag) என்ற பேராசிரியருக்கு ஒரு எண்ணம் தோன்றியது. சூரியன் காலையில் கரகர என்று கிழக்கில் எழுகின்றான். கடற்கரை அருகே ஒரு மண்டபம் - அம் மண்டபத்தின் மேற்கே அதன் நிழல் விழுவதனைக்கண்டு குழவிகள் விளையாடுகின்றன. மண்டபத்தின் கால்கள் எல்லாம் இருளாக விழ, இடை வெளியெல்லாம் ஒளியாக நிழல்விழக் காண்கின்றன. கை கொட்டிச் சிரிக்கின்றன. இப்படியே பளிங்கினுள்ளே புதிர்க் கதிரைப்பாய்ச்சிப் புகைப் படம் எடுத்தால் என்ன தோன்றும்? அணு வில்லாத இடைவெளி எல்லாம் ஒளியாகப் படத்தில் விழும். அணு இருக்கும் இடம் எல்லாம் மண்டபத்தின் கால் போலக் கரும் புள்ளிகளாக விழும். அப்போது அந்தப்படத்தினைப் பார்த்ததும் பளிங்கில் அணுக்கள் எந்தவடிவில் அமைந்துள்ளன என்பது தெரியும் அல்லவா? மண்டபத்தின் நிழலிலிருந்து மண்டபத்தின் வடிவம், மண்டபத்தின் கால்களின் எண்ணிக்கை ஒன்றற்கொன்றுள்ள தொலைவு முதலியவற்றை அறிவதுபோலப்

பளிங்கின் புதிர்க் கதிர் படத்திலிருந்து அணுத் திரளைகளின் அமைப்பு இடைவெளி, ஒன்றற்கொன்றுள்ள தூரம் முதலியன தெள்ளத் தெளிய விளங்குகின்றன. ஒவ்வொருவகையான அணுத் திரளையும் ஒவ்வொரு சிறப்பு வடிவம் பெற்று விளங்குகிறது. (சோற்றுப்பின் படத்தினைக் காண்க)

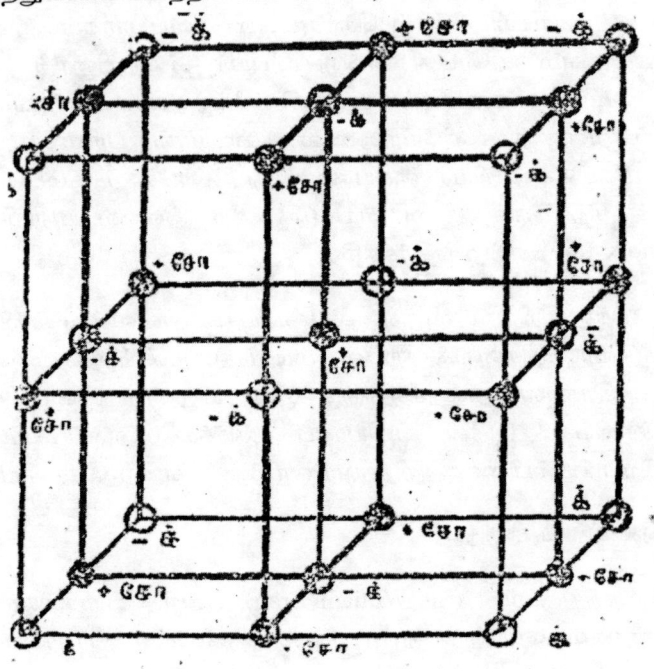

'ப்ராக்' கண்ட சோற்றுப்பின் படம்.

பின்னல் தையல்

அங்கே அணுக்களும் தோன்றுகின்றன. அவை ஒன்றினை ஒன்று தொடக்காணோம். அணுத்திரளை இயங்கிக்கொண்டே இருந்தாலும் அணுக்களிடையே ஒன்றற்கொன்றுள்ள இடை வெளி தூரம் மாறவே இல்லை. அதனால் அணுத்திரளை எப்போதும் ஒரே வடிவினதாகத் தோன்றுகிறது. இங்கே கவர்ச்சி நிலை, அணுத்திரளை முழுதும் ஒன்றுபோல முழுதிலும், பரவிநிற்கக் காணோம். - அணுத்திரளையிலே கவர்ச்சி ஆற்றலானது, ஒரு சில இடங்களில் மட்டுமே ஒரு முகப்பட்டுத் தோன்றக் காண்கிறோம். இருப்புப் பாலம் கட்டும்போது இரும்புச் சட்டங்களைக் குறிப்பிட்ட திட்டப்படி அமைத்து முடுக்குகின்றனர். எல்லா

வற்றையும் ஒருவகையாக முடுக்குவதில்லை. அதேபோல அணுத்திரளைகள் சேரும்போதும் அவை ஒரே வகையாகச் சேருவதில்லை. ஒரே வகையான அணுத்திரளைகள் பல பல வகையாகச் சேருவதனையும் காண்கிறோம். கந்தகப் பளிங்கு இப்படிப் பல வகையாக அமைந்து விளங்கக் காண்கிறோம். பல அணுக்கள் பலவாறு சேர்ந்து கலப்பதால் கஞ்சிப்பசையே போல ஓர் அணுத்திரளையாக அமைந்து வரும்போது என்ன காண்கிறோம்? பெண்கள் நூல் கொண்டு பலவகை வடிவங்கள் பின்னுவது போலப் பலவகையான பின்னல் அமைப்பாக அணுத்திரளைகள் அமையக் காண்கிறோம். இத்தகைய அணுத்திரளைகள் கனமேயின்றி மிக மிக நுண்மையாக இருக்கக் காண்கிறோம். நம்முடைய உடல் உறுப்புக்களே இத்தகைய வியப்பினைக் காட்டுகின்றன. மயிர், கோழை, குருந்து முதலியன வியப்பிலும் வியப்புகளே ஆம். வேறு சில அணுத்திரளைகளிலோ, அமைப்பு என்று கூறத்தக்கது ஒன்றுமே காணோம். உலோகங்களில் அணுவே அணுத்திரளையாக நிற்கின்றது. அங்கே இத்தகைய அணுத்திரளை ஒன்றின்மேல் ஒன்றாக அடுக்கி நிற்கக் காண்கிறோம். அதனாலேயே, உலோகங்கள் கனமுடையனவாக விளங்குகின்றன. உலகத்தில் பலவகையான பொருள்கள் தோன்றுவது ஏன் என இப்போது தெளிவாகிறது. அணுக்களையும் அணுத்திரளைகளையும் எண்ணற்ற வகைகளில் வைத்து அமைக்க முடியும்; ஆதலின், எண்ணற்ற பொருள்களாக உலகம் தோன்றுகிறது.

ஒவ்வொன்றிற்கும் ஒவ்வொரு வடிவம்

அணுவோ அணுத்திரளையாகப் பிணைகிறது. அணுத்திரளையோ பளிங்கு பளிங்காகப் (Cryital) பிணைந்து கொண்டு கொத்துக் கொத்தாக வளர்கிறது. உப்பினைத் தண்ணீரில் கரைத்துத் தட்டில் ஊற்றிவைத்து விட்டால் சிறிது சிறிதாகத் தண்ணீர் ஆவியாகப் போகப் போக உப்புக்கட்டிகள் இயற்கையாக வளர்ந்து வரும். இவ்வாறு பலவகைப் பொருள்களையும் கரைத்து அவற்றின் இயற்கைப் பளிங்குகளை வளரவிடலாம். இதனால் என்ன தெரிகிறது? ஒவ்வொரு பொருளுக்கும் தனித்தனியே ஒவ்வோர் அமைப்புண்டு. ஒவ்வொரு உறுப்பும் அந்த அந்த அமைப்பின் வடிவத்திற்கு ஏற்பச்சமைந்து வரும். சுவரில் ஒரே பூவோ, பலபூக்களோ உள்ள காகிதங்களை ஒட்டிக்கொண்டே

வருகிறார்கள். என்ன காண்கிறோம்? அடுத்து அடுத்து ஒரு பூவோ, பல பூக்களோ ஒரு குறிப்பிட்ட கோல அமைப்பிற்கு ஏற்பவந்து கொண்டு இருக்கக் காண்கிறோம். அப்படித்தான் ஒவ்வொரு பொருளின் பளிங்கிலும் அணுக்களின்

கோலம் அந்த அந்தப்பொருளுக்கு ஏற்பச்சிறப்பாக அமைந்து திரும்பத் திரும்ப வரக்காண்கிறோம். பளிங்கு நிலையில் இல்லாது குழம்பிக்கிடக்கும் சில கெட்டிப் பொருள்களும் உள்ளன என்று கூறுவதோடு இந்தப் பேச்சினை நிறுத்திக் கொள்வது நல்லது.

மிட்டாய்க் கடை

இவ்வளவுங்கூறியதால் அணுக்கள் பொருள்களில் எப்படி அமைந்துள்ளன என்பது ஒரு சிறிது விளங்கி இருக்கும். மிட்டாய்க்கடையில் இலட்டு, ஜிலேபி, மைசூர்ப்பாக்கு, பத்தாசு, முதலியவற்றை அடுக்கி வைத்து இருப்பதனைப் பார்த்து இருக்கிறோம்; நாவில் நீர் ஊறக் குழந்தைகளாகப் பார்த்து இருக்கிறோம். "நாட்டுப் புறத்தான் மிட்டாய் கடையை விரைத்துப் பார்த்தான்" என்பது பட்டணத்துப் பழமொழி. நாமும் அணுக்களாய் அமைந்த மிட்டாய்க் கடையை விறைத்துப் பார்க்க வேண்டியதுதான், மிட்டாய்க் கடையில் (செங்கல்களை அடுக்குவது போல) சருக்கரைக் கற்களை அடுக்கி வைத்திருப்பதைக் காண்கிறோம். இவை விற்க அல்ல; மிட்டாய்க் கடை என்று காட்டவே அவை இருக்கின்றன. சருக்கரைப் பலகை அடுக்கு, இலட்டு அடுக்கு பத்தாசு அடுக்கு என்ற இவற்றினைக் கண்டாலேயே “இந்த அடுக்கு கெட்டியாக இருக்கும்; இந்த அடுக்கு தொட்டதும் விழுந்து போகும், இதில் செறிவே இல்லை” என்று கூறி விடலாம்.

மிட்டாய் அடுக்கு

மிட்டாய்க் கடையிலுள்ள அடுக்குகள் போலத்தான் அணு அடுக்குகளும் அமைந்துள்ளன. கரி என்ற தனிப் பொருளை எடுத்துக் கொள்ளலாம். இதில் நிலக்கரி என்ற கரிவகை உண்டு. க்ராபைட் (Graphite) என்ற எழுது கரி வகையும் உண்டு. இதனை எழுது கோலாகப் பயன் படுத்துகிறோம். அடுப்புக்கரி வகையும் உண்டு. மற்றொரு இயற்கை அற்புதமாக வைரம் என்பதும் ஒரு கரி வகையாகவே அமைந்து உள்ளது. வைரத்தினை எரிக்கும் வகையில் எரித்தால் அது எழுதுகரியாக மாறக் காண்போம்.

தண்ணீர் பனிக்கட்டியாக இறுகியும், தண்ணீராக ஓடியும், நீராவியாகப் பரவியும் வரும் வேற்றுமைபோன்றது இந்தக் கரி வகைகளின் வேற்றுமையும், இலட்டு அடுக்கு, ஜிலேபி அடுக்கு, பத்தாசு அடுக்கு முதலியவற்றைப் போல இவற்றிலுள்ள கரியணுவின் அடுக்கும் வேறுபட்டு இருக்கும். இலட்டு இறுக்கமாய் உள்ளது; வைரமும் இப்படிச் செறிவாக அமைந்துள்ளதேயாம். ஆனால் எழுது கரியோ வழவழப்பாகப் பொசுபொசு என்று செறிவின்றிக் கிடக்கின்றது; இது பத்தாசு அடுக்குப்போல இருக்கின்றது எனலாம். இவ்வளவு நெகிழ்ச்சியுமின்றி வயிரம் போலச் செறிவுமின்றி, ஜிலேபி அடுக்குப் போலஇருப்பது நிலக்கரி எனலாம். நிலக்கரியிலும் பலவகை உண்டு. ஜிலேபியையும் நெருக்கமாக அடுக்கலாம்; விட்டு விட்டு அடுக்கலாம். நிலக் கரிகளிடையே தோன்றும் வேற்றுமையும் இப்படிப்பட்ட அடுக்கு வேற்றுமையேயாம். இலட்டு, ஜிலேபி முதலியவற்றை எப்படி அடுக்கினாலும் இடையிடையே இடைவெளி இருந்தே தீரும். அதே போல அணுக்களை எப்படி அடுக்கினாலும் அணுக்களினிடையே இடைவெளி இருந்தே தீரும். இந்த இடைவெளி அமைப்பு அந்த அந்தப் பொருளுக்கு ஏற்ப வெவ்வேறு வகையாக இருக்கும். அந்த அந்தப் பொருளில் அந்த அந்த வகையாகவே இருக்கும். அதாவது பொருளுக்குப் பொருள் வேறுபடும் என்றபடி இந்த மிட்டாய்க்கடை உவமை கொண்டே ஆவிப்பொருள் நீரிப் பொருள், கட்டிப்பொருள் முதலானவற்றின் அமைப்பையும் பளிங்கு, பளிங்கு அல்லாதவை என்றவற்றின் அமைப்பையும் சிறிது வாயினிக்கப் பேசி அறிந்து மகிழலாம்.

தமிழ்த் தென்றல், 01-03-1950

மின்னில் விளங்கும் என்னும் எடையும்

பேராசிரியர்
திரு. ச. த. இராசேசுவரியார், M.A., L.T.

மின்சார ஊழி

இருபதாவது நூற்றாண்டு மின்சார நூற்றாண்டு. இன்றைய உலகம் மின்சார உலகம். மின்சாரம் இல்லையானால் நம் பாடு என்ன? சென்ற போரின் போது தெருக்கள் எல்லாவற்றிலும் விளக்கை அணைத்து விட்ட (Black out) காலத்தில் நாம் இருட்டில் என்ன என்ன பாடு பட்டோம் என்பதை நாம் அறிவோம். மின்சாரம் இல்லையானால் வெய்யில் காலத்தில் வேலை செய்கின்றவர்கள் சுகமாக வேலை செய்ய விசிறி எங்கே? மின்சாரத்தால் தண்ணீரை இறைத்து நெல்லை விளைத்து, அந்த நெல்லைப் பின்னர் உமி போகக்குத்தி நொய்யாகவும் மாவாகவும் ஆக்கித்தரும் எந்திரங்கள் எங்கே? குளிர் பனி நிலையில் கோடையிலும் வீட்டை அமைப்பன (Air Conditioning) எங்கே? வானொலி எங்கே? டிராம் வண்டி, மோட்டார், மின்சாரவண்டி, தந்தி, தபால், ரேடியோ இன்னும், பல பல அன்றாடைய அமைப்புகள் எங்கே? இன்று மின்சாரம் சமையல் செய்யவும், துணி துவைக்கவும் பால் கறக்கவும், மயிரை அழகாக வெட்டிச்செம்மைப்படுத்தவும், இன்னும் பல வகையிலும் உதவி வருகிறது. மின்சாரம் இல்லையானால் இந்த நாகரீக உலகமே இல்லை எனலாம்.

மின்னுலகம்

உண்மை என்ன? உலகமே மின்சாரம். இன்றன்று, நேற்றன்று; என்றுமே தான். மின்சாரம் மின்னலில் பளிச்செனத் தோன்றுவது போலச் சில விடத்தே புலப்படத் தோன்றுகிறது. ஆனால், அது எங்கும் தான் இருக்கிறது. அணுவெல்லாம் மின்சாரத் துகள்களால் ஆகியதே. இது தான் இந்த நாளைய உண்மை.

அங்கு ஆணும் பெண்ணும்

நம் வீட்டில் மின்சார அமைப்பில் சிறிது உற்று நோக்கி இதனைப் பற்றி அறிந்து கொள்ள முயலுவோம். இரண்டு கம்பிகள் அமைந்திருக்கக்காணலாம். இரண்டும் சேர்ந்தால் தான் மின்சார சக்தி வெளிப்படுகிறது; விளக்கு எரிகிறது; விசிறி வீசுகிறது; வானொலிப்

24. மின்னில் விளங்கும் எண்ணும் எடையும்

மின்சார ஊழி

இருபதாவது நூற்றாண்டு மின்சார நூற்றாண்டு. இன்றைய உலகம் மின்சார உலகம். மின்சாரம் இல்லையானால் நம்பாடு என்ன? சென்ற போரின் போது தெருக்கள் எல்லாவற்றிலும் விளக்கை அணைத்து விட்ட (Black out) காலத்தில் நாம் இருட்டில் என்ன என்ன பாடுபட்டோம் என்பதை நாம் அறிவோம். மின்சாரம் இல்லையானால் வெய்யில் காலத்தில் வேலை செய்கின்றவர்கள் சுகமாக வேலை செய்ய விசிறி எங்கே? மின்சாரத்தால் தண்ணீரை இறைத்து நெல்லை விளைத்து, அந்த நெல்லைப் பின்னர் உமி போகக்குத்தி நொய்யாகவும் மாவாகவும் ஆக்கித்தரும் எந்திரங்கள் எங்கே? குளிர் பனி நிலையில் கோடையிலும் வீட்டை அமைப்பன (Air Conditioning) எங்கே? வானொலி எங்கே? டிராம் வண்டி, மோட்டார், மின்சாரவண்டி, தந்தி, தபால், ரேடியோ இன்னும், பல பல அன்றாடைய அமைப்புகள் எங்கே? இன்று மின்சாரம் சமையல் செய்யவும், துணி துவைக்கவும் பால் கறக்கவும், மயிரை அழகாக வெட்டிச் செம்மைப்படுத்தவும், இன்னும் பல வகையிலும் உதவி வருகிறது. மின்சாரம் இல்லையானால் இந்த நாகரீக உலகமே இல்லை எனலாம்.

மின்னுலகம்

உண்மை என்ன? உலகமே மின்சாரம். இன்றன்று, நேற்றன்று; என்றுமே தான். மின்சாரம் மின்னலில் பளிச்செனத் தோன்றுவது போலச் சில விடத்தே புலப்படத் தோன்றுகிறது. ஆனால், அது எங்கும் தான் இருக்கிறது. அணுவெல்லாம் மின்சாரத் துகள்களால் ஆகியதே. இது தான் இந்த நாளைய உண்மை.

அங்கு ஆணும் பெண்ணும்

நம் வீட்டில் மின்சார அமைப்பில் சிறிது உற்று நோக்கி இதனைப் பற்றி அறிந்து கொள்ள முயலுவோம். இரண்டு

கம்பிகள் அமைந்திருக்கக் காணலாம். இரண்டும் சேர்ந்தால் தான் மின்சார சக்தி வெளிப்படுகிறது; விளக்கு எரிகிறது; விசிறி வீசுகிறது; வானொலிப்பாட்டும் கேட்கிறது; திரைப்படம் தெரிகிறது; மின்வண்டி ஓடுகிறது. ஒரு கம்பியை எதிர் மின்கம்பி என்கின்றனர். மற்றொன்றினை நேர்மின் கம்பி என்கின்றனர். நேர் எதிர் என்றால் ஒன்றற்கொன்று மாறுபடுகிறது என்பதே பொருள். மின்சாரம் மின்னிகளின் ஓட்டமேயாம். (மின்னி என்று மின்சாரத் துகள்களுக்கு அதாவது மின்சாரப் பரமாணுவுக்குப் பெயர்.) அவ்வாறு மின்னிகள் ஓடும்போது தான் மின்சாரம் வெளியாகிறது. நிறை குடத்தில் தண்ணீர் ஊற்ற முடியுமா? குறை குடத்தில் தான் ஊற்ற முடியும். மிகுதி வழியும். குடத்திலிருந்து குறை குடத்தில் ஊற்றுவது வழக்கம். அது போல மின்னியும் மிகுந்து நிற்கும் இடத்திலிருந்து குறைவான இடத்திற்கே ஓடும். மின்னி வழியும் கம்பியே எதிர் மின் கம்பி; மின்னி குறைந்த கம்பியே நேர்மின் கம்பி. ஆண்கள் மிக்க கூட்டம் பல; பெண்கள் மிக்க கூட்டம் பல - இவர்கள் காட்டில் வாழ்கின்றார்கள் - ஒரு கூட்டத்தில் மணம் செய்து கொள்ளப் பெண்கள் இல்லை - பல ஆண்கள் மணமற்றுக் கிடக்கின்றனர் - மற்றோரிடத்தில் மணம் செய்துகொள்ள ஆண்கள் இல்லை - பல பெண்கள் மணமற்றுக் கிடக்கின்றனர் - ஆண்மிக்க கூட்டம் ஆண்மிக்க கூட்டத்தோடு சேருமா? சேராது - வேறிடம் தேடி ஓடும் - பெண்மிக்க கூட்டம் பெண்மிக்க கூட்டத்தோடு சேருமா? சேராது வேறிடம் தேடி ஓடும் - ஆண்மிக்க கூட்டம் பெண்மிக்க கூட்டத்தினோடு சேர்ந்து ஒன்றாகும்; பெண்மிக்க கூட்டம் ஆண்மிக்க கூட்டத்தினோடு சேர்ந்து ஒன்றாகும். ஆண் மிக்க கூட்டம் என்றால் என்ன? பெண்கள் குறைந்த கூட்டம் என்று தானே பொருள். அதுபோல நேர் மின்கம்பி என்றால் என்ன? எதிர்மின்னி குறைந்தகம்பி என்றே பொருள். எதிர் மின்னி மிக்க கம்பி, எதிர்மின்னி மிக்ககம்பியோடு சேராது. வெறுத்துத் தள்ளும். எதிர் மின்னி குறைந்த கம்பி எதிர் மின்னி குறைந்த கம்பியோடு சேராது. அதாவது நேர்மின் கம்பி நேர் மின் கம்பியோடு சேராது. எதிர் மின்னி குறைந்த கம்பியோடு எதிர் மின்னி மிகுந்த கம்பி ஒருங்கு சேர விரைந்து ஓடும். எதிர்மின்னி மிகுந்த கம்பியோடு எதிர் மின்னி குறைந்த கம்பி ஒருங்கு சேர விரைந்து ஓடும். எதிர் மின்னும் நேர் மின்னும் ஒரே அளவில் இருந்தால் மின்சாரம் தோன்றாது. அங்கு மின்சார சக்தி பாய்வதில்லை. அதாவது மின்

ஊட்டம் எழுவதில்லை (Charge) எதிர்மின்னி மிக்கு இருந்தால் எதிர் மின் ஊட்டம் (Negative Charge) தோன்றும். எதிர் மின்னி குறைந்து இருந்தால் நேர் மின் ஊட்டம் தோன்றும் (Positive Charge).

கொட்டாதது ஏன்

பொருள்கள் அணுவால் ஆகியவை. அணு மின்சாரத்தால் ஆகியது. எனவே உலகத்துப் பொருள்கள் எல்லாம் மின்சாரத்தால் ஆகியவை எனத் தெரிகிறது. விளக்குக்காகப் போட்ட மின்சாரக் கம்பியில் கையை வைத்தால் தேள் கொட்டுவது போல ஒரு நடுக்கம் உண்டாகிஉடலில்மின்சாரம் பாய்ந்துநம்மைக்குலுக்கவில்லையா? மின்சார மயமான இந்த உலகத்துப் பொருள்களைத் தொட்டால் அப்படி ஒன்றும் காணோம். மின்சாரம் இல்லை என்போமா? உண்டு என்று தான் சொல்வோம். "நேர் மின் ஆற்றலும் எதிர்மின் ஆற்றலும் ஒரே அளவில் இருந்தால் மின் ஊட்டம் எழாது. மின்சாரம் புலப்பட்டுத் தோன்றாது" என்று கூறினோம் அன்றோ? இதற்கேற்ப அணுவிலும் - சமநிலையில் நேர் மின்னூட்டமும் இன்றி எதிர் மின்னூட்டமும் இன்றி விளங்குவதால் மின்சாரம் புலப்படத் தோன்றுவதில்லை. நம் கையை வைத்தாலும் தேள் கடுப்புப் போல நோவெடுப்பதில்லை. ஆகவே, அணுவில் நேர் இயல் மின்னியும் (Protons) எதிர் மின்னியும் (Electrons) சரி நிகர் சமானமாக இருக்கின்றன என்பதாயிற்று. பூவை இதழ் இதழாகப் பிரிப்பது போல அணுவை மின்னிகளாகப் பிரிக்கலாம். எதிர் மின்னாற்றல் பெற்ற எதிர் மின்னிகளே மின்சாரப் பரமாணு என்றோம். இதற்கும் சிறியதோர் அளவினை விஞ்ஞானம் இதுவரை அறியவில்லை. இது புலப்படத் தோன்றாது இருக்க வேண்டுமானால் இதற்கேற்ற எடையும் மின்னூட்டமும் பெற்ற நேர் இயல் மின்னியும் இருக்க வேண்டும். ஓர் அணுவில் ஒரு நேர் இயல் மின்னி இருந்தால் ஓர் எதிர் மின்னியும் இருத்தல் வேண்டும். இரண்டு எதிர் மின்னி இருந்தால் இரண்டு நேர் இயல் மின்னி இருக்க வேண்டும். அப்போது தான் அணு மின் வட்டமின்றிச் சம நிலையில் இருக்கும். இப்படி அணுக்கள் சம நிலையில் இருப்பதால் அன்றோ பொதுவாகப் பொருள்களைத் தொடும்போது தேட் கடுப்பு எடுப்பதில்லை.

அண்டமே பிண்டம்

அணுக்கள் மின்களால் அமைந்தவை என்றால் மின்னிகள் எவ்வாறு அணுக்குள்ளே வீற்றிருக்கின்றன? அண்டத்தினைப் பற்றி நாம் அறிந்துள்ளதனை நினைப்பூட்டிக் கொண்ட போது தான் மின்னிகளின் அமைப்பு தெளிவாக விளங்கத் தொடங்கியது. "அண்டத்தில் போலத் தான் பிண்டத்திலே" என்று ஒரு பழமொழி நமது நாட்டில் வழங்கி வருகிறது. இந்தப் பழமொழியின் உண்மை அணு ஆராய்ச்சியில் விளங்குவதனை நாம் அறிந்து மகிழலாம். அறிந்தது கொண்டு தானே அறியாததனை விளக்க வேண்டும். "அணு எப்படி இருக்கிறது?" என்றால் "அண்டங்கள் போல" என்போம். "அண்டங்கள் எப்படியோ?" என்றால் "நட்சத்திரங்கள் போல" என்போம். "நட்சத்திரங்களை எப்படியோ" என்றால் "சூரிய குடும்பம்போல" என்போம். இவை எல்லாம் உவமைகளே.

சூரிய குடும்பம்

சூரிய குடும்பத்தில் என்ன காண்கிறோம்? நடுவே சூரியன் இருக்கிறான். சூரியனைச்சுற்றிப் பல பல மண்டலங்களில், புதன், வெள்ளி, பூமி, செவ்வாய், வியாழன், சனி, யுரேனஸ், நெப்டியூன், புளூடோ முதலிய கோள்கள் சுற்றிச் சுற்றி வருகின்றன. இந்தச் சூரிய குடும்பம் போன்றதே அணுவும். சூரியன் எவ்வளவோ பெரிது பூமியோ எவ்வளவோ சிறியது! இப்போது அணுவில் எதனைச்சூரியன் எனலாம். எதனைப்பூமி எனலாம்? அணுவிலும் மிகச்சிறிய எதிர் மின்னியும் அதனை விட ஏறக்குறைய 1840 மடங்கு (ஃப்ரோடான்) பெரிய நேரியல் மின்னியும் இருக்கின்றன அன்றோ?

ஆதலின், நேரியல் மின்னியைச் சூரியன் எனலாம். எதிர் மின்னியைப் பூமி எனலாம்.

சுழற்சி பிறந்தது

சூரியனைப் பூமி சுற்றிச்சுற்றி வருகின்றது. நேரியல் மின்னியை எதிர் மின்னியும் சுற்றிச்சுற்றி வருகிறது. நேரியல் மின்னியும் எதிர் மின்னியும் ஒன்று ஒன்றனில் ஓடிப்பாயும் என்றோம். அப்படி யானால் ஒன்று ஒன்றனைக் கட்டித்தழுவி ஒன்றாகிவிடாதா? சூரியன் பூமியைக் கவர்ச்சி ஆற்றலால் இழுக்கின்றான். ஆனால்,

பூமி சூரியனில் விழுந்து விடுகிறதா? இல்லை. ஏன்? பூமி சூரியனைச்சுற்றி ஓடிக்கொண்டே இருப்பதால், அந்தச் சுழற்சியின் பயனாகச் சூரியனுக்கு வெளிப்புறமாக வீசப்படுகிறது. கயிற்றின் ஒருமுனையில் சாவியைக்கட்டி விரலில் மற்றொரு முனையைச் சுற்றிக்கொண்டு குழவிகள் இதனைச் சுழற்றுவது நினைவிற்கு வருகிறது. சுழற்றிச்சுழற்றிச்சாவி விரலுக்கு அருகாமையில் இருந்தது தொலைவில் செல்லுகிறது. இங்குச்சுழற்சியால் புறமுக ஆற்றல் (Centrifugal Force) சாவியை வெளியே தள்ளுகிறது. வெளியே போய் விடாதபடிகயிறு பிடித்து விரலுக்காக வலித்து இழுக்கிறது. அப்படியே பூமி சுழலும் போதுபுறத்தே எறியப்படுகிறது. சூரியன் உள்ளுக்கு இழுக்கிறான். இந்த இரண்டு சக்திக்கும் இடையே பூமி இருந்த இடத்திலே தன் வட்ட வழியை விட்டுப் பிறழாமல் சுழன்று வருகிறது. அப்படியே அசைவிலும் எதிர்மின்னி தன்வட்டத்தில் சுற்றி வரும்போது புறமுக ஆற்றலால் தள்ளப்படும் போது அகமுகக் கவர்ச்சி அதனை உள்ளுக்கு இருப்பதால் சமநிலையில் நின்று தன் வட்ட வழியே சுழன்று செல்லுகிறது. அதனாலேயே நேர்மின்னியில் போய் விழுவதில்லை.

கோள்களும் கருவும்

நடுவில் இருக்கும் நேரியல் மின்னியைச் சூரியன் என்று வழங்குவதில்லை அதனை அணுவின் உள்ளிடமாம் கரு (Nucleus) எனவழங்குவர். புறத்தே சுழல்வனவற்றினை கோள் நிலை எதிர் மின்னிகள் (Planetary Electrons) என வழங்குவதுண்டு. பூமியைச் சுற்றிச் சந்திரன் மட்டும் தான் சுழல்கின்றான். அதுபோல ஒரே நேரியல் மின்னியைச் சுற்றி ஒரே எதிர் மின்னி சுழன்று வருவதும் உண்டு. ஹைட்ரஜன் (நீரிய) அணுவில் இப்படித்தான். ஒரு நேர் மின்னியும் ஒரு எதிர் மின்னியும் உள்ளனவாம். சூரியனைச் சுற்றியோ பல கோள்கள் சுழன்று வருகின்றன. அதுபோலப் பல அணுக்களில் கருவினைச்சுற்றிப் பல எதிர் மின்னிகள் சுற்றி வருகின்றனவாம்.

தமிழ்த் தென்றல், 01-04-1950

பின்னக் கணக்கில் பிதிட்டெழும் ஆற்றல்

பேராசிரியர்
திரு. ச. த. இராசேசுவரியார், M.A., L.T.

விடாக்கண்டனும் பின்னம்.

இவ்வளவு விளக்கிய பின்னும் ஓர் எடை பின்னமாகவே இருக்கக் காண்கிறோம். ஒன்று என்ற அணு எண் பெற்ற சீரிய அணுவாம் ஹைட்ரஜனின் (Hydrogen) எடை பின்னமாகவே முடிகிறது. இந்த அணுவின் கருவில் ஒரே ஒரு நேர் இயல் மின்வியே உண்டு. இந்த சீரிய அணுக் கருவே எல்லாவகை அணுக்களுக்கும் அடிப்படை. தேல்ஸ் (Thales) என்ற அறிஞர் நீரே எல்லாவற்றிற்கும் மூல காரணம் என்றது நினைவிற்கு வருகிறது. இந்த சீரியக் கருவினை ஒன்று, இரண்டு, மூன்று என 92 வரை அடுக்கிக்கொண்டே போவதால் அன்றோ மற்றைய எல்லா அணுக்களின் கருக்களும் அமைகின்றன. இந்த சீரியக் கருவின் எடையை 1·008 எனத் தராதர எடைக்கணக்கில் கூறிவிடலாம். மேலுள்ள எடைகள் எல்லாம் முழு எண்ணாக இருக்க இது மட்டும் பின்னமாகவே இருப்பான் ஏன்? இந்த இம்மிக் கணக்கில்தான் உலகமே அடங்கிக்கிடக்கிறது. இரண்டு என்ற அணு எண் பெற்றது ஹீலியம் (Helium) என்ற பரிதியம் ஆகும். (பலூனில் அடைக்க உதவும் ஆவி இது) இதன் அணு எடை 4. இரண்டு நேர் இயல் மின்வியும், இரண்டு பொது இயல் மின்வியும் சேர்ந்து நான்காயிற்று என முன்னரே கூறினோம். ஒரு நேரியல் மின்வியின் எடை 1·008 என்றால் 4 நேரியல் மின்வியின் எடை (4 × 1·008 =) 4·032 என்றன்றோ ஆகவேண்டும்? அப்படி இன்றி 4 என நிற்கும் மாயம் என்ன? (0·032) என்பது எவ்வளவு? ஏறக்குறைய 4·032 என்ற அளவில் 130இல் ஒரு பங்கு அன்றோ இது? இது எவ்வாறு மறைந்தது? ஓடிப்போகும் பையனை ஓடாமல் தடுத்துப் பிடிக்க ஆற்றல் வேண்டுமல்லவா? அதுபோல ஒன்றை ஒன்று வெறுத்துப் பிய்த்துக் கொண்டு போகப் பார்க்கும் நேர் இயல் மின்விகளை ஒன்றாக இயைய வைத்துத் திரட்ட ஆற்றல் வேண்டும். இங்கு 130ல் ஒரு பங்கு எடையே

25. பின்னக் கணக்கில் பீறிட்டு எழும் ஆற்றல்

விடாக் கண்டனாம் பின்னம்

இவ்வளவு விளக்கிய பின்னும் ஓர் எடை பின்னமாகவே இருக்கக் காண்கிறோம். ஒன்று என்ற அணு எண் பெற்ற நீரிய அணுவாம் ஹைட்ரஜனின் (Hydrogen) எடை பின்னமாகவே முடிகிறது. இந்த அணுவின் கருவில் ஒரே ஒரு நேர் இயல் மின்னியே உண்டு. இந்த நீரிய அணுக்கருவே எல்லாவகை அணுக்களுக்கும் அடிப்படை. தேல்ஸ் (Thales) என்ற அறிஞர் நீரே எல்லாவற்றுக்கும் மூல காரணம் என்றது நினைவிற்கு வருகிறது. இந்த நீரியக்கருவினை ஒன்று, இரண்டு, மூன்று என 92 வரை அடுக்கிக்கொண்டே போவதால் அன்றோ மற்றைய எல்லா அணுக் களின் கருக்களும் அமைகின்றன. இந்த நீரியக் கருவின் எடையை 1008 எனத் தராதர எடைக்கணக்கில் கூறிவிடலாம். மேலுள்ள எடைகள் எல்லாம் முழு எண்ணாக இருக்க இது மட்டும் பின்ன மாகவே இருப்பான் ஏன்? இம்மிக் கணக்கில்தான் உலகமே அடங்கிக்கிடக்கிறது. இரண்டு என்ற அணு எண் பெற்றது ஹீலியம் (Helium) என்ற பரிதியம் ஆகும். (பலூனில் அடைக்க உதவும் ஆவி இது) இதன் அணு எடை 4. இரண்டு நேர் இயல் மின்னியும், இரண்டு பொது இயல் மின்னியும் சேர்ந்து நான்காயிற்று என முன்னரே கூறினோம். ஒரு நேரியல் மின்னியின் எடை 1.008 என்றால் 4 நேரியல் மின்னியின் எடை (4x1008 =) 4.032 என்றன்றோ ஆகவேண்டும்? அப்படி இன்றி 4 என நிற்கும் மாயம் என்ன? (0.032) என்பது எவ்வளவு? ஏறக்குறைய 4:032 என்ற அளவில் 130இல் ஒரு பங்கு அன்றோ இது? இது எவ்வாறு மறைந்தது? ஓடிப்போகும் பையனை ஓடாமல் தடுத்துப் பிடிக்க ஆற்றல் வேண்டுமல்லவா? அதுபோல ஒன்றை ஒன்று வெறுத்துப் பிய்த்துக்கொண்டு போகப் பார்க்கும் நேர் இயல் மின்னிகளை ஒன்றாக இயைய வைத்துத் திரட்ட ஆற்றல் வேண்டும். இங்கு 130ல் ஒரு பங்கு எடையே (கரியமூலவாயு அல்லது கார்பன்டை ஆக்ஸைட் என்ற) கரி ஈர் உயிரியமாக மாறுகின்றன.

$C+O_2 \to CO_2$ என்று எழுதிக்காட்டுவர். அம்பு போகும் வழிதான் மாற்றம் போகும் வழியாம். கரியின் குறி C. உயிரியத்தின் குறி O. கரியணுத்திரளையில் ஒவ்வொரு கரியணுவே அணுத்திரளையாக இருப்பதும் உண்டு. உயிரிய அணுத்திரளையில் உயிரிய அணு இரட்டை இரட்டையாக இருக்கும். $(C+O_2)$ என்று இதனைக் குறிக்கலாம். இது என்ன ஆகிறது என்பதனை இடையே அம்புக் குறி இட்டு அறிஞர் காட்டுவர். $C+O_2 \to CO_2$ (கார்பன்டை ஆக்ஸைட்) இடப்புறம் உள்ள இரண்டு வகை அணுத் திரளைகள்

கலவையாகும்போது ஒரே வகை அணுத்திரளைகளாக மாறு கின்றன. அதனால் அங்குச் சூடு பிறக்கிறது. இந்தச் சூடு எங்கிருந்து வருகிறது? சட்டியில் இருந்தால்தானே அகப்பையில் வரும்? ஆதலின், இச்சூடுசக்தி கரியில் முன்னரே நம் கண்ணுக்குப் புலப்படாது அமைந்து உறைந்து கிடந்து இருக்கவேண்டும். எனவே கரி என்பதனை (கரி + சூடு) என்று சொல்லவேண்டும். அப்போதுதான் இந்த வேதி மாற்றத்தில் (C+ சூடு) $+O_2 \to CO_2 +$ சூடு என்று இரண்டுபுறம் ஒத்திருப்பதனைக் காட்டலாம்.

சட்டியில் இல்லாதது அகப்பையிலா?

உயிர்ப் பொருளகளின் அணுக்கோவை பல தொடராக இருக் கிறதுஎனக் கண்டோம். ஒவ்வொரு தொடரிலும் அணுவோடு அணு பல கொக்கிகளோடு மாட்டிக்கொண்டு கிடப்பதுபோல இருக்கின்றன. இந்தத் தொடர்ப்பாடுகள் அறுபடும்போது சக்தி வெளிப்படுகிறது; அதனாலேயே உடம்பு சூடாகவும் இருக்கிறது; இயங்கியும் வருகிறது. உயிர்ப்பொருள்கள் இல்லாத இடத்திலும் இத்தகைய வேதிமாற்றம் எழலாம். கட்டையை எரிக்கிறோம். நாம் என்ன பார்க்கிறோம்? சூடு, ஒளி, புகை, சாம்பல் இவையே பார்க்கிறோம். கரி காற்றோடு சேர்ந்து புகையாகிப்போகிறது. நீர் சிடுசிடு என்று ஆவியாகப் போகிறது. கட்டையிலிருந்த உப்புப் பொருள்கள் எரியாத கரித்தூளோடு சாம்பலில் நின்றுவிடுகின்றன. உலகம் முன்னிருந்த எடையில்தான் இன்னும் இருக்கிறது. எடை அழிவதில்லை. பின் என்ன மாற்றம்? இந்த வேதிமாற்றத்தில் அணுத்திரளைகள் அணு அணுவாக விடுபட்டு வேறுவேறு அணுத் திரளைகளாக மாறின. இந்தச் சூடு, எப்படி, எங்கிருந்து வந்தது? “இல்லது வாராது உள்ளது போகாது” என்றால் இந்தச் சிக்கலை எப்படி அவிழ்ப்பது? அணுத்திரளையில் உள்ள அணுக்கள்

ஒன்றோடொன்று கட்டுப்பட்டு இருந்தன. இவை உடைபட்டதால் சூடு எழுந்தது. இந்தச் சூடு முன் அணுத்திரளைகள் திரளும்போது உள்ளடக்கிய ஆற்றலே ஆகும். உள்ளடங்கிய ஆற்றல் அணுத் திரளைகள் உடைபடும்போது வெளியாயிற்று.

சூரிய விழுங்கிகள்

கட்டைக்குள் இருந்த சூடுதான் வெளிவந்த சூடு. இது உள்ளே மறைவாகக் கிடந்தது எப்படி? இந்தச்சூடு இங்கே வந்து அணுத்திரளைகள் திரளும்படி உதவியது. மரம், செடி, கொடி முதலியன சூரிய ஒளியைக் கொண்டே வளர்வன என்பதை யாவரும் அறிவர். இவை கதிரவனிடமிருந்து வரும் ஒளியையும், சூட்டையும், நேரே விழுங்குகின்றன. விலங்கு, பறவை, மனிதன் முதலியன நேராகச் சூரியனுடைய சூட்டையும், ஒளியையும் விழுங்காமல் அதனை விழுங்கிய செடி, கொடிகளை விழுங்கிச் சூரியனுடைய ஆற்றலைப் பெறுகின்றன. புலி முதலியனவோ சூரிய ஆற்றலை நேரே விழுங்குவதில்லை; செடி கொடி காய் முதலியவற்றையும் விழுங்குவதில்லை. செடி விழுங்கிகளாம் விலங்குகளையே விழுங்குகின்றன என்றாலும் அவற்றிற்கும் ஆற்றல் சூரியனிடத்திலிருந்து தான் வருகிறது என இங்குக் காட்டிய சங்கிலித்தொடர் காட்டுகிறது அன்றோ! ஆனால் செடி சூரிய ஆற்றலை விழுங்கி ஆற்றல் பெறுவது எங்கே எனக் காண வேண்டாமா?

கதிரவனைக் கண்டே நீரும் காதல்

சிறுவன் விதையைத் தோட்டத்தில் பள்ளம் தோண்டிப் புதைத்துத் தண்ணீர் ஊற்றிக்கொண்டே வருகிறா. ஒவ்வொரு நாளும் போய்ப் பார்க்கிறான். ஒருநாள் பச்சைப்பசேர் என முளை விட்டு அந்தமுளை தரைக்குமேல் கிளம்பிச் சூரியனை நோக்கு கிறது. ஏன் இது வெளியே வரவேண்டும்? ஏன் சூரியனை நோக்க வேண்டும்? இருட்டறையில் சாளரத்திற்கு அருகே வைத்த செடி வளைந்து சாளரத்தின் வழியே தலையை நீட்டிச்சூரியனை நோக்கியே வளர்கிறது. தலை கீழாக பூந்தொட்டியைச் சாய்த்து வைத்தாலும் செடி வளைந்து 'எழுந்து வானையே நோக்கி வளர் கிறது. சூரியனது சக்தி மரத்தின் வளர்ச்சிக்கு இன்றியமையாதது என்பதனை ஓரறிவுடைய செடியும் அறிந்து அதன்படியே வாழத் தொடங்குகிறது. செடி வளர வளரச் சூரியனுடைய சூட்டையும்,

ஒளியையும் வாரி வாரி விழுங்கித் தன்னுள்ளே அடக்கிக் கொள்கிறது. மனிதனுடைய உணவு மாறி இரத்தத்தில் கலப்பது போலச்சூரியனுடைய ஆற்றல் மரத்தின் ஒவ்வோர் அணுவிலும் அடங்கிக்கிடக்கிறது. அது பின்னர்க் கரியாகவோ, விளக்காகவோ எரியும் போது வெளிவருகிறது.

இவ்வாறு உறைந்து கிடக்கும் ஆற்றல் எவ்வாறு உருகி வழிகிறது எனப் பின்னர் காண்போமாக.

தமிழ்த் தென்றல், 16-07-1950

கருச்சிதைவுச் சங்கிலியில் கண்டெடுத்த

அணுக்குண்டு

பேராசிரியர்
ஈ. த. இராசேசுவரி அம்மையார்

வலிய கட்டு

ஹைட்ரஜனில் இருந்து ஹீலியம் அமையும்போது அல்லவா அணு தன் அளவில் 130-ல் ஒரு பங்கினை இழக்கின்றது? ஆதலின், ஹீலியமாக அமைந்த அணுக்கட்டே வலிவான கட்டாகும். மேலே போகப்போக அணுக்கட்டு இவ்வளவு வலுவானதாகக் காணோம். அதனாலேயே 92 அணுக்களுக்கு மேல் நேர் இயல்மின்னிகள் ஒருங்கு கூடி அணுவாகச் சமைவதற்கு இல்லை. 92-க்கு மேலும் நேர் இயல் மின்னிகள் கூடாமல் இல்லை. ஆனால் அவை எளிதில் சிதைந்து அழிகின்றன. 88 என்னும் "அணு எண்" உள்ள அணுக்களுக்கு மேலே முழுதும் ஆட்டம் கொடுக்கத் தொடங்குகிறது. 92-க்கு மேலும் பல அணுக்கள் இருந்து இருக்கலாம்; எழலாம்; எழுகின்றன. அவை எளிதில் சிதைந்து கெடுவதால் 92 வகைகளே, ஏறக்குறைய நிலையான அணு வகைகள் எனத் தோன்றுகின்றன. 92 வகைக்கு மேல் அணு வகைகள் தோன்றாத நுட்பமும் இப்போது இவ்வாறு வெளியாகிறது. இதை ஓர் சிறிய உதாரணத்தினால் விளக்கிக் காட்டலாம். எலுமிச்சம் பழத்தைக் கொண்டு பெண் ஒருத்தி கோபுரம் கட்டுகிறாள். சிறு கோபுரம். நன்றாகவும் வலிமையாகவும் அமைகிறது. மேலும் பெரியதொரு கோபுரம் இதன் மேலேயே பழங்களை அடுக்கி அடுக்கி அமைக்கிறாள். அவள் அடுக்க அடுக்கப் பழங்கள் சரிந்து சரிந்து விழுகின்றன. பாவம் என்ன செய்வாள்! மனத்தளர்ச்சி இன்றி மேலே மேலே அடுக்கிக் கொண்டு போகிறாள். 92 பழங்களுக்கு மேலே போகவில்லை. அப்படி மேலே கட்டினாலும் கட்டுத்தளர்ந்து பல பழங்கள் உருண்டு போகின்றன. பின்னர் இருக்கும் கோபுரம் வலிமையானதாக இருக்கிறது. அவ்வாறு மேல் நிலை அணுக்கள் சிதையும் போது பெரும்பான்மையும் ஹீலிய அணுக்களாகவே சிதைகின்

— தமிழ்த் தென்றல்

26 கருச்சிதைவுச் சங்கிலியில் கண்டெடுத்த அணுக்குண்டு

வலிய கட்டு

ஹைட்ரஜனில் இருந்து ஹீலியம் அமையும்போது அல்லவா அணு தன் அளவில் 130-ல் ஒரு பங்கினை இழக்கின்றது ? ஆதலின், ஹீலியமாக அமைந்த அணுக்கட்டே வலிவான கட்டாகும். மேலே போகப்போக அணுக்கட்டு இவ்வளவு வலுவானதாகக் காணோம். அதனாலேயே 92 அணுக்களுக்கு மேல் நேர் இயல் மின்னிகள் ஒருங்குகூடி அணுவாகச் சமைவதற்கு இல்லை. 92க்கு மேலும் நேர் இயல்மின்னிகள் கூடாமல் இல்லை. ஆனால் அவை எளிதில் சிதைந்து அழிகின்றன. 88 என்னும் "அணு எண்" உள்ள அணுக்களுக்கு மேலே முழுதும் ஆட்டம் கொடுக்கத் தொடங்குகிறது. 92.க்கு மேலும் பல அணுக்கள் இருந்து இருக்க லாம்; எழலாம்; எழுகின்றன. அவை எளிதில் சிதைந்து கெடுவதால் 92 வகைகளே, ஏறக்குறைய நிலையான அணு வகைகள் எனத் தோன்றுகின்றன.92 வகைக்கு மேல் அணு வகைகள் தோன்றாத நுட்பமும் இப்போது இவ்வாறு வெளியாகிறது. இதை ஓர் சிறிய உதாரணத்தினால் விளக்கிக் காட்டலாம். எலுமிச்சம் பழத்தைக் கொண்டு பெண் ஒருத்தி கோபுரம் கட்டுகிறாள். சிறு கோபுரம். நன்றாகவும் வலிமையாகவும் அமைகிறது. மேலும் பெரியதொரு கோபுரம் இதன் மேலேயே பழங்களை அடுக்கி அடுக்கி அமைக்கிறாள். அவள் அடுக்க அடுக்கப் பழங்கள் சரிந்து சரிந்து விழுகின்றன. பாவம் என்ன செய்வாள்! மனத்தளர்ச்சி இன்றி மேலே மேலே அடுக்கிக் கொண்டு போகிறாள். 92 பழங்களுக்கு மேலே போகவில்லை. அப்படி மேலே கட்டினாலும் கட்டுத்தளர்ந்து பல பழங்கள் உருண்டு போகின்றன. பின்னர் இருக்கும் கோபுரம் வலிமையானதாக இருக்கிறது. அவ்வாறு மேல் நிலை அணுக்கள் சிதையும் போது பெரும்பான்மையும் ஹீலிய அணுக்களாகவே சிதைகின்றனவாம். ஹீலியக்கட்டு வலிவுடைய கட்டாகையினாலே அவைகளைக் கொண்டே மேல் நிலை அணுக்கள் அமைந்தன போலத் தோன்றும் அற்புதத்தினையும் பார்ப்போம்.

இயற்கை இரசவாதம்

சூரியனிலும் நட்சத்திரங்களிலும் அணுக்கள் இயங்கித் தம் பேராற்றலைக் காட்டி வருவதனைக்கண்டு விஞ்ஞானப் புலவர்கள் களித்தனர். ஆனால், உலகிலும் சில பொருள்கள் இவ்வாறு அணுவின் கரு சிதைந்து நிற்பதனைக் கண்டனர். செம்பினைப் பொன்னாக்கும் இரசவாதத்தினைப் பற்றிப் பழைய நாளிற் பலர் பேசிவந்தனர். இங்கோ பொன்னே செம்பாவது போன்ற இரசவாதமே நிகழ்கிறது. பெரிய அணுக் கருச் சிதையுமானால் சிறிய அணுக் கருவாகும். அப்படி என்றால் என்ன? பெரிய "அணு எண்" ணுடைய பொருள்கள் சிறிய அணு எண்ணுடைய பொருள்களாக மாறும். ஒரு பொருள் மற்றொரு பொருளாக மாறுவதல்லவா இரசவாதம்? 92 என்ற அணு எண் உடையது யுரேனியம் (Uranium) என்ற அடிப்பொருளாம். வைகை ஆறு பல வாய்க்கால்களாகப் பிரிந்து பின்னே ஓர் ஏரியில் விழுந்து மறைவதுபோல யுரேனியம் என்பதும் ஓர் ஆற்றல். பேராறாகத் தொடங்கி, பல பல கிளைகளாகப் பிரிந்து முடிவில் மறைவதனைக் காணலாம். பல வாய்க்கால்கள் வழியாக ஆற்றல் ஓடிய பின் ஆற்றல் குறைந்துகொண்டே வரும் அன்றே? முடிவில் ஈயம் (Lead 65) என்ற ஏரியில் அடங்கி விடுகிறது.

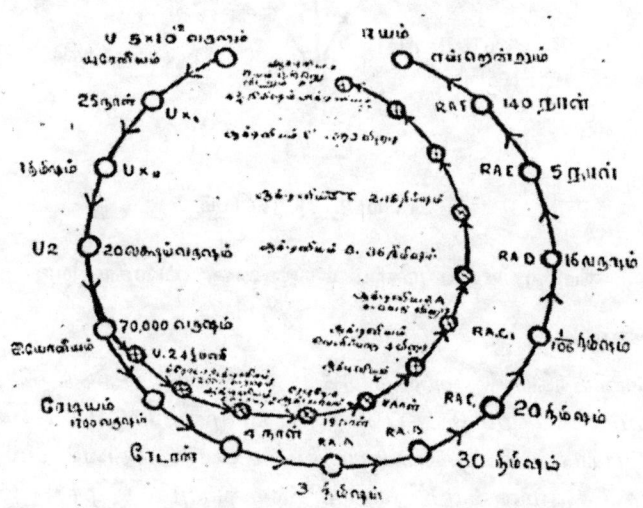

படம் 1 – யுரேனியம் இரு வகையாக மாறும்

ஆட்டங் கொடுக்கிறது

யுரேனியம் ஆட்டம் கொடுக்கும் நிலையில் சில ஒளிகள் வீசுவதனை விஞ்ஞானப் புலவர் கண்டனர். இந்த ஒளி எல்லாம் காணா ஒளியேயாம். இக் காணா ஒளிகள் மூன்று வகைக் கதிர்களாக வெளி வருகின்றன. கிரேக்க மொழியில் முதல் எழுத்து "அ" அதனை ஆல்பா (Alpha) என்பர். இரண்டாவது எழுத்து "ப" (B) அதனை பீடா (Beta) என்பர். மூன்றாவது எழுத்து "க" (Ga); அதனை காமா (Gama) என்பர். இந்த மூன்று பெயர்களையே அந்த மூன்று கதிர்களுக்கும் இட்டு வழங்குவது இன்றைய விஞ்ஞான உலகின் வழக்கமாக இருக்கின்றது. ஆல்பா கதிர் (Alpha Rays - "அ" கதிர்) என்பது ஹீலியக் கருவே அன்றி வேறு அல்ல. பீடா கதிர் (Beta Rays "ப" கதிர்) கதிர் மின்னியே அன்றி வேறு அல்ல. காமா கதிர் (Gama Rays "க" கதிர்) என்பதோ எக்ஸ்ரே (X-Ray) போன்றதொரு கதிராகும். யுரேனியம் இவ்வாறு சிதைந்து வரும்போது என்ன நிகழ்கிறது? யுரேனிய அணுவின் கருவினைச் சிதைப்பதாலேயே அணுக்குண்டு வெளிவருகிறது என நாம் அறிவதால், இந்த இயற்கை நிகழ்ச்சியை அறிய நம் மனம் மிகமிக அவாவுகிறது.

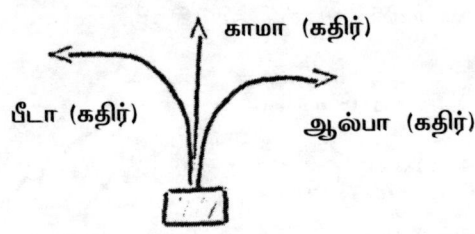

படம் 2. யுரேனியம்

மேலே கூறிய முதற்படம் இதனை விளக்குகிறது

குமரி முனையில்

யுரேனியத்திற்கு அடுத்தாற்போல் உள்ள சிறந்த பொருள் தோரியம் என்பதாம். இந்தப் பொருள் நம்முடைய குமரி முனையில் கிடைப்பதால் நமக்கு ஒரு பெருமை உண்டு. இதுவும் பலமுறை ஹீலியக் கருவினையும், எதிர்மின்னியையும் இழந்து இழந்து முடிவில் ஈயமாக மாறுகிறது. இதனை அடுத்த பக்கத்திலுள்ள படத்தில் (படம் 3) காண்க.

ஒரு குறிப்பிட்ட அளவுள்ள தோரியம் இந்தப்படி 180 கோடி ஆண்டுகளில் தன் அளவில் பாதியை இழக்கும். இதனை அதன் வயது என்று கூறுவது வழக்கம். இது சராசரி கணக்கே ஆகும். யுரேனியம், ஈயமாகின்ற வரலாற்றின் படத்திலும் இத்தகைய வயதே குறிப்பிடப்பட்டு உள்ளது. அங்கே கண்ட ஒவ்வொரு பொருளும் தன் வயதில் தன் அளவில் பாதி ஆகி விடுமாம். ஆனால், ஒவ்வோர் அணுவும் இப்படிச் சிதையும் என்பது இல்லை. ஒரு தோரிய அணு சிதையாமலே என்றும் இருக்கலாம். மற்றொரு தோரிய அணு இதற்கு ஈடு செய்ய வேண்டி தோன்றிய உடனே சிதைந்து இருத்தல் வேண்டும். அப்போதுதான் சராசரி வயது என்பது சரியாகும்.

அணுவின் பெயர்	வெளியேறும் மின்னி Expelled Particle	அணு எடை கருவில் இருக்கும் நேர்மின்னி +Ve Protons	கருவில் இருக்கும் எதிர்மின்னி —Ve Electrons	அணு எண் கருவின் நேர்மின் ஓட்டம்
தோரியம்	a-ஹீலியக்கரு	232	142	90
↓		—4	—2	
மெஸோ தோரியம் 1	β-எதிர் மின்னி	228	140	88
↓			—1	
மெஸோ தோரியம் 2	β-எதிர் மின்னி	228	139	89
↓			—1	
ரேடியோ தோரியம்	a-ஹீலியக்கரு	228	138	90
↓		—4	—2	
தோரியம் X	a-ஹீலியக்கரு	224	136	88
↓		—4	—2	
தோரியம் எமனேஷன்	a-ஹீலியக்கரு	220	134	86
↓		—4	—2	
தோரியம் A	a-ஹீலியக்கரு	212	132	84
↓			—2	
தோரியம் B	β-எதிர் மின்னி	212	130	82
↓			—1	
தோரியம் C	β-எதிர் மின்னி	212	129	83
↓		—4	—1	
தோரியம் C′	a-ஹீலியக்கரு	212	128	84
↓		—4	—2	
தோரிய ஈயம்		208	126	82

படம் 3.

பாழில் ஒரு வாழ்வு

யுரேனியச் சிதைவு உலகில் வாழ்கின்ற நமக்கு இன்றியமையாததொன்று. நம்முடைய தரை குளிர்ந்து கொண்டே வருகிறது. பூகோள வகுப்பில் படித்த இந்தப் பாடத்தை நாம் மறக்க முடியாது. இப்படியாக அடியோடு ஒரு நாள் குளிர்ந்து விட்டால், மக்கள் இருக்க இடமில்லாதபடி பூமி பாழாகி அன்றே போகும்? அப்படிப் பாழாகாதபடி தடுப்பது எது? பூமி எவ்வளவு வேகமாகக் குளிர்கிறதோ அவ்வளவு வேகமாகச் சூடு ஏற்றம் இயற்கையில் மற்றோர் அமைப்பில் இருந்துவர வேண்டும். அப்படி இருப்பதால் அன்றோ சந்திரனைப்போல் பூமி குளிர்ந்து, நீராய், காற்றாய் உறைந்து போகாது நாம் உயிர் வாழ முடிகிறது! இந்த அமைப்புயாதாக இருக்கலாம் என்று விஞ்ஞானிகள் ஆராய்ந்த போது யுரேனிய அணுவின் சிதைவே அவர்கள் கருத்துக்கு எட்டியது. யுரேனியம் மேலே கண்டபடி சிதைந்து வரும்போது சூட்டினை வெளி வீசுகிறது. பூமி குளிர்ந்து வருவதால் ஏற்படும் குறைவினை யுரேனியம் வெளிவீசும் சூடு நிறைவு செய்கிறது. பூமி எவ்வளவில் குளிர்ந்து கொண்டு வருகிறது என அறிஞர்கள் கணக்கிட்டு உள்ளார்கள். அதனை ஈடு செய்ய எவ்வளவு யுரேனியம் இருக்கவேண்டும் என அந்த அறிஞர்களே கணக்கிட்டுக் கூறுகின்றார்கள். $8x10^8$ டன் யுரேனியம் உலகில் உண்டு என்பது ஒரு சிலரது கொள்கை. இதற்கு மேல் இருந்தாலோ? இதற்கு மேல் இருந்தால், அதிலிருந்து வரும் சூட்டினால் பூமி வெடித்துப் போகும் என்பது அவர்களுடைய கருத்து. பூமியின் மேலோட்டில் ஒரு மைல் ஆழத்திற்குள் 10^5 டன் (100000 டன்) - யுரேனியம் கிடைக்கலாம் என்பர் வேறு சிலர். அணுக்குண்டினைப் பற்றிப் பேசுகின்றது இந்தக் காலம். அணுக்குண்டிற்கு இன்றியமையாது வேண்டப்படுவது யுரேனியமேயாம். ஆதலின் இந்த யுரேனியம் உலகில் எவ்வளவு உண்டு என்பதனை அறிய நம் மனம் நாடுவதும் இயல்பேயாம். "10^5 டன் அளவிலா இந்த எமன் பரவி இருக்கின்றது?" என வாட வேண்டாம். அணுக்குண்டினுக்குப் பயன்படுவது எல்லா வகை யுரேனியமும் அல்ல. 235 எடையுள்ள யுரேனியமே பயன்படும். அது இவ்வுலகில் 780 டன்னே உண்டு என அறிந்த பின் நாமும் ஒருவித அமைதி பெறுகிறோம்.

இனி யுரேனியம் சிதைந்து வந்து அணுக்குண்டிற்கு வழி காட்டுவதனை அடுத்துக் காண்போம்.

தமிழ்த் தென்றல், 17-08-1950

பின்னக் கணக்கில் பீறிட்டு எழும் ஆற்றல்

(ஆடி இதழின் தொடர்ச்சி)

பேராசிரியர்
திரு. ஈ. ந. இராசேசுவரியார், M. A. L. T.

உறைந்த ஆற்றல் உருகுகிறது.

நிலக்கரி என்பது என்ன? பழைய காடுகள் காலப்போக்கினில் பூமியினுள்ளே அழுந்தி உருமாறின ஆம்; அவற்றைத்தான் நிலக்கரி என வெட்டி எடுக்கிறோம். மண் எண்ணெய் இந்தப் பழைய மரங்களின் சாறுகளேயாம். சூரிய ஆற்றலை உண்ட மரங்கள் இவ்வாறு கரியாய் மண்எண்ணெயாய் மாறிய பின்னரும் அந்தப் பழைய சூரிய ஆற்றல் அவற்றினுள்ளே அடங்கிக் கிடக்கின்றது. உன்னிப்பார்த்தால் 9கோடி மைலுக்கு (9·3 × 10^7 Miles) அப்பாற்பட்ட சூரியனிடத்திலிருந்துவருகிறது இந்த ஆற்றல். காலத்தைப்பார்த்தால் 9கோடி ஆண்டுகளுக்கு முன் இருந்துவருகிறது. இப்படிக் காலத்தாலும் இடத்தாலும் தொலைவிலிருந்து வரும் ஆற்றல் இன்று நம் எதிரே எரிந்து சூடாகவும், வெளிச்சமாகவும், வெளியாவது வியப்பினும் வியப்பன்றோ? உறைந்த ஆற்றல் என நாம் முன்னர் கூறவில்லையா? ஆற்றலோ உலகில் அழிவதும் இல்லை; புதிதாகத் தோன்றுவதும் இல்லை. மாறி மாறிப்போய்க் கொண்டே இருக்கும். ஆதலின் மரத்தின் உள்ளே அன்று புகுந்த ஆற்றல் அங்கேயே உறைந்து கிடக்கிறது. சூடு என்றால் அணுத்திரளின் இயக்கமே என முன்னர்க் கண்டோம். பொதுவான நிலையில் எல்லாம் இயங்கிக்கொண்டேதான் இருக்கின்றன என முன்னரே கூறினோம். அதனால்தான் இந்தப்போது இயக்கங்களில் நிலை பிறழ்ச்சி உண்டாகுவதில்லை; நாம் அசைந்து ஓழ் வீழ்வதில்லை. சூடு மாறும்போதோ பொதுவான இயக்கம் மாறி மிகுதியான இயக்கம் பிறக்கிறது. நிலை பிறழ்ச்சி தோன்றுகிறது. வேகம் எழுகின்றது. எரிதல் நிகழ்கின்றது. சூடு வெளியே வருகிறது. மண்ணிலிருந்தும் காற்றிலிருந்தும் செடியானது உட்கொள்ளும் பொருள்களைக் கொண்டு தன் உறுப்பின் அணுத்திரளைகளை அமைத்துக் கொள்ளச் சூரியனது ஆற்றலே வேண்டி இருக்கிறது. அது பற்றியே செடி சூரியனது ஆற்றலை உட்கொள்ளுகிறது.

— தமிழ்த்தென்றல்

27. பின்னக் கணக்கில் பீறிட்டு எழும் ஆற்றல்

உறைந்த ஆற்றல் உருகுகிறது

நிலக்கரி என்பது என்ன? பழைய காடுகள் காலப்போக்கினில் பூமியினுள்ளே அழுந்தி உருமாறின ஆம்; அவற்றைத்தான் நிலக்கரி என வெட்டி எடுக்கிறோம். மண் எண்ணெய் இந்தப் பழைய மரங்களின் சாறுகளேயாம். சூரிய ஆற்றலை உண்ட மரங்கள் இவ்வாறு கரியாய் மண் எண்ணெயாய் மாறிய பின்னரும் அந்தப் பழைய சூரிய ஆற்றல் அவற்றினுள்ளே அடங்கிக் கிடக்கின்றது. உன்னிப்பார்த்தால் கோடி மைலுக்கு (9.3x 107 Miles) அப்பாற்பட்ட சூரியனிடத்திலிருந்து வருகிறது இந்த ஆற்றல். காலத்தைப் பார்த்தால் 9 கோடி ஆண்டுகளுக்கு முன் இருந்து வருகிறது. இப்படிக் காலத்தாலும் இடத்தாலும் தொலைவிலிருந்து வரும் ஆற்றல் இன்று நம் எதிரே எரிந்து சூடாகவும், வெளிச்சமாகவும், வெளியாவது வியப்பினும் வியப்பன்றோ? உறைந்த ஆற்றல் என நாம் முன்னர் கூறவில்லையா? ஆற்றலோ உலகில் அழிவதும் இல்லை; புதிதாகத் தோன்றுவதும் இல்லை. மாறி மாறிப்போய்க் கொண்டே இருக்கும். ஆதலின் மரத்தின் உள்ளே அன்று புகுந்த ஆற்றல் அங்கேயே உறைந்து கிடக்கிறது. சூடு என்றால் அணுத்திரளின் இயக்கமே என முன்னர்க் கண்டோம். பொதுவான நிலையில் எல்லாம் இயங்கிக் கொண்டேதான் இருக்கின்றன என முன்னரே கூறினோம். அதனால்தான் இந்தப்பொது இயக்கங்களில் நிலை பிறழ்ச்சி உண்டாகுவதில்லை; நாம் அசைந்து கீழ் வீழ்வதில்லை. சூடு மாறும்போதோ பொதுவான இயக்கம் மாறி மிகுதியான இயக்கம் பிறக்கிறது. நிலை பிறழ்ச்சி தோன்றுகிறது. வேகம் எழுகின்றது. எரிகல் நிகழ்கின்றது. சூடு வெளியே வருகிறது. மண்ணிலிருந்தும் காற்றிலிருந்தும் செடியானது உட்கொள்ளும் பொருள்களைக் கொண்டு தன் உறுப்பின் அணுத் திரளைகளை அமைத்துக் கொள்ளச் சூரியனது ஆற்றலே வேண்டி இருக்கிறது. அது பற்றியே செடி சூரியனது ஆற்றலை உட்கொள்ளு கிறது. இதுவே பின்னர் உலர்ந்த செடியை விறகாக எரிக்கும்போது

சூடாக வெளிவருகிறது. அணுத்திரளைகள் அணு அணுவாக உடையும்போது முன் அடங்கிக்கிடந்த ஆற்றல் பின்னே வெளிப் பட்டு சூடாக எழுகிறது.

கட்டு அறுதலும் கருச்சிதைதலும்.

இங்கே அணுத்திரளை சிதைந்ததே அன்றி அணுச் சிதைய வில்லை. அணுவானது முழுதும் சக்தியாக மாறும்பொழுது என்ன நிகழ்கிறது? அணுவே சிதைகிறது. இங்கு மின்னிகள் அணுவாகக் கட்டுண்டபோது உட்கொண்ட ஆற்றலையே அணுவின் கரு சிதைவுற்றுக் கக்குகிறது. இதுவும் முன் உட்கொண்ட ஆற்றலே யாம். எப்பொழுது உட்கொண்ட ஆற்றல்? நான்கு நேர் இயல் மின்னி சேர்ந்து ஒரு ஹீலியமாகும் போது 0.032 எடை ஆற்றலாக மாறி அணுக்கருவை அமைக்கின்றது என்றோமே, அப்போது உட்கொண்ட ஆற்றலேயாம்.

பட்டாணி கப்பலோட்டுகிறது

அணுத்திரளையானது சிதையும்போது கரி எரிந்து வருவதற்கும் அணுவே சிதைந்து சக்தியாகப் பிறப்பதற்கும் உள்ள வேற்றுமையை மேலும் சிறிது உற்றுநோக்குவோமாக. ஒரு கிராம் எடையுள்ள கரியில் கிடக்கும் அணுத் திரளைகள் சிதைந்து எரிந்தால் 8 ஆயிரம் கனலி (Calories) எழும். இரண்டு கிராம் நேர் இயல் மின்னியும் 2 கிராம் பொது இயல் மின்னியும் சேர்ந்து 4 கிராம் ஹீலியமாக அமையும்போது பொருண்மை முன்னிருந்ததினும் குறைந்து விளங்குகிறது எனக் கண்டோம். உலகத்தில் ஒன்றும் அழிந்துபோவது இல்லை. ஒன்று ஒன்றாக மாறுவது மட்டுமே உண்டு. இங்கு பொருண்மை கெடாது ஆற்றலாகவே மாறி நிற்கின்றது. 0.032 என்ற அணு எடை எவ்வளவு ஆற்றலாகும்? 64,000 கோடி கனலி ஆகும். அதாவது ஒரு கிராமுக்கு 16,000 கோடி கனலியாகும். எனவே அணுத் திரளையின் சிதைவினால் கரி எரியும் போது ஏற்படும் சக்தியைவிட அணுச் சிதையும் போது எழும் சக்தி 2 கோடி மடங்கு மிகுதியாகும் என்பதாயிற்று. "ஒரு பட்டாணி அளவு நிலக்கரி கொண்டு அதிலுள்ள அணுவினைச் சிதைக்க முடியுமானால் ஒரு கப்பலை அட்டலாண்டிக் மாபெருங் கடலைத்தாண்டி ஓடச் செய்யலாம்" என்று இந்தக் கணக்குப்படியே அறிஞர்கள் கூறுகிறார்கள்.

இன்னும் ஓர் எளியவழி

மற்றொரு வகையாகவும் விளக்கிக் காட்டலாம். நம் வீட்டில் மின்சார விளக்கு எரிகிறது. யூனிட் ஒன்றுக்கு 31 அணா என்று விலை பேசுகிறோம். யூனிட் என்றால் தனியன் என்று பொருள். இதனைக் கில்லோவாட் அவர் (Kilo watt hour) என்பர். வாட் (Watt) என்பது மற்றோர் ஆற்றல் அளவு. அதில் 1000த்தினே ஒருமணி நேரம் செலவு செய்வது ஒரு கில்லோ வாட் அவர் என்ற யூனிட் அல்லது தனியனாகும். 1000 கிராம் நிலக்கரி எரிந்தால் பெறும் ஆற்றல் ... 9 யூனிட். 1000 கிராம் ஹைட்ரஜனை எரித்தால் பெறும் ஆற்றல் ... 40 யூனிட். 1000 கிராம்ஹைட்ரஜன் ஹீலியமாக மாறும் போது செலவாகும் ஆற்றல் 179,000,000 யூனிட். அதாவது ஹைட்ரஜனிலிருந்து ஏதோ ஒரு விதத்தில் மணிக்கு 4 கிராம் (1/7 Ounce) அளவு ஹீலியத்தினைத் தொடர்ந்து அமைத்துவரக் கூடுமானால் 10 லட்சம் குதிரை ஓட்டத்தை விடாது ஓட்டிக்கொண்டு இருக்க முடியுமாம்.

பின்னக் கணக்கில் அணுகுண்டு

இப்போது அணுவினைச் சிதைப்பதால் எழும் ஆற்றலின் பெருமை விளங்குகிறது. இந்த உண்மையைப் பயன்படுத்தியே யுரேனியம் என்ற அணுவின் கருவைச் சிதைத்து அணுக்குண்டாக வீசி ஹீரோஷீமாவை எரித்தார்கள். ஒரு ராத்தல் யுரேனியம் 11,400,000,000, யூனிட் ஆற்றல் தரும். ஆனால் இங்கு ஒரு ராத்தல் யுரேனியத்தில் ஆயிரத்தில் ஒரு பங்கே ஆற்றலாக மாறு கிறது. முழுதும் ஆற்றலாக மாறினால் உலகம் என்ன ஆகும்? அணுக்குண்டின் அமைப்பினை மேல் சென்று சிறிது காண்போம். அதன் விளைவெல்லாம் ஹைட்ரஜனது எடையில் பின்னமாக வந்த கணக்கில் உள்ளடங்கிக் கிடப்பது இப்போது சிறிது விளங்கி இருக்கும்.

காணக் கண் வேண்டாமா?

இவ்வாறு பொருண்மை ஆற்றலாக மாறுவதனை எங்கும் காணலாமா? என நமது உள்ளம் துள்ளிக்குதிக்கிறது. 1000 கிராம் தண்ணீரைப் பனிக்கட்டியாக உறையும்நிலையில் இருந்து தளபள எனக் குமிழிவிட்டுப் பொங்கும் கொதி நிலைக்குக் கொண்டுபோக என்னசெய்ய வேண்டும்? சூடு ஏற்றவேண்டும். சூடு ஒருவகை ஆற்றல். ஆகலின் ஆற்றலை விளைவிக்க வேண்டும். இதனைப் பழையபடியும் உறை நிலைக்குக் கொண்டுவரும்போது, சூடு

வெளியே போய்விடுகிறது. அதாவது சூடு குறைகிறது. ஆற்றல் குறைகிறது என்றபடி. அப்படி ஆனால் ஐன்ஸ்டைன் கொள்கைப்படி பொருண்மையும் குறையும் அன்றோ? ஆம், குறையவே செய்யும். எவ்வளவில் குறையும்? 5×10^9 கிராம் குறையும். தண்ணீரினை அளந்து பார்த்தால் பொருண்மை இந்த அளவு குறைந்திருப்பது புலப்படத் தோன்றுமோ? இந்தச் சிறு அளவினை இன்றுள்ள நிலையில் நாம் அளந்து அறியும் வழி ஒன்றும் இல்லை. பின் ஒரு காலத்தில் அத்தகைய நுட்ப அளவினையும் அளந்தறியும் கருவிகளை மக்கள் மூளை கண்டுபிடிக்கலாம். அதுவரையிலும் பெரிய அளவுகளில்தான் இந்த மாறுதலைக் காணமுடியும்.

அப்பாலுக்கு அப்பால்

மிகமிகப் பெரிய அளவில் சூட்டினை வீசி எறிவது எது? வெய்யிலில் கால்சுடத் தலைசுட கடக்கும் தமிழனுக்குச் சூரியன் நினைவுதான் உடனேவரும். இச்சூரியன் ஓர் பெரிய நெருப்புக் கோளம் எனவும் பேசுகிறோம் அல்லவா? அந்த நெருப்பு வீசும் சூடுதான் என்னை கணக்கெடுத்தார்களே! அவர்கள் அறிவின் நுட்பம்தான் என்னென்று சொல்வது! சூரியனுடைய மேற்பரப்பில் ஒவ்வொரு சதுர அங்குலமும் ஒவ்வொரு வினாடியிலும் 50 குதிரை ஓட்டம் அளவுள்ள ஆற்றலை வெளியே வீசுகிறதாம். எடைக் கணக்கில் பார்த்தால் ஒவ்வொரு சதுர அங்குலமும் ஒரு நூற்றாண்டு வரை இப்படி ஆற்றலைக் கக்கிக் கொண்டே வந்தாலும், 1/20 அவுன்சுக்கு மேலாக இதன் பரப்பின் எடை கெடுவதில்லை. இவ்வளவுதானா எனச் சிரிக்கவேண்டாம். சூரியனது பரப்பு முழுதினையும் கணக்கிட்டால் நமக்கே அச்சம் வருகிறது. ஒவ்வொரு வினாடியிலும் 40 லட்சம் டன் அளவு தேய்ந்து ஒழிகிறதாம். சூரியனே முழுதுமாகத் தேய்ந்து ஒழிந்தால் நம் பூமியின்கதி என்ன? நம் கதி என்ன? நல்ல காலம்! சூரியனோ மிகமிகப்பெரியவன். நம் தலைமுறையில் அச்சம் ஒன்றும் இல்லை. கோடி தலைமுறைக்கும் ஒன்றும் அச்சமில்லை. 15×10^{12} ஆண்டுகள் ஆனால் தான் சூரியன் அடியோடு தேய்ந்து ஒழியக் கூடும். ஒருநாளில் இந்த வகையில் சூரியன் 31×10^{10} டன் எடையை இழக்கின்றானாம். ஆனால் தொலைவிலுள்ள நட்சத்திரங்கள் இதனைவிட 3 லட்சம் மடங்கு மிகுதியான ஆற்றலை வீசி எறிந்து தேய்ந்து வருகின்றனவாம்.

தமிழ்த் தென்றல், 17-09-1950

தொடர் நிலைச் சிதைவில் தோன்றிய
அணுக்குண்டு

பேராசிரியர் ஈ. த. இராசேசுவரி அம்மையார்

வரவு செலவு:

யுரேனியம் சிதையும் போது ஆல்பாக் கதிர்களையும், பீட்டாக் கதிர்களையும் காமாக் கதிர்களையும் வெளி வீசுகிறது என அறிகின்றோம். ஆற்றலும் வெளி வருகிறது. இந்த ஆற்றல் மிக மிகப்பெரியது. நீரியத்தையும், உயிரியத்தையும் கலந்தால் வரும் ஆற்றலும் பெரிதென முன்னரே கண்டோம். ஆனால் ரேடான் (Radon) என்பது இதனை விட 60 லட்சம் மடங்கு அதிகம் சூட்டினைத் தருகிறதாம். யுரேனியம் வெளி வீசும் பீட்டாக் கதிர்களோ எதிர் மின்னிகள். அவற்றிற்கு எடை நம் கணக்கில் இல்லை. ஆகவே ஒரு அவுன்சு யுரேனியம் ஈயமாக மாறும்போது என்ன ஆகின்றது எனச்சற்றுப் பார்ப்போம்.

வரவு	செலவு	
1 அவுன்ஸ் யுரேனியம் →	ஈயம் —	0·8653 அவுன்சு
	வெளியாகும் ஹீலியக்கரு	0·1345 அவுன்சு
	ஆக மொத்தம்	0·9998 அவுன்சு

கணக்கு என்றால் வரவும் செலவும் சரியாக அல்லவா இருக்கவேண்டும்? குறைவு ஏற்படுகிறதே? 0·0002 அவுன்சு எங்கே போயிற்று? காமாக் கதிர்தான் சூடு முதலிய கதிர் வீச்சாக மாறிப் போயிற்று. அப்படி என்றால் சூட்டினை அளக்க முடியாதா? முடியும். அது ஏறக்குறைய ஒன்றரை லட்சம் கோடி (ergs) எறுமாகலாம். அதாவது 35,000 கோடி கனலியாகலாம். (35 × 10^{10} Calories) அதாவது 100 அடி நீளம், 100 அடி அகலம், 13·5 அடி ஆழமுள்ள தண்ணீர்த் தொட்டி நிறையத் தண்ணீரை நிரப்பி வைத்திருப்போமானால் இவ்வாறு வெளிவந்த சூடானது நம்முடைய முயற்சி ஒன்றுமின்றியே அந்த நீர் முழுவதையும் கொதிக்க வைக்கும். அதாவது அது 30°C சூடு இருக்குமாயின் 100°C அளவு சூட்டுக்கு அதனைக் கொண்டு போய் விடும். இம்மாதிரியான தொட்டி ஒன்று நம்முடைய ஊர்களில் நெல்லைக் குத்தும் எந்திரசாலையில் இருக்குமானால் பச்சரிசிக்குப் பதிலாக புழுங்கல் அரிசி செலவின்றிப் புழுக்கி அனுப்பலாம்; இச்சிறிய எடை (0·0002) எவ்வளவு பெரிய சக்தியாக மாறுகிறது? இது விந்தையினும் விந்தை அல்லவா?

இயக்கச் சங்கிலி.

92 என்ற அணு எண் கொண்ட பொருள் யுரேனியம். அதன் அணு

— தமிழ்த்தென்றல்

28. தொடர் நிலைச் சிதைவில் தோன்றிய அணுக்குண்டு

வரவு செலவு:

யுரேனியம் சிதையும் போது ஆல்பாக் கதிர்களையும், பீட்டாக் கதிர்களையும் கம்மாக் கதிர்களையும் வெளி வீசுகிறது என அறிகின்றோம். ஆற்றலும் வெளி வருகிறது. இந்த ஆற்றல் மிக மிகப்பெரியது. நீரியத்தையும், உயிரியத்தையும் கலந்தால் வரும் ஆற்றலும் பெரிதென முன்னரே கண்டோம். ஆனால் ரேடான் (Radon) என்பது இதனை விட 60 லட்சம் மடங்கு அதிகம் சூட்டினைத் தருகிறதாம். யுரேனியம் வெளிவீசும் பீட்டாக் கதிர்களோ எதிர் மின்னிகள். அவற்றிற்கு எடை நம் கணக்கில் இல்லை. ஆகவே ஒரு அவுன்சு யுரேனியம் ஈயமாக மாறும் போது என்ன ஆகின்றது எனச்சற்றுப் பார்ப்போம்.

வரவு செலவு

1 அவுன்ஸ் யுரேனியம்	ஈயம் -	0.8653 அவுன்சு
	வெளியாகும் ஹீலியக்கரு	0.1345 அவுன்சு
		0.9998 அவுன்சு

கணக்கு என்றால் வரவும் செலவும் சரியாக அல்லவா இருக்கவேண்டும்? குறைவு ஏற்படுகிறதே? 0.0002 அவுன்சு எங்கே போயிற்று? கம்மாக் கதிர்தான் சூடு முதலிய கதிர் வீச்சாக மாறிப் போயிற்று. அப்படி என்றால் சூட்டினை அளக்க முடியாதா? முடியும். அது ஏறக்குறைய ஒன்றரை லட்சம் கோடி (ergs) எறுழாகலாம். அதாவது 35,000 கோடி கனலி யாகலாம். (35x1010 Calories) அதாவது 100 அடி நீளம், 100 அடி அகலம் 13.5 அடி ஆழமுள்ள தண்ணீர்த் தொட்டி நிறையத் தண்ணீரை நிரப்பி வைத்திருப்போமானால் இவ்வாறு வெளிவந்த சூடானது நம்முடைய முயற்சி ஒன்றுமின்றியே அந்த நீர் முழுவதையும் கொதிக்க வைக்கும். அதாவது அது 30°C சூடு இருக்குமாயின் 100°C அளவு சூட்டுக்கு அதனைக் கொண்டு போய் விடும்.

இம்மாதிரியான தொட்டி ஒன்று நம்முடைய ஊர்களில் நெல்லைக் குத்தும் எந்திரசாலையில் இருக்குமானால் பச்சரிசிக்குப் பதிலாக புழுங்கல் அரிசி செலவின்றிப் புழுக்கி அனுப்பலாம்; இச்சிறிய எடை (0.0002) எவ்வளவு பெரிய சக்தியாக மாறுகிறது? இது விந்தையினும் விந்தை அல்லவா?

இயக்கச் சங்கிலி

92 என்ற அணு எண் கொண்ட பொருள் யுரேனியம். அதன் அணுஎடை 238. இதில் 235 அணு எடையுள்ள ஓரிடத்தானாம் (Isotope) யுரேனியமும் உண்டு. இந்த இரண்டுவித எடையுள்ள பொருள்களையும் பொதுஇயல் மின்னி (Neutrons) கொண்டு தாக்கினால் என்ன ஆகிறது என அறிஞர் ஆராய்ந்தனர். 238 எடையுள்ள யுரேனியம் தன்னைக் தாக்கவரும் பொது இயல் மின்னிகளை வாரி விழுங்கித் தன்னுள்ளே சிறைப் படுத்திக் கொள்ளுமாம். 235 எடையுள்ள யுரேனியம் அவ்வாறு செய்யாது தாக்குண்டு, கருச்சிதைந்து பக்கு விட்டு நிற்குமாம். இதுவே அவர்கள் கண்ட ஒரு புதுமை. யுரேனியத்தின் அணு எடை 238 எடை என்றால் என்ன? அதன் கரு எப்படி இருக்கிறது. கீழேயுள்ள படத்தில் இது விளங்கும்.

படம் 1.

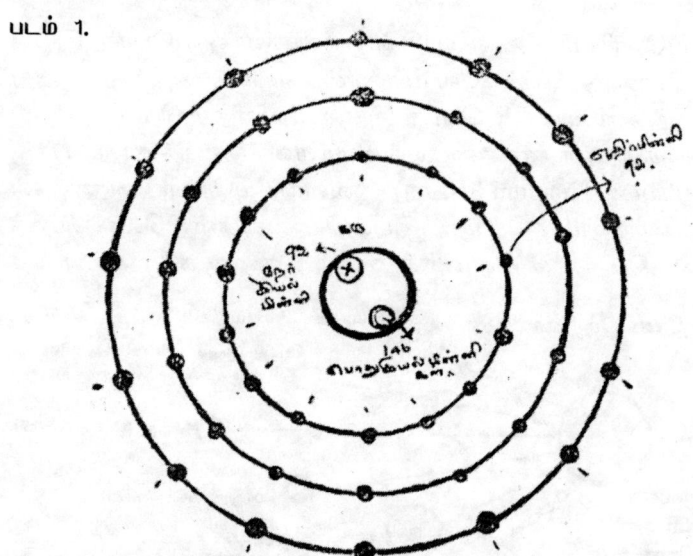

யுரேனியம் – அணு எடை 238; அணு எண் 92

இதனால் இதன் நடுவிலுள்ள கருவில் 92 நேர் இயல் மின்னிகள் உள்ளன. இவை மின் ஊட்டம் பெற்றவை. மிகுதியான எடை 146. இந்த எடை பொது இயல் மின்னிகளாகவே மொத்த எடை (238-92=140) கிடக்கின்றது. இதனைச் சுற்றி 92 எதிர் மின்னிகள் தங்களுடைய நிலைகளிலிருந்து கருவைச் சுற்றிச் சுழல்கின்றன. இதனுடைய ஓரிடத்தான்களையும் கீழே உள்ள படங்களில் காண்போம்.

படம் 2. யுரேனியத்தின் ஓரிடத்தான்கள் (Isotopes)
(100 எடையுள்ள 238 யுரேனியத்தில்)

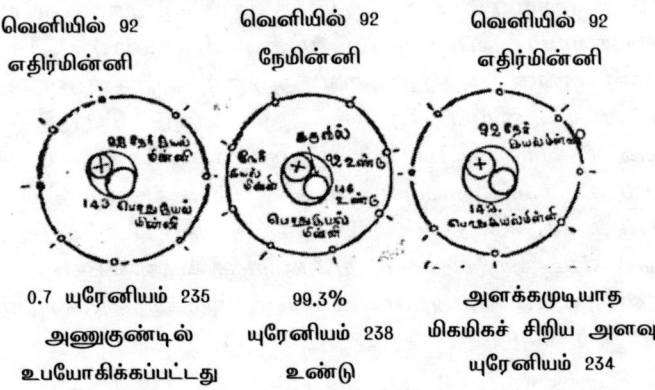

வெளியில் 92 எதிர்மின்னி	வெளியில் 92 நேமின்னி	வெளியில் 92 எதிர்மின்னி

0.7 யுரேனியம் 235 அணுகுண்டில் உபயோகிக்கப்பட்டது	99.3% யுரேனியம் 238 உண்டு	அளக்கமுடியாத மிகமிகச் சிறிய அளவு யுரேனியம் 234

இந்த யுரேனியம் 235 என்பதின் கருவினை ஒரு பொது இயல் மின்னி கொண்டு தாக்குவோமானால் என்ன ஆகிறது? அது சிதையும். அதினின்று பல பொது இயல் மின்னிகள் வெளிப்படும். அவை அருகிலுள்ள 235 எடையுள்ள யுரேனியத்தைத் தாக்கி பக்கு விடச் செய்யும். (Uranium Fission) இவ்வாறு யுரேனிய அணுக்கள் உள்ள வரையிலும் பொது இயல் மின்னிகள் வெளியேறிக் கருவினைச் சிதைத்துக் கொண்டேவரும் இதனை கீழே காண்க:

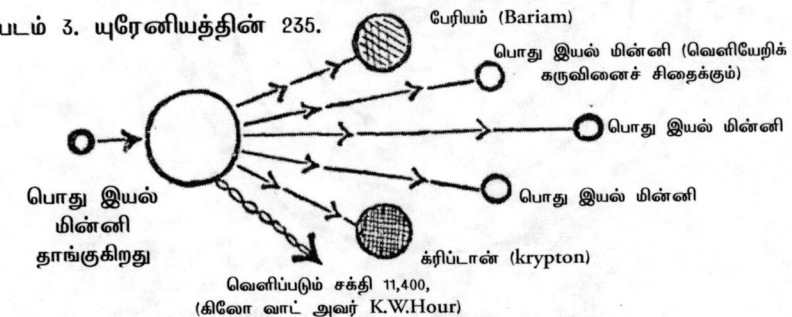

படம் 3. யுரேனியத்தின் 235.

இவ்வாறு யுரேனிய அணுக்கள் உள்ளவரை பொது இயல் மின்னிகள் வெளியேறி கருவினைத் தாக்கிக் கொண்டே போகின்ற இயக்கத்தினைத் தொடர்நிலை இயக்கம் அல்லது சங்கிலித் தொடர் நிலை இயக்கம் (Chain Reaction) என்று அறிஞர்கள் பேசுகிறார்கள்.

படம் 4. சங்கிலித் தொடர்நிலை இயக்கம்

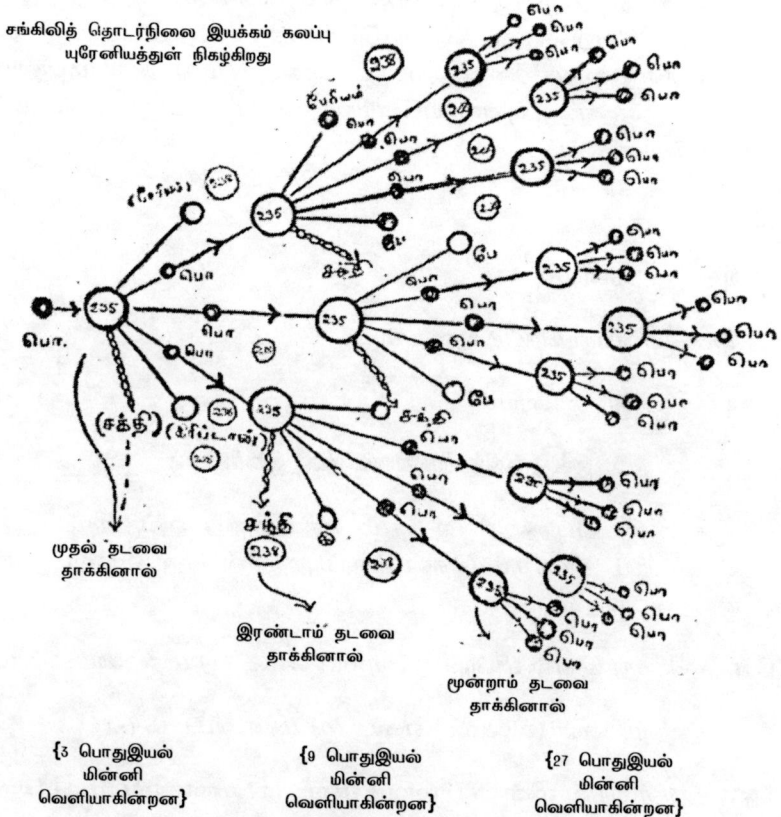

[நடுவே தாக்கப்படாது கிடைக்கின்றவை அணு எடை 238 உள்ள யுரேனியம்]

238 எடையுள்ள இணையத்திலிருந்து 235 எடையுள்ள யுரேனியத்தினை அப்பட்டமாக பிடித்தால் மட்டுமே இந்தச் சங்கிலித் தொடர் நிலை இயக்கம் முடியும்; இல்லாமற் போனால் 238 எடையுள்ள யுரேனியமும் பிற பொருள்களும், பொது இயல் மின்னிகளை அவை மேலே சென்று அணுக்கருவினைச்

சிதைக்காதபடி விழுங்கிவிடும். இப்படிப் பிரிந்த 235 எடையுள்ள யுரேனியத்தினையே முதலில் ஹீமோஷிமாவில் எறிந்த அணுக் குண்டில் அமெரிக்கர் பயன்படுத்தினர்.

மூன்று நாளில் வேறொரு புதுமை

மூன்று நாட்களுக்குப் பின்... நாகாஸ்கியில் எறிந்த அணு குண்டில் வேறுவகையான யுரேனியம் பயன்பட்டது. 235 எடையுள்ள யூனியத்தினை அப்பட்டமாக பிரிப்பது அருமையிலும் அருமை. 238 எடையுள்ள யுரேனியத்தினைப் பொது மின்னிகள் கொண்டு தாக்கினர்.

குறிப்பு

யு - யுரேனியம்

நெ - என்பது நெப்டியூனியம்

பு - புளுடோனியம்

இங்கு குறிக்கப்படுவனவற்றின் இலக்கணம்

இதன் இடப்புறத்தில் எழுதும் எண் அணு எண்ணாம். இது மின் ஊட்டம் குறிக்கும் இதன் வலப்புறத்தின்மேல் எழுதும் எண் அணு எடையாம்.

பொ - பொது இயல் மின்னி (Neutron) எடை *(1)* மின் ஊட்டம் *(0)*

எ - எதிர்மின்னி (Electron) எடை *(0)* மின்ஊட்டம் *(-1)*

நே - நேர்இயல் மின்னி (Proton) எடை *(1)* மின்ஊட்டம் *(+1)*

இவைகளுக்குள்ளேயுள்ள சம நிலையைக் குறிப்பது வாய்ப்பாடு

$$_{92}யு(^{146\ ெபா}_{92\ ே}) + _0பொ \longrightarrow _{92}யு(^{147\ ெபா}_{92\ ே}) ----(i)$$

[(குறிப்பு) இந்த வாய்ப்பாட்டில் கவனிக்கவேண்டியது ஒன்று உண்டு. மேல் எழுதப்பெறும் தொகைகளைக் கூட்டினால் ⟶ (அம்புக்குறிக்கு) முன்னும் பின்னும் (அதாவது இருபுறத்தும்) உள்ள எண்ணின் தொகை ஒன்றுதல் வேண்டும். ஏன்? எடை மாயமாகப் போகாதன்றே? இப்படியே கீழ் எழுதப்பெற்றுள்ள தொகைகள் இருபுறத்தும் சரியாக இருத்தல் வேண்டும். ஏன்? மின் ஊட்டம் மாயமாகப் போகாதன்றே?]

புதிய பொது இயல் மின்னி நுழைந்ததால் எடை மட்டுமே மிகுதியாயிற்று. மின் ஊட்டம் மாறவில்லை. இந்த யுரேனியத்தின் அணு எண் 92. அணு எடை 239. இது நிலைத்திருக்கும் பொருள் அல்ல. விரைவில் மாறும். இதன் வாழ்வு 23 நிமிடம்தான். ஒரு நாழிகை ஆனதும் அதன் அற்ப ஆயுளும் முடிந்து விடுகிறது. வேறு ஒரு பிறவியை எடுக்கிறது. இதன் உதரத்தினின்று ஓர் எதிர்மின்னியாம் வீரன் குதித்து ஓடி விடுகிறான். மிக மிகச் சிறிய எடையே இவன் எடை. எனவே தாயின் எடை குறையவில்லை. மற்று என்ன? தாயின் கருவில் பொது இயல் மின்னியல் ஒடுங்கியிருந்த அவ்வீரன் அங்கிருந்து ஓடுகிறான் பொது இயல் மின்னி நேர் இயல் மின்னியாக மாறுகிறது. இதனை இப்படம் விளக்கும்.

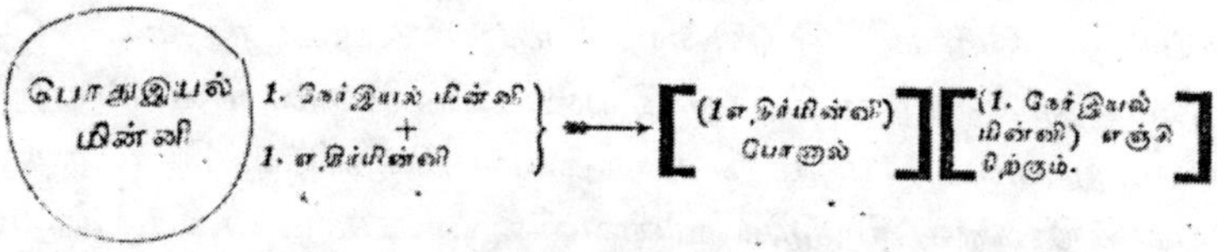

$$\text{பொதுஇயல் மின்னி} \begin{Bmatrix} 1. \text{நேர்இயல் மின்னி} \\ + \\ 1. \text{எதிர்மின்னி} \end{Bmatrix} \rightarrow \begin{bmatrix} 1\text{எ}.\text{நேர்மின்னி} \\ \text{பொருள்} \end{bmatrix} \begin{bmatrix} 1. \text{நேர்இயல் மின்னி} \end{bmatrix} \text{எஞ்சி நிற்கும்.}$$

ஒரு நாழிகை ஆனவுடன் நேரும் காட்சி இது.

$$_{92}\text{யு}\left(\begin{smallmatrix}147 \text{ பொ}\\92\text{ நே}\end{smallmatrix}\right)^{239} \rightarrow \left(\begin{smallmatrix}\text{எதிர்மின்னி}\\\text{ஓடுகிறது}\end{smallmatrix}\right) \text{ஒடுப்பது } _{93}\text{நெ}\left(\begin{smallmatrix}146 \text{ பொ}\\93\text{ நே}\end{smallmatrix}\right)^{239} \quad \text{---(2)}$$

$$(-1)\text{எ}^0$$

(நெப்டியூனியம்)

கருவிலிருந்து எதிர் மின்னி போனது என்றால் என்ன? பொது இயல் மின்னியிலிருந்து எதிர்மின்னி போயிற்று என்றே பொருளாம். வேறு எதிர்மின்னி இருக்க இங்கு இடம் எது? அதனால் பொது இயல் மின்னி நேர் இயல் மின்னியாக மாறுகிறது. எனவே 147 பொது இயல் மின்னிகள் 146 பொது இயல் மின்னிகளாகக் குறைகின்றன. புதிதாக உண்டாகிய நேர் இயல்மின்னி முன்னிருந்த 92 நேர் இயல்மின்னிகளுடன் சேரும்: ஆக மொத்தம் 93 நேர் இயல் மின்னிகளாக ஆகின்றன. இதனால் நேர் மின் ஊட்டம் 93 ஆகிறது. மின் ஊட்டம் மாறினால் அணுவின் இடம் மாறுகிறது. இதற்கு நெப்டியூனியம் என்று பெயரிட்டனர். இந்தப் புதுப் பொருளும் உலகினை விரும்பக் காணோம். இரண்டு நாட்களில் இதனின்றும் ஓர் எதிர் மின்னி குதித்து ஓடி கதிர் வீச்சாக ஒளிர்கிறது.

$_{93}^{239}$நெ $\left(\frac{146 \text{ பொ}}{93 \text{ நே}}\right)$ ⟶ $_{94}^{239}$பு $\left(\frac{145 \text{ பொ}}{94 \text{ நே}}\right)$ + $_{-1}^{0}$எ (எதிர்மின்னி) (கதிர் வீச்சு இயக்க மாகிறது) ——(3)

(புளூடோனியம்)

(நெப்டியூனியம் இரண்டு நாளில் புளூடோனியம் ஆகிறது)

முன்னர்க் கூறியபடியே இங்கு பொது இயல் மின்னிகளின் எண்ணிக்கையில் ஒன்று குறைய, நேர் இயல் மின்னூட்டம் ஒன்று உயர்ந்து புளூடோனியம் என்ற பெயரோடு புது அணு தோன்றுகிறது. பிறவகை யுரேனியத்தை விடப் பொது இயல் மின்னியைப் பற்றிக் கொண்டு அதனைச் சிறை செய்யும் ஆற்றல் குறைந்தே இந்தப் புளூடோனியம் விளங்குகிறது. ஆதலின் பொது இயல் மின்னி கொண்டு இதன் கருவினைத் தாக்கினால், 238 எடையுள்ள யுரேனியம் பொது இயல் மின்னியைச் சிறை செய்வது போல இதுசிறை செய்ய மாட்டாததால் இதன் கருவானது சிதைந்து பொது இயல் மின்னிகளை வெளியேற்றும். இவ்வாறு வெளியேறும் பொது இயல் மின்னிகள் தொடர் நிலை இயக்கத்தினை சீக்கிரத்தில் விளைவிக்கும். 238 யுரேனியத்தினின்று 235 எடையுள்ள யுரேனியத்தைப் பிரிப்பது அருமை எனக் கண்டோம். ஆனால் புளூடோனியத்தை 238 எடையில் பல்கிக் கிடக்கின்ற யுரேனியத்திலிருந்து எளிதில் படைக்கலாம். இவ்வாறு படைத்ததையே புதிய அணு குண்டினில் புகுத்தி நாகாஸ்கியில் வீசி எறிந்து அந்தப் பாழினை விளைவித்தனர். இப்படி மூன்று நாளைக்குள் விஞ்ஞான முறை பழையதாகிப் போகின்ற நிலையை இந்த அணுக்குண்டு வரலாற்றிலேயே காண்கிறோம்:

படம் 5. யுரேனியம் 238இல் இருந்து புளூடோனியம் படைப்பது

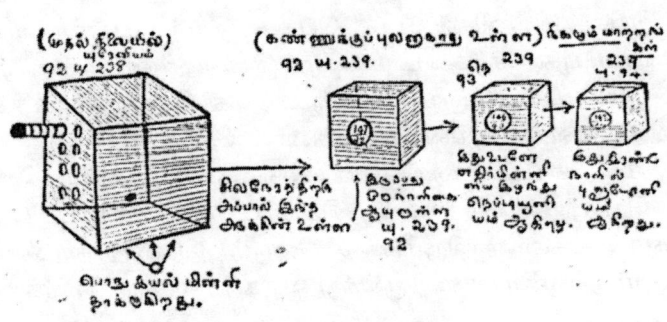

238 அணு எடையுள்ள யுரேனியத்தினைச் சிறு தடிகளாகச் செய்து அலுமினியக் குழைகளுள் புகுத்தி எழுதுகரி (Graphite) உள்ளே வைக்கிறார்கள்.

[வாய்பாடு 1, 2, 3 இவைகளைக் காண்க]

படம் 6. கடைசி நிலையில் 3 வெளிவருவது?

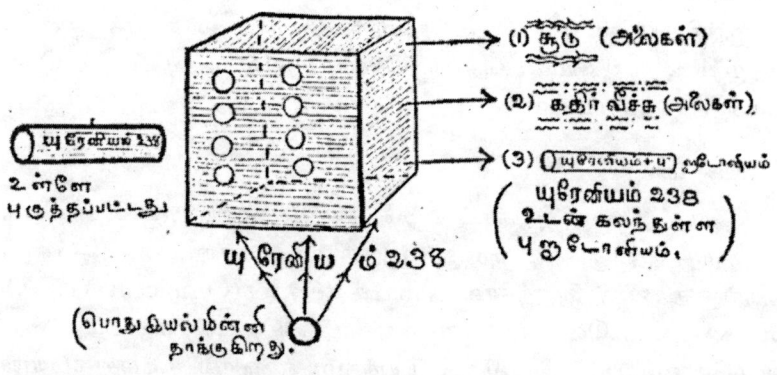

ஓராண்டுச் செலவு ஒரு வினாடியில்

யுரேனியத்தினை எவ்வாறு எழுதுகரி என்ற கிராபைட் (graphite) கட்டுக்குள் வைத்துப் புளூடோனியத்தினை அறிஞர் படைத்து வந்தனர் என முன் பக்கத்தில் காட்டிய படம் நன்கு விளக்குகிறது. இங்கு சூட்டலைகள், கதிர் வீச்சு அலைகள் முதலியன ஒன்றாக உடன் எழுகின்றன என்றும் காண்கிறோம். இச்சூட்டலைகள் அங்கு வேலை செய்யும் தொழிலாளிகளை ஒன்றும் செய்யாதிருக்க வேண்டும்; அதற்காக அவைகளைக் குளிர் காற்றினால் அறிஞர் குளிர வைத்தனர். பிற கதிர்வீச்சு இயக்கங்கள் மக்களை

அழிக்காதபடி தண்ணீர், ஈயம் முதலிய தடைகளை எழுப்பி அடுக்கி மக்களைத் தீங்கினின்றும் காத்தனர். இவைகளெல்லாம் பெரிய வேலை. யுரேனியத்தினைக் கரிக்கட்டினுள்ளே வைத்துப் பின்னர் அது புளூடோனியம் ஆன உடன் அதனை எடுத்து விட்டுப் புதிய யுரேனியத்தினைக் கட்டுக்குள் வைப்பது எப்படி என்ற பெரிய ஐயம் எழுந்தது. யுரேனியத்தினைக் கம்பிகளாகச் செருகி எளிதில் எடுப்பதற்கு ஏற்பாடு செய்தனர். இவ்வாறு புளூடோனியத்தினைப் படைத்து வரும்போது எதிர்பாராதபடி

கேடு வரும் என்று தெரிந்து அதனைத் தடுக்க வேண்டும். அதற்காகச் சில காட்மியத் (Cadmium) தகடுகளை கொண்டு இந்தப் பெரும் பூதத்தின் பிறப்பினை அடக்கி ஆண்டனராம். இந்த அணுக்குண்டு செய்த இடத்தில் 60,000 மக்கள் வேலை செய்தனராம். இதற்கு எல்லாம் செலவு எவ்வளவு பிடித்தது என்று கணக்கிட்ட போது 40 லட்சம் டாலர் என அறிந்தனர்.

இந்தியாவில் நடுவிடத் துரைத்தனமும், மாகானத் துரைத் தனமும் ஓர் ஆண்டில் செலவு செய்யும் அவ்வளவு பணம் செல வாயிற்று. அம்மம்மா!!

வெடிப்பது எப்படி?

தொடர் நிலை இயக்கம் எழவேண்டுமானால் புளூடோனியம் 5 இராத்தலுக்குக் குறைந்து இருந்தால் பயனில்லை. இவை ஒருங்கு திரண்டு இருந்தால் அண்டக் கதிர்கள் (Cosmic rays) பாயும் போது இவை வெடி படலாம். அண்டக்கதிர் என்றால் கதிர் வீச்சு இயக்கமன்றோ? கதிர்வீச்சு இயக்கம் என்றால் பொது இயல் மின்னியின் ஓட்டமும் நடைபெறுமன்றோ? ஆகவே, இந்த 5 இராத்தல் துண்டினைச் சிறு துண்டுகளாகப் பிரித்து வைத்திருக்க வேண்டும். யுரேனியம் இயற்கையாகவே சிதைந்தால் அணு குண்டு வருமா? வெடி மருந்தினை அகலப் பரப்பி எரிப்போமானால் அது வெடிக்காது மத்தாப்பு எரிவது போலவாவது நல்ல விளக்கு எரிவது போலவாவது நன்றாக எரிந்து அவியும். வெடி மருந்தின் ஒரு குழையில் நன்றாகக் கெட்டித்துத் திணிப்போமானால் அது தீப் பிடித்த உடன் வெடிக்கும். ஏன் இந்த இரண்டு செயல்களுக்குள் இந்த வேற்றுமை? இரண்டும் வெடி மருந்துதானே? எரிவது குறுகிய நேரத்தில் நிகழுமானால் அவ்வளவுக்கு அவ்வளவு வெடியால் உண்டாகும் கேடு நேரிடும். எனவே வெடிக்க வேண்டுமானால் இந்தக் குறித்த அளவினை உண்டாக்கவேண்டும். அதை எப்படிச் செய்திருப்பார்கள் என்று ஒருவாறு பேராசிரியர்கள் தெரிவிக்கின்றனர். (1) புளூடோனியச் சிறு துண்டுகளை ஒன்று சேர்க்கின்றனர். (2) அப்போது தொடர்நிலை இயக்கம் தொடர்ந்து ஓர் உயர்நிலை எல்லையை அடையும். (3) அடைந்ததும் குண்டின் "மேல்மூடி" உடையும். (4) அடைபட்ட பொருள் சிதையும் வரை தொடர் நிலை இயக்கம் நிகழும்; அணு முழுதும் சிதைத்து வரும்.

இந்த நான்கு நிலைகளும் ஒன்று இரண்டு வினாடிக்குள் முடிந்தால்தான் வெடிகுண்டின் அழிவினைக் காணலாம். மூன்று துண்டுகளாகப் புளூடோனியத்தினைப் பிரித்து அதில் இரண்டை நிலையாக வைப்பர். மூன்றாவதைக் குறித்தபோதுஅதில் நுழைப்பார்கள். அது குண்டு போல அவற்றைத் தாக்கியதும் இடையீடியின்றி நிகழும்; தொடர் நிலை இயக்கத்தால் மூடி உடைபடும்.

வானத்தில் வெடிப்பானேன்?

அணுக்குண்டிணைத் தரைக்கு மேலே 1000 அடி உயரத்தில் குதி குடையில் இறக்கிப் பற்ற வைத்து கீழே எறிந்தார்களாம். ஏன்? இவ்வாறு செய்வதால் குண்டு வீணே தரையில் பாய்ந்து துளை செய்து தன் ஆற்றலினை இழக்க வழி இல்லாமற் போகிறது. அதன் ஆற்றல் அனைத்தும் கட்டடங்களை இடிப்பதில் ஒருமுகப்பட்டுத் தாக்குவதற்கு இடமுண்டாகாது. அணு குண்டு வெடித்ததும் கதிர் வீச்சு இயக்கங்கள் மிக மிகக் கொடியனவாக எழும். அணுக்குண்டு 1000 அடி உயரத்திலேயே வெடித்தால் அந்தக் கதிர் வீச்சுகள் தரையில் உள்ளாருக்குக் கெடுதி செய்யாமல் இருக்குமன்றோ? ஆனால் எவ்வளவு முயன்றும் கதிர்வீச்சு இயக்கத்தால் எழும் கொடுமைகளைத் தடுக்க முடியாமற் போயிற்று. ஒரு மாதத்திற்குப் பிறகும் அணுக்குண்டினால் தாக்கப்பட்ட நகரங்களுக்குத் தொலைவிலுள்ள இடங்களிலும் மக்கள் இக்கதிர்வீச்சு இயக்கத்தின் கொடுமையால் இறந்து வந்தனர். இதன் கொடுமையைக் கேட்கின்றவர்களும் திடுக்கிடுகின்றார்கள்.

வெடியின் விளைவு

அணுக்குண்டு வெடிக்கும்போது பெருஞ்சூடும், பேரொளியும் எழுகின்றன எனக் கண்டனர். இந்தச் சூட்டினை எப்படி அளப்பது? 10 கோடி சுழியுள்ள சூடு! இது என்ன விளக்குகிறது? சூரியனுடைய மேல் பரப்பில் உள்ள சூடு சுமார் 6000° C என்பர். அதன் வயிற்றினுள்ளேயுள்ள சூட்டினை அளக்க முடியவில்லை என்பர். அதுவும் சில கோடிதான் இருக்கும். சூரியனின் சூட்டினை விட நட்சத்திரங்களின் சூடு அதிகம். ஒருவேளை நட்சத்திரத்தின் நடுவயிற்றிலிருந்து ஒரு துண்டு வீசி எறிந்தாற்போன்று இருக்கும் எனலாமோ? கண்ணகி இட்ட தீ மதுரைமா நகரத்தை அழித்தது என்று புராணம் கூறுகிறது. வருங்கால சரித்திர நூல் அணுக்குண்டு

இட்ட தீயின் வரலாற்றைக் கூறுமன்றோ? 100 கோடி சூரியப் பிரகாசம் என்று சாதாரண வழக்கில் வழங்குவர். இது பேரொளி யைக் குறிக்குமாம். இங்கு கண்ட ஒளியே கோடான கோடி சூரிய பிரகாசம் போன்றது. ஆனால், இந்த ஒளி ஒரு சில நிமிடம் தான் இருந்தது. எஃகு கோபுரத்தின் மீது அணுகுண்டு வீசியது ஞாபகத்திற்கு வரலாம். கோபுரம் ஆவியாயிற்று. கீழே இருந்த மண் உருகிக் கண்ணாடிப் பாறையாக மாறியது. சுற்றுப் புறக்காற்று அயனி அயனியாக (ion) மாறியது. இவ்வளவுதானா அமுக்கம்? 10^9 அட்மோஸ்பியர்* ஆக மாறுகிறது.

இந்த ஆவிப் புயல் வெற்றிடமெல்லாம் வேகமாகப் பரவும். சோடாப் புட்டியினுள்ளே காற்றின் அமுக்கத்தினால் கோலி அழுத்தி வைத்திருப்பதை நாம் எல்லோரும் அறிவோம். ஏதோ காரணத்தால் அந்தப் புட்டி வெடிக்குமாயின் உள்ளே இருக்கும் கோலி வேகமாய் ஓடி வெளியே இருக்கும் பொருளை நன்றாகத் தாக்குவதை அடிதடி சண்டைகளில் நாம் காண்கிறோமன்றே? அவ்வாறே ஒரு புட்டியில் பல கோலிகளைப்போட்டுக் காற்றின் அமுக்கத்தினால் அவைகளை அங்கு வைத்திருப்போமானால் அது வெடித்ததும் கோலிகள் நான்கு பக்கங்களிலும் வேகமாகச் சிதறும். அந்த ஆவிப்புயலின் அமுக்கத்தினால் அருகிலிருக்கும் கட்டடங்கள் எல்லாம் அணுவாகக் கரையும். பல ஆயிர அடி தொலைவில் உள்ளவை அனைத்தும் எரிந்து சாம்பலாகும். இந்த எல்லையைத் தாண்டித் தப்பிச் செல்லும் உயிர்கள் மேலும் நரக வாதனையில் சிக்கும். கதிர் வீச்சுகள் பெரியதோர் அளவில் எழும். இவை விரைவில் மறையும். அனால் இவற்றில் சிலபல பல நாட்கள் வரை தங்கிக் கிடக்கும். இதன் காரணமாகத் தலைமுறை தலைமுறையாகவும் சில மாறுதல்கள் விளையலாம் என்று 1946ம் ஆண்டில் நோபல் பரிசு பெற்ற ஓர் விஞ்ஞானி கூறுகிறார்.

---

* (குறிப்பு) ஒரு அட்மோஸ்பியர் அமுக்கம் என்பது காற்று சாதாரண நிலையில் இருக்கும் போது பொருள்களின் மீது இயற்கையாகத் தாக்கிவரும் அமுக்கம். இது ஒரு சதுர அங்குலத்திற்கு 15 பவுண்டு என்பர். அம்மம்மா! இவ்வளவு அமுக்கமும் நம் உடலில் தாக்கினால் நமது உடல் நசுக்குண்டு போகாதா என்னும் கேள்வி பிறக்கலாம். ஆம். காற்று பல திசைகளினின்றும் தாக்குகிறது. ஒரு புறத்தேயுள்ள தாக்கல் மற்றொரு புறத்தே உள்ளதை ஈடு செய்யலாம். இதன்றியும் நமது உடலினுள்ளேயுள்ள காற்றின் அமுக்கமும் இதனை எதிர்த்து நிற்கிறது. சடப் பொருள்களின் மீது தாக்கும் காற்றும் அதனை அழிக்காது இருப்பது இதனாலேயேதான். உள்ளிடம் வெற்றிடமாக (Vacuum) இருப்பின் பொருள் நசுக்குண்டு போகும்.)

பிற வெடிகள்:

1921ல் 90 லட்சம் இராத்தல் அமோனியம் நைட்ரைட் ஜெர்மானியில் வெடித்தது. 1000 மக்களைக் கொன்றது. 1500 பேர்காயம் பட்டனர். 4 மைல் வட்டத்திற்குள் பெருங்கேடு விளைவித்தது. 1945ல் 700 கிராம் யுரேனியம் (235) இந்தப் பெருங்கேட்டினை எளிதில் செய்து முடிந்தது. பம்பாய்த் துறைமுகத்தில் T.N.T. என்ற வெடிமருந்து வெடித்தது. இதுவும் 700 கிராம் யுரேனியம் செய்யும் வேலைக்கு ஒப்பேயாம். நல்ல காலம். பம்பாய்த் துறைமுகத்திற்கு ஒரு மைல் தூரத்தில் வெடித்தது, பட்டணத்தின் நடுவில் வெடித்திருந்தால் என்ன ஆகி இருக்கும்? 100 கிராம் யுரேனியம் (235) வெடித்தால், 10 லட்சம் மக்கள் இறப்பது எளிது. ஆனால் இப்போது பொருண்மையில் ஆயிரத்தில் ஒரு கூறே ஆற்றலாக மாறி இத்தகைய உருத்திர தாண்டவம் ஆகிறது. அணு முழுவதும் ஆற்றலாக மாறினால் என்ன ஆகும்? மனிதன் எப்போதும் இந்த அணுச்சக்தியை அழிக்கும் சக்தியாக வைக்கப் போவதில்லை. ஆக்கும் சக்தியாகவும் மாற்றுவான். அதனைப் பின்னர்க் காண்போம்.

தமிழ்த் தென்றல், 16-11-1950

கதிர் வீச்சில் ஒரு கால சஞ்சீவி

பேராசிரியர் ஈ. த. இராசேசுவரியார் M.A., L.T.

கோலியாட்டம்.

இக்காலத்தில் விளையாட்டுகள் பல்கிப் பெருகிப் பள்ளிகளிலும் அமைந்து ஆசிரியருக்குப் பேர் உதவியாக விளங்குகின்றன. விளையாடாத பிள்ளைகளும் உண்டா? விளையாட்டில் பலவிதம் உண்டு. இதோ ஒரு பையன் ஓர் விளையாட்டினை விளையாட ஆரம்பிக்கின்றான். மேசை மீது ஒரு வழவழப்பான கிண்ணத்தில் ஒரே மாதிரியான கோலிகள் கிடக்கின்றன. கிண்ணத்திற்கு ஆழமும் இல்லை உயரமும் இல்லை. அதற்குள் புதியதோர் கோலி ஒன்றினை விசையாக உருட்டி விட்டால் என்ன ஆகிறது என்று பார்க்கிறான். உள்ளிருக்கும் கோலியில் ஒன்று இரண்டு வெளியேறி எதிர்ப்புறத்தே குதித்து ஓடுகின்றன. இரண்டாவதாக மற்றொரு கோலி ஒன்றை எடுத்துக் கொஞ்சம் வேகம் குறைவாக உருட்டி விடுகின்றான். இந்தக் கோலி கிண்ணத்திற்குள்ளே சென்று அங்கு நிலையாயிருந்த கோலிகளைத் தாக்கி அவைகளை அசைய வைக்கிறது. இந்த அசைவு நின்றாலும் முன்னே அங்கிருந்த கோலிகள் தங்களது பழைய நிலைக்கு வருவதாகக் காணவில்லை. ஏன்? மூன்றாவதாகக் கிண்ணம் நிறையக் கோலிகளை அடுக்குகிறான். நாம் தினந்தோறும் தெருக்களில் கூடைகளில் விற்போர் பழம் கொண்டு போவதை பார்த்ததில்லையா? இந்தக் கிண்ணத்தில் அடுக்கிக் கிடக்கும் கோலிகளுக்கும் பழக்காரன் கூடையில் அடுக்கி வைக்கும் பழங்களுக்கும் ஒருவித வித்தியாசமும் காணோம். இப்போது இரண்டாவது முறை செய்தது போலவே ஒரு கோலியை எடுத்துக் கொண்டு அந்தக் கிண்ணத்துக்குள் அது விழும்படி உருட்டுகிறான். இந்தப் புதிய கோலி சமநிலையைப் பிறழவே செய்விக்கிறது. சிறிது அசைந்ததும் கிண்ணத்திலுள்ள கோலிகள் உருளுகின்றன. ஏன்?

கருச்சிதைத்தல்.

இத்தகைய கோலி விளையாட்டினையே அணுவிடை விளையாடினார் ஓர் பெரிய விஞ்ஞானி. யுரேனியம் முதலிய பொருள்களில் இயற்கையாகவே கருச்சிதைந்து மாறுவதனைக் கண்டபின் செயற்கையாக அவ்வாறு கருவினை ஏன் சிதைக்கலாகாது என எண்ணினார். எண்ணியவர் திண்ணியர் ஆதலின் எண்ணிய எண்ணம் நிறைவேறியது. பையன் ஆடிய ஆட்டத்தினையே அவரும் ஆடினார். இயற்கை அன்னை அணுவாகிய கிண்ணத்தில் நேர் இயல்

— தமிழ்த்தென்றல்

29. கதிர் வீச்சில் ஒரு கால சஞ்சீவி

கோலியாட்டம்

இக்காலத்தில் விளையாட்டுகள் பல்கிப் பெருகிப் பள்ளிகளிலும் நுழைந்து ஆசிரியருக்குப் பேர் உதவியாக விளங்குகின்றன. விளையாடாத பிள்ளைகளும் உண்டா? விளையாட்டில் பலவிதம் உண்டு. இதோ ஒரு பையன். ஓர் விளையாட்டினை விளையாட ஆரம்பிக்கின்றான். மேசை மீது ஒரு வழவழப்பான கிண்ணத்தில் ஒரே மாதிரியான கோலிகள் கிடக்கின்றன. கிண்ணத்திற்கு ஆழமும் இல்லை உயரமும் இல்லை. அதற்குள் புதியதோர் கோலி ஒன்றினை விசையாக உருட்டிவிட்டால் என்ன ஆகிறது என்று பார்க்கிறான். உள்ளிருக்கும் கோலியில் ஒன்று இரண்டு வெளியேறி எதிர் புறத்தே குதித்து ஓடுகின்றன. இரண்டாவதாக மற்றொரு கோலி ஒன்றை எடுத்துக் கொஞ்சம் வேகம் குறைவாக உருட்டி விடுகின்றான். இந்தக்கோலி கிண்ணத்திற்குள்ளே சென்று அங்கு நிலையாயிருந்த கோலிகளைத் தாக்கி அவைகளை அசைய வைக்கிறது. இந்த அசைவு நின்றாலும் முன்னே அங்கிருந்த கோலிகள் தங்களது பழய நிலைக்கு வருவதாகக் காணவில்லை. ஏன்? மூன்றாவதாகக் கிண்ணம் நிறையக் கோலிகளை அடுக்குகிறான். நாம் தினந்தோறும் தெருக்களில் கூடைகளில் விற்போர் பழம் கொண்டு போவதை பார்த்ததில்லையா? இந்தக் கிண்ணத்தில் அடுக்கிக் கிடக்கும் கோலிகளுக்கும் பழக்காரன் கூடையில் அடுக்கி வைக்கும் பழங்களுக்கும் ஒருவித வித்தியாசமும் காணோம். இப்போது இரண்டாவது முறை செய்தது போலவே ஒரு கோலியை எடுத்துக் கொண்டு அந்தக் கிண்ணத்துக்குள் அது விழும்படி உருட்டுகிறான். இந்தப் புதிய கோலி சமநிலையைப் பிறழவே செய்விக்கிறது. சிறிது அசைந்ததும் கிண்ணத்திலுள்ள கோலிகள் உருளுகின்றன. ஏன்?

கருச்சிதைத்தல்

இத்தகைய கோலி விளையாட்டினையே அணுவிடை விளையாடினார் ஓர் பெரிய விஞ்ஞானி. யுரேனியம் முதலிய

பொருள்களில் இயற்கையாகவே கருச்சிதைந்து மாறுவதனைக் கண்டபின் செயற்கையாக அவ்வாறு கருவினை ஏன் சிகைக்க லாகாது என எண்ணினார். எண்ணியவர் திண்ணியர் ஆதலின் எண்ணிய எண்ணம் நிறைவேறியது. பையன் ஆடிய ஆட்டத் தினையே அவரும் ஆடினார். இயற்கை அன்னை அணுவாகிய கிண்ணத்தில் நேர் இயல்மின்னிகளாகிய கோலிகளை அழகாக அடுக்கி வைத்திருந்தாள். இக்கோலிகளைத் தாக்க இவை போன்ற கோலிகள் அல்லவா தேவை. ஆல்பாக் கதிர்களாம் (x -Rays) ஹீலியக் கருக்கள் (Helium Nucleus) யுரேனியம், ரேடியம் போன்ற பொருள்களிலிருந்து இயற்கை அன்னையின் உதவியாலே வெளி வருகின்றன என்று அறிந்து அவற்றையே பயன்படுத்தி விளையாடினர். என்ன நேர்ந்தது? கிண்ணத்திலுள்ள கோலிகளில் பல ஒன்றை ஒன்று தாக்கியயின் துள்ளிக் குதித்து ஓடி, அருகே இருந்த பொருள்களைத் தாக்கி, நாசம் செய்தது போல் இவைகளும் விபரீத விளையாட்டை விளையாடின. இவ்வாறு செய்கையில் சில சிக்கல்கள் ஏற்பட்டன. ஆல்பாக்கதிர்கள் நேர் மின் ஊட்டம் பெற்றவை. இவைகளை நேர் இயல் மின்னிகள் இருக்கும் கருவிடையே வீசி எறிந்தால் என்ன ஆகும்? நேர் இயல் மின்னி நேர் இயல் மின்னியினை வெறுத்துத்தள்ளும். இது இயற்கைச் சட்டமன்றோ? ஆகலின் அவ்வாறு வெறுத்துத் தள்ளுவதனையும் தடுக்கும்படி மிகுதியான ஆற்றலோடு தாக்க ஏற்பாடு செய்ய வேண்டும். மற்றொரு சிறந்த வழி உண்டு எனக்கண்டார். மின்ஊட்டம் இல்லாத பொது இயல்மின்னி கொண்டு கருவினைத் தாக்கினால் இது தடையின்றி உள்ளே சென்று கருவினைச் சிதைக்கும். கரு இதனால் மாறுதல் அடைகிறது.

சித்தர் பொன்

கருச்சிதைவால் ஒரு பொருள் மற்றொரு பொருளாகலாம். சில சம்பவங்களில் அணு இரண்டு வேறு பொருளாகப் பிரியலாம். சில சமயங்களில் தாக்கச் சென்ற பொது இயல்மின்னி அணு வினுள்ளேயே சிறை செய்யப் படலாம். அப்போது முன் இருந்த பொருள் மாறி புதுப்பொருள் உண்டாகலாம். ஒரு பொருள் வேறு ஒரு புதிய பொருளாக மாறும் இரசவாதம் இவ்வாறு நிகழ்ந்து வருகிறது. இரசத்தைக் (Mercury) தாக்கிப் பொன்னையும் விளை வித்தார் இந்நாளைய சித்தரான (New alchemists) ருத்தர்போர்டு

(Rutherford) என்ற பெரியார். ஆனால் இப்பொன் நிலையாக இருக்கவில்லை. அணுவின் கரு சமநிலையை அடையாததால் இந்த இரசவாதப் பொன் மாறி விடுகிறது. [பழய வேதாந்த நூல்கள் கூறுவது இங்கு நினைவிற்கு வருகிறது. ஒரு சிலர் செம்பு, களிம்பு நீங்கி இரசவாதத்தினால் பொன்னாவது போல உயிரும் மலம் நீங்கிச் சிவமாகும் என்று கூறுவார்கள். இதனை மறுக்க வந்தவர்கள் "செம்பு இரசவாதக்கால் பொன்னாலும் 300 ஆண்டுகளுக்குப் பின் பழயபடி செம்பே ஆகி விடுமாம். ஆதலால் உண்மையில் செம்பு பொன்னாவதில்லை. ஜீவனும் சிவனாவதில்லை" என்று எடுத்துக் காட்டுவார்களாம். இதற்கேற்ப இந்நாளைய புதிய இரசவாதத்தால் எழுந்த பொன்னும் நிலையாக நில்லாமல் விரைவில் மாறி விடுகிறது.]

உயிரணுப்போல் ஒன்று இரண்டாம்

கருவினைத் தாக்கிச் சிதைப்பதால் (கோலிகள் கிண்ணத்தில் ஆடியதுபோல்) கரு - ஆட்டம் கொடுக்கிறது. அப்போது கதிர் வீச்சு இயக்கங்கள் எழுகின்றன. பெரிய அளவில் ஒளியும் சூடும் பிறக்கின்றன. சில சமயங்களில் புதிய அணுக்களாகப் பிரிந்தாலும் பிரியலாம். அவ்வாறு பிரியாது நின்றாலும் நிற்கலாம். இந்தக் கலங்கிய நிலையில் நாம் காணும் அணுக்கள் மின் ஊட்டம் மாறாது நிற்பினும் (அதாவது அணு எண் வகையால் ஒன்றானாலும்) எடையினால் பேசப்பட்டு நிற்கும். இவ்வாறு அணு எண் ஒன்றாகவும் அணு எடை பேதப்பட்டும், நிற்கும் பொருள்களை ஓரிடத்தான்கள் (Isotopes) என்கிறோம். ஒன்று இரண்டு என வரிசைப்படுத்திய வரிசையில் ஒரே இடத்தில் ஒரே அணு எண் பெற்று நிற்பதால் இவற்றை ஓரிடத்தான்கள் என்பது பொருத்தமே. இவை கம்மாக் கதிரை (Gamma Rays) வீசும். சூடு முதலியவற்றை வெளிப்படுத்தும். இவற்றின் சிறப்பியல்பு கதிர் வீச்சேயாம்.

தீரா நோய் தீர்ப்பது.

உயர்ந்த யாகத்தில் இருந்து எழுந்த பெரிய பூதம், அற்ப ஆயுளுடையதாக இருந்தால் பயன் என்ன என்ற கேள்வி எழுமல்லவா? அதுபோல வெகு தீவிர முயற்சியால் உண்டான சிறிது போதே உயிர்பெற்றிருக்கும் இந்த கதிர் வீச்சு இயக்கம் பெற்றெடுத்த ஓரிடத்தான்களால் (Radio active Isotopes) உலகிற்கு என்ன பயன்? இதன் பயனை என்ன என்றா கேட்க வேண்டும்.

ஜப்பானிய நகரங்களைக் கேட்டால் சொல்லும். வெளி வரும் சூடு மிக மிகப் பெரியது; ஆற்றல் உடையது; என்னென்ன செய்யக் கட்டும் என்பது பற்றி முன்னரே கண்டோம். அதன்பின் எஞ்சி நிற்கும் பொருளாம் ஓரிடத்தான்களும், விடாது வீசும் கதிர் வீச்சுக்களும், இன்று மருத்துவத் துறையில் மிகவும் பயன்படுகின்றன. புற்றுப் புண் என்ற நோய் பெருவாரியாக மக்களிடை உலவுகிறது. இதனை கான்சர் (Cancer) என்று வழங்குகிறார்கள். இது உடம்பில் எக்கேயாகிலும் வரும். அந்தப் பாகத்தை அது அரித்துத் தின்னும். இதனை ரேடியம் (Radium) என்ற பொருளின் உதவியால் ஒருவாறு தடுக்கிறார்கள். ரேடியத்தினின்று எழும் கம்மாக் கதிரைப் பயன் படுத்தியே மருத்துவம் செய்கிறார்கள். உலகத்திலுள்ள ரேடியம் எல்லாம் சேர்த்தால் 10 இராத்தல் இருக்கும். இதன் விலையோ பலகோடி ரூபாய். இதனைக் குழாய்போன்ற ஊசிகளுக்குள் அமைத்து அந்த ஊசிகளை நோயுள்ள இடங்களில் சொருகி வைத்து உபயோகிக்கிறார்கள். இந்தப் பொருளின் அளவு மிகக் குறைவாக இருப்பதால் தேவையான எல்லா மக்களுக்கும் இதனைப் பெருவாரியாகப் பயன்படுத்த முடியவில்லை. இன்று கம்மாக் கதிர்களைச் செயற்கை மூலமாக எளிதில் எழுப்ப முடிவதால் இதனைப் பல மக்களுக்குச் சுலபமாக வழங்கி அவர்கள் துன்பத்தை நீக்கலாம். பொது இயல்மின்னி கொண்டு தாக்கினால் எந்த அணுவிலும் இப்போது இந்தக் கம்மாக் கதிர் வீச்சு எழும்படி செய்யலாம். இவ்வாறு வெளிவரும் கதிர்களைக் கொண்டு புற்றுப்புண் முதலியவற்றினை ஆற்றி வைப்பது எளிதாகிறது.

காது வெட்டிய ஆடு

கதிர் வீச்சு ஓரிடத்தான்கள் (Radio-active Isotopes) காது வெட்டிய ஆடுகள் எனலாம். நாட்டுப் புறங்களில் ஆடுகளின் காதில் சிறிதளவு வெட்டி விடுவார்கள். இது ஒரு அடையாளக் குறி. இத்தகைய ஆடுகள் திருடு போனாலும் இவற்றைச் சுலபமாகக் கண்டு பிடித்துவிடலாம். கோயிலுக்காகச் சூலம் பொறிக்கப்பட்ட மாடுகள் போன்றன என்றும் கூறலாம்? ஏனெனில் இக்கதிர் வீச்சு ஓரிடத்தான்கள் போகும் வழியைப் புகைப்படம் பிடிக்கலாம். கதிர் வீச்சுச் செயற்பாட்டினை அளக்கும் கருவி கொண்டும் (Gold leaf Electioscope) கண்டுபிடிக்கலாம். 'நெஞ்சுச் சுரப்பி' (Thyroid gland) என்று நமது நெஞ்சுக் குழையில் ஒன்று உண்டு. அது சரியாக வேலை செய்யாவிடின் பல நோய்கள் எழும். உடம்பு சில வேளைகளில் அளவுக்கு மிஞ்சிப் பெருக்கும். இந்தச் சுரப்பியில் ஐயோடைன்

(Iodine) என்ற பொருள் சுரக்கிறது. அதனால் உடம்பிற்குப் பல நன்மைகள் விளைகின்றன. இச்சுரப்பி சரியானபடி உடலுக்கு வேண்டிய அளவு ஐயோடைனை விளைவிக்கிறதா என்று அறிய வேண்டும். பொது இயல் மின்னி கொண்டு தாக்கி இயற்கை ஐயோடினை, ஐயோடினது ஓரிடத்தானாம் செயற்கை ஐயோடினாக மாறலாம். இது கதிர் வீசும் செயற்பாடுடையது. அதனால் இதனை எங்குச் சென்றாலும் கண்டு பிடிக்கலாம். இதனை நோயாளிக்கு உண்ணக் கொடுத்தால் அது ஐயோடின் உள்ள இடத்திற்போய்ச் சேரும். நெஞ்சு சுரப்பிலும் போகும். இவ்விடங்களில் எவ்வளவு ஐயோடின் அணுக்கள் போய்ச் சேர்கின்றன. எவ்வளவு விரைவில் சேர்கின்றன என்று கம்மாகதிர் ஆராயும் கருவியான கைகர் எண்ணி (Geiger counter) கொண்டு கண்டு பிடிக்கலாம். இந்த வகையாக நெஞ்சுச் சுரப்பி ஐயோடினை உட்கொள்ளும் நிலை கெட்டிருக்கிறதா இல்லையா என அறிவது எளிது. வேறு வகையில் கண்டறிவதற்கே இல்லை.

கோள் சொல்லுதல்

உணவுப் பொருள்கள் சிலபோது உடலில் பல வகையாக மாறிப் பல சிக்கல்களை விளைவித்து நோய்களை வளர்க்கின்றன. இங்கு என்ன கேடு என்பது சரியாக விளங்குவதில்லை. ஹைட்ரஜன் (Hydrogen) ஆக்ஸிஜன் (Oxygen) கரி முதலியவற்றைச் செயற்கையில் கதிர்வீச்சுடையனவாக்கிக் கொடுத்தால் உடலில் அவை போகும் வழியை எல்லாம் கருவிகொண்டு அறிய முடியும். எங்கெங்கே என்ன என்ன நேரிடுகிறது? எதனால் கோளாறு உண்டாகிறது? என்று இந்தச் செயற்கைப் பொருள்களின் கதிர்கள் நமக்குக் கோள் சொல்லி விடும். எலும்பினைப் பற்றி ஆராயச் செயற்கையால் கதிர் வீச்சுப்பெற்ற எரிகந்தகம் (பாஸ்பரஸ் Phosphorous) துணை செய்யும் கதிர் வீச்சுப் பெற்ற இரும்பு இரத்த அணுக்கள் எப்படி அமைகின்றன, எங்கே அமைகின்றன, என்பதனை எல்லாம் விளக்கும். செயற்கையாகக் கதிர்வீச்சுப் பெற்ற சோடியம் இரத்தம் உடலில் எவ்வாறு சுற்றி வருகிறது என்பதனைப் புகைப்படத்தில் படம் பிடித்துக்காட்டும். இங்கு மற்றொரு நயமும் உண்டு. நோயைக் கண்டுபிடிப்பதோடு மட்டும் நில்லாமல், இவை நோயை ஆற்றும் திறமையுமுடையவை. கம்மாக் கதிர்களுக்கு அத்தகைய ஆற்றல் உண்டென்று நாம் முன்னரே கண்டோமன்றோ? உயிர்ப் பொருள்களில் மட்டுமல்லாமல், தொழிற்சாலைகளில் செய்யப்

பெறும் பொருள்களிலுள்ள ஒழுக்கல் பிளவு முதலியவற்றினை எடுத்துக் காட்டுவதற்கும் இந்தச் செயற்கைப் பொருள்களைப் பயன்படுத்தலாம்.

செல்லி ஆத்தாள்

அணுக்களில் நேர் இயல்மின்னிகளும், எதிர் மின்னிகளும் இணைந்து நேர் மின்னூட்டமும் எதிர் மின்னூட்டமும் சரிநிலை சமானமாக இருக்கும் எனக் கண்டோம். எதிர்மின்னிகள் சூரியனைச் சுற்றி வரும் கோள்கள் போன்றன என்றோம். அணுக்கள் ஒன்றோடொன்று சேரும்போது இந்த எதிர் மின்னியின் ஆற்றலே செயற்படுகின்றது. இந்த ஆற்றல் ஒளியாக வெளி வரும். சூடாகவும் வெளிவரும். ஆனால் எதிர் மின்னிகளுக்கு உள்ளே இருக்கும் அணுக்கருவே சிதைந்து வரும்போது எழும் ஆற்றல் இதனினும் பெரியது எனக் கண்டோம். ஓர் அணுவிலிருந்து எதிர் மின்னி ஒன்று தப்பி ஓடுமானால் என்ன நிகழும்? மின்சாரச் சமநிலையில் இருந்த அணு இப்போது எதிர்மின் ஊட்டம் குறைந்து நிற்கும். அதாவது நேர்மின் ஊட்டம் பெற்றிருக்கும் என்பதாம். இருந்த இடத்திலேயே சிலைக்கல் போலக் கிடந்தநிலை நீங்கி அந்த அணு அலையத் தொடங்கும். எவ்வளவு நேரம் அலையும்? மற்றோர் எதிர்மின்னியைக் கண்டுபிடித்துத் தனக்குள்ளே சிறைப் படுத்திக் கொள்ளும் வரை இப்படியே அலையும். மின்சாரம் சமநிலையில் இருப்பதனையே அணு என்று வழங்கி வந்தோம். சம நிலையினின்றும் பிறழ்ந்து மின்னூட்டம் பெற்றுச் சென்று அலைகின்ற இவற்றை அணுவினும் வேறு பிரித்துச் செல்லி அல்லது அயனி (Ion) என வழங்குவர். அணு ஓர் எதிர் மின்னியை இழந்தால் ஒருமுறை செல்லியாயது (Singly Ionised) என்பர். இரண்டு எதிர்மின்னிகளை இழந்தால் இருமுறை செல்லியாயது (Doubly ionised) என வழங்குவர். கதிர் வீச்சு இயக்கம் (Radioactivity) எழும்போது இவ்வாறு அணுவிலிருந்து எதிர் மின்னிகள் தப்பி ஓடுவதும் கதிர் வீச்சாக மாறுவதும் நிகழ இடம் உண்டு.

அளவுகோல்

கதிர் வீச்சு இவ்வளவு என அளந்து அறிவதற்கு இதுவே ஒரு வழி எனலாம். இதனால் சுற்றுப் புறத்துள்ள அணுக்கள் செல்லியாகின்றன என்றால் கதிர்வீச்சு இயக்கம் மிக்குவர மிக்குவரச் செல்லியாவதும் மிக்குவரும் அன்றோ? ஆகவே இந்தச்

செல்லி ஆக்கத்தின் அளவையே அளவாகக் கொண்டு கதிர் வீச்சின் இயக்கத்தை அளந்து அறியலாம். செல்லி ஆக்கம் கொண்டே ஆல்பாக் கதிர், பீடாக் கதிர், கம்மாக் கதிர், எக்ஸ்ரே அல்லது புதிர்க் கதிர் முதலியவற்றின் இருப்பினைப் பற்றித் துப்பறியலாம்.

கேடு வரும்

செல்லி ஆக்கமே மேலே நாம்கூறி வந்த மருத்துவ முறைக்கு அடிப்படையாம். கதிர் வீச்சுக்கள் உடலில் உள்ள அணுக்களையும் செல்லி ஆக்குகின்றன. இவை உடலிற்பாயும்போது சிலபோது உயிருக்கே உலை வைத்ததாக முடியும். சிலபோது உடலில் உள்ள உறுப்புக்கள் கெட்டு விடும். சில சமயங்களில் உடலில் நோய் தீர்ந்து உறுப்புக்கள் திருந்தும். இவ்வாறு எழுகின்ற கேட்டினை எவ்வாறு அளப்பது? செல்லி ஆக்கத்தின் அளவு கொண்டே அளக்கலாம். கவனிக்க வேண்டிய இன்னொரு முக்கியமான விஷயம் உண்டு. ஆல்பாக்கதிர்களும், பிடாக் கதிர்களும், கம்மாக்கதிர்களும் இயற்கையின்வழியே எழுகின்றன. ஆதலின்இவற்றின்அளவினைச் செயற்கை முறையில் அடக்கி ஆள முடியாது. எக்ஸ்ரேயையோ நாம் வேண்டிய அளவில் கருவிகொண்டு எழுப்பலாம். ஆதலால் நாம் வேண்டியவாறு இதனை அடக்கி ஆளலாம். அவ்வாறே பொது இயல் மின்னிகளையும் கருவிகொண்டு அணுவிலிருந்து விடுவித்து வேண்டிய அளவில் படைத்து வரலாம். இந்த வகையில் இதுவும் நம் ஆட்சிக்கு அடங்கியதேயாம். பொது இயல் மின்னியோ தானாகச் செல்லி ஆக்கத்தினை விளைவிப்பதில்லை. அணுவிலிருந்து பொது இயல்மின்னி விடுபட்டுப் போகும்போது அதனோடு நேர் இயல் மின்னிகளும் விடுதலைப் பெற்று குதித்து ஓடுகின்றன. இவற்றாலேயே செல்லி ஆக்கம் நிகழ்கின்றது. அணுக்குண்டிற்காகப் புளூடோனியத்தை விளைவிக்கும்போது பாதுகாவல்களை அமைத்தது போல இங்கும் அமைக்க வேண்டும். மூன்று அடி கனமுள்ள தண்ணீரைச் சுவர் போல் அடைத்துச் சுற்றிலும் வைக்க வேண்டும். நேர் இயல் மின்னி முதலியனவும் பல வகையான கதிர் வீச்சுக்களும் எழுவதால் ஈயத்தையும் திரையாக அமைக்க வேண்டும்.

மறலிக் கதிர்கள்

இத்தகைய கதிர் வீச்சினால் உயிருள்ள பொருள்கள் இறப்ப துண்டு. இவ்வாறு கொல்லும் ஆற்றலையே அளவாகக் கொண்டு கதிர் வீச்சின் பயனை அறியலாம். கோதுமை, அரிசி முதலிய

வற்றின் விதைகள் மீது இக்கதிர் வீச்சுகள் பாயுமாயின் அவ் விதைகள் முளைக்காது செத்துக் கெடுதலைக் காணலாம். பொது இயல்மின்னி பாய்ந்த விதை முளைப்பதில்லை. எக்ஸ்ரே என்ற புதிர்கதிரை விட ஐந்து மடங்கு எமனாகப் பொது இயல்மின்னி கொன்று தீர்க்கின்றதாம். பொது இயல்மின்னியின் பின்னே பல வகையான கதிர் வீச்சுக்சுக்களும் எழுவது போல புதிர்க் கதிரின் பின்னே எழுவதில்லை. பொது இயல்மின்னியால் எழும் செல்லியாக்கம் புதிர்க் கதிரால் எழுவதிலும் நூறு மடங்கு அதிகமாகும்.

அலிகளாக்குதல்

உயிர்ப் பொருளை அலிகளாக மாற்றி மேலே குட்டி போடாமல் செய்வதிலும் புதிர்க்கதிரை விடப்பொது இயல் மின்னி நான்கு மடங்குஉரம் உள்ளதாக விளங்குகிறது. ஆண் எலிகளைக் கொண்டு ஆராய்ந்ததினால் இந்த உண்மை வெளியாயிற்று. மக்களை இப்படி ஆராய முடியுமா? மக்களுக்குப் பொது இயல் மின்னி எந்த எந்த வகையால் எல்லாம் உதவும் எந்த எந்தக் கேடுகளை எல்லாம் விளைவிக்கும் என இதனால் உண்டாகும் நன்மை தீமைகளை ஆராய்ந்து முடிவுகூறத் தக்ககாலம் இன்னமும் வரவில்லை.

இயற்கையின் இழிவு

இயற்கையாகவே கதிர்வீச்சு இயக்கம் பெற்ற பொருள்களும் உண்டு. செயற்கையாகக் கதிர் வீச்சு இயக்கம் ஊட்டப்பெற்ற பொருள்களும் உண்டு. இவற்றில் செயற்கைப் பொருள்களே சிறந்தனவாம். முதலாவதாக எல்லா அணுக்களும் இயற்கையில் கதிர்வீசும் நிலையில் விளங்குவதில்லை. ஆனால் செயற்கையாக எந்த அணுவினையும் கதிர் வீசும் நிலைக்குக் கொண்டுவந்து விடலாம். 92 வகை அணுக்களில் 87 வகை அணுக்களை இவ்வாறு கதிர் வீச்சு இயக்கம் பெற்றனவாக விஞ்ஞானிகள் இன்று மாற்றி அமைக்கின்றார்கள். இரண்டாவதாக இயற்கையிலேயே கதிர்வீசும் அணுக்களின் வயது கோடிக்கணக்காகவும் ஆயிரக்கணக்காகவும் இருப்பதனைக் கண்டோம். செயற்கையில் கதிர் வீசும் அணுக்களின் வயதினை நாட்கணக்கில் எண்ணிவிடலாம்.

செயற்கையின் சிறப்பு

ரேடியம் 1700 ஆண்டுவரை இந்தக் கதிர் வீச்சு இயக்கம் பெறவிருக்கும் எனக்கண்டோம் அன்றே? கடிகாரத்தின் முகம்

இரவிலும் தெரிவதற்காக ரேடியம் உப்பினைக்கொண்டு மணி காட்டும் கைகளையும், எண்களையும் பூசி வைப்பது உண்டு. அந்த உப்பு வர்ணத்தில் மிகச் சிறிய அளவே ரேடியம் இருக்கும். அதனைக் குச்சிகொண்டு எழுதிய பெண்கள் குச்சினைக் கூராக வைத்திருப்பதற்கு வாயில் எச்சிலை தொட்டுத் தொட்டு எழுது வார்களாம். அப்படி செய்யும்போது மிகமிக நுட்பமான அளவில் ரேடியம் அவர்கள் வாயின் வழியே உடம்பிற்குள் செல்லும். அளவு மிக மிகச் சிறியதே ஆனாலும் உள்ளே போனவுடன் நெடுகத் தொடர்ந்து எமனாகக் கதிரை வீசிக்கொண்டே இருக்கும் அன்றோ? இந்தக் கதிர் வீச்சு சில நாட்களில் ஒழிவதாயின் அந்தப் பெண்களுக்கு பெருங்கேடு நேராது. நீண்ட காலம் கதிர் வீச்சுப் பல உறுப்புக்களையும் தின்று விடுவதால் அந்தப் பெண்கள் சித்திரவதை பெற்று மாறுகின்ற கதையினைப் படிக்கின்றோம். இந்த உண்மையை அறியாது ரேடியத்தினை மருத்துவமுறையில் பயன்படுத்தியபோது இத்தகைய கேடுகளே விளைந்தன. இப்போதோ ரேடியத்தினை மருந்தாக உண்ணக் கொடுப்பதில்லை. நோய்வாய்ப்பட்ட உறுப்பின் எதிரே அதனைக் காட்டி விட்டு வேலை முடிந்ததும் அப்புறப்படுத்தி விடுகிறார்கள். செயற்கையாக எழும் கதிர் வீச்சு அணுக்களோ இவ்வாறு நீண்ட ஆயுள் பெற்றவை அல்ல; இரண்டொரு நாளில் கதிர் வீசும் ஆற்றலை இழக்கின்றன. இவற்றைமிகச் சிறிய அளவில் உட்கொண்டபோதும் ஒரு கேடும் விளைவதற்கு இடமில்லை. கதிர் வீச்சு எரிகந்தகம் (Radio-active phosphorous) 14 நாட்களுக்குள் இத்தகைய ஆற்றலை இழக்கின்றது. நோய் தீர்ப்பதற்கு உகந்த காலமாக இது விளங்குகிறது. ஒரு பட்சம் மருந்து உண்பது என்று பேசுவதுதானே உலக வழக்கம். இதற்கு ஏற்ப இந்தச் செயற்கைப் பொருளும் குறித்த ஓர் கால அளவில் நோயைத் தீர்த்து வருகிறதாம். ஆனால் இங்குள்ள அருமைப்பாடு ஒன்றே- இதன் வாழ் நாளின் குறுகிய காலமே-பிற செயற்கைப் பொருள்கள் இவ்வளவு நாட்கள் கூட வாழ்வதில்லை.

கதிர் வீச்சக்கரி

(Radio-active carbon) 21 நிமிஷமே வாழ்கிறதாம். இந்த அணுக்களை நேரே உண்ணக் கொடுக்க முடியாது. உடம்பில் பற்றக் கூடிய வகையில் இந்தக் கரியை மாற்றிப் பிற பொருள்களோடு கலவையாக்கி உண்ணக் கொடுக்கிறார்கள். இவ்வளவு எல்லாம் செய்து அதனை உள்ளுக்குக் கொடுத்து நோயினையும் தீர்ப்பதற்கு 21 நிமிஷங்களுக்கு மேல் பொழுதில்லை.

சஞ்சீவி

இந்தச் செயற்கைக் கதிர்வீச்சுப் பொருள்கள் கொண்டு நோய் தீர்ப்பதனைக் கண்டு வியந்து பாராட்டாமல் இருப்பதற்கு இல்லை. இரத்தத்தில் வெள்ளை உயிர் அணுக்கள் (Cells) பல்கிப் பெருகின்றதனால் உண்டாகும் நோய் ஒன்று இக்காலத்தில் புதியதாகத் தெரிய வந்துள்ளது. இந்த நோய் கான்சர் என்னும் நோயினும் மிக மிகக் கொடியது. இதனை ஆங்கிலத்தில் Leukaemia என்பர். "வெள்ளை உயிர் அணுப் பரவி இரத்தம் மெலிவது" என்பதே இதன் பொருள். இதனைத் தடுக்கப் புதிர்க் கதிரைத் தொடர்ந்து உடலில் பாய்ச்சவேண்டுமாம். ஆனால் புதிர்கதிர் இவ்வாறு தொடர்ச்சியாக உடலிற் பாய்ந்தால் உடலையே கொல்லும் என அறிஞர்கள் கூறியுள்ளார்கள். இந்த நிலையில் அந்த நோயினைத் தீர்க்கும் சஞ்சீவியாகச் செயற்கைக் கதிர் வீச்சுப் பொருள்களே உதவுகின்றன. இரத்த வெள்ளத்தில் உள்ள உயிர் அணுக்கள் விளைவது எலும்பில்தான். எரிகந்தகத்தினை (Phosphorous) உட்கொண்டால் அது எலும்பில் போய்ப் படியும் என முன்னரே யாவருக்கும் தெரிந்த விஷயம். கதிர் வீச்சுள்ள செயற்கை எரிகந்தகத்தினை உட்கொண்டாலும் எலும்பிற் போய் படியக் கண்டனர். படிந்த பிறகு கதிர் வீசி நிற்பதால் எலும்பிலிருந்து வெள்ளை உயிரணுக்கள் விளைவதனைத் தடுத்து விடுவதனையும் கண்டனர்.

அறிவுக்கு ஒரு கண்.

உடலியற்கை அமைப்பினை அறியவும் இந்தச் செயற்கைக் கதிர் வீச்சு அணுக்கள் உதவுகின்றன. அறிவு வளருவதற்கு வேறு வழியும் இல்லை. செந்நிறமுள்ள இரத்த "உயிர் அணுக்"களில் (Cells) சோடியம் என்ற உலோகம் உண்டு. இது "உயிர் அணு" (Cell) வளர்வதற்கு முன்னரே உள்ளிருத்தல் வேண்டும் எனப் பல அறிஞர்கள் நம்பினார்கள். உயிர் அணு வளர்ந்த பின்னர் இந்த சோடியம் (Sodium) உயிர் அணுவின் சுவரினை ஊடுருவிப் போக முடியாது என்பது அவர்கள் கருத்து. இது மெய்யா பொய்யா என எவ்வாறு கண்டறிவது? இப்போது செயற்கைக் கதிர் வீச்சுள்ள சோடியத்தை உட்கொண்டு இதன் உண்மையை ஆராயலாம். உயிர் அணுவினுள் இது புகுந்தால் இதனுடைய கதிர் வீச்சு இயக்கமே நமக்கு இதனைக் காட்டிக் கொடுக்கும். எதிர்பார்த்தது போல இதுதான் உயிர் அணுவின் சுவரினை ஊடுருவிச் சென்று

இரத்தத்தில் புகுகின்றது என்பது கதிர் வீச்சு இயக்கத்தால் வெட்ட வெளியாயிற்று. எனவே இத்தகைய சிக்கலான விஞ்ஞானக் கேள்விகளுக்கு விடை அளிப்பது இந்த செயற்கைக் கதிர் வீச்சுப் பொருள்களின் உதவியால் எளிதாகிறது. எந்த எந்தத் துறையில் உள்ளோர் எல்லாம் இங்கு ஒன்று படுகின்றனர்! வேதி நூற் புலவர், பௌதிகப் புலவர், மருத்துவப் புலவர், சிற்பிகள் மற்றும் அனைவரும் கூட்டுறவு கொண்டு, விஞ்ஞான வாழ்க்கை வாழ்ந்து, மேலும் மேலும் இயற்கை உண்மைகளைக் கண்டு பிடித்து, அதனால் உண்டாகின்ற நற்பயனால் உலக மக்களையும் உலகினையும் வாழ வைக்கின்ற அற்புதக் காட்சியை, இந்தச் செயற்கைக் கதிர் வீச்சு ஒளியில் அன்றி வேறு எங்குக் கண்டு களிக்க முடியும்.

தமிழ்த் தென்றல், *16-12-1950*

ஆண் அணுவும் பெண் அணுவும்.

ச. த. இராசேசுவரி அம்மையார் M.A., L.T

குறையே நிறையாதல்:

அணுவும் அணுவும் எப்போது சேரும்? அணுவின் புறவட்டத்தில் எதிர்மின்னிகள் குறைந்தும் இருக்கும்; நிறைந்தும் இருக்கும். நிறைந்திருந்தால் வைதிகர்கள் போல வேறோர் அணுவைத் தீண்டாமலே வாழும் எனக் கண்டோம். குறைந்திருந்தால்குறைந்திருக்கும் இரண்டு அணுவும் ஒன்று சேரும். கூட்டுறவு வாழ்க்கையின் பெருமை அணு உலகிலும் இவ்வாறு விளங்குகிறது. ஒன்றன் குறைவை ஒன்று தீர்க்க இரண்டும் நிறைந்து விடுகின்றன. குறைவே நிறைவாகிற மாயை இது தான். ஓர் அணுவின் வெளிப்புற வட்டத்தில் ஒரே ஓர் எதிர்மின்னி சுழல்கிறது. மற்றோர் அணுவின் வெளிப்புற வட்டத்தில் ஏழு எதிர் மின்னிகள் சுற்றி வருகின்றன. குறை நிலையில் இருக்கின்ற இந்த ஏழும், ஒன்றும், ஒன்றாகக் கூடிச் சேர்ந்ததும் எட்டு ஆகி விடும். புற நிலை வட்டம் நிறைய எத்தனை வேண்டும்? எட்டு எதிர் மின்னிகள் அல்லவா? கீழே இருக்கும் படத்தைப் பார்த்தால் இது விளங்கும். சோடியத்தின் (Sodium) வெளிப்புற வட்டத்தில் ஓர் எதிர் மின்னி இருப்பதைப் பார்க்கலாம்.

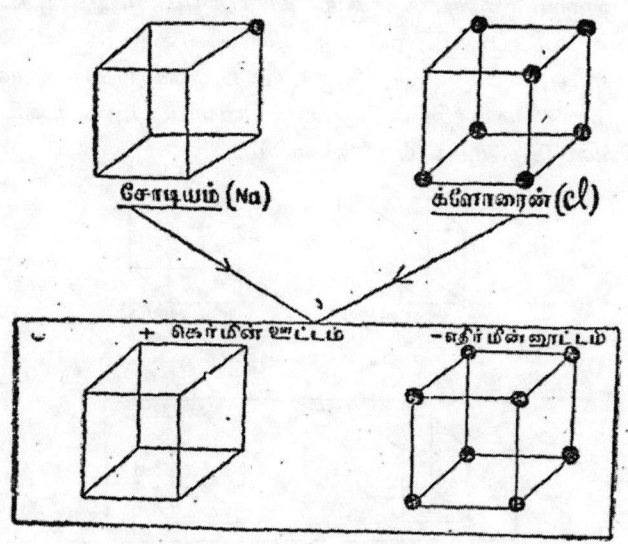

படம். 1.

சோடியம் க்ளோரைட் (சோற்றுப்பு) Nacl மின்னூட்டமே இரண்டையும் பற்றவைக்கின்றது.

— தமிழ்த்தென்றல்

30. ஆண் அணுவும் பெண் அணுவும்

குறையே நிறையாதல்:

அணுவும் அணுவும் எப்போது சேரும்? அணுவின் புற வட்டத்தில் எதிர்மின்னிகள் குறைந்தும் இருக்கும்; நிறைந்தும் இருக்கும். நிறைந்திருந்தால் வைதிகர்கள் போல வேறோர் அணுவைத் தீண்டாமலே வாழும் எனக் கண்டோம். குறைந்திருந்தால் குறைந்திருக்கும் இரண்டு அணுவும் ஒன்று சேரும். கூட்டுறவு வாழ்க்கையின் பெருமை அணு உலகிலும் இவ்வாறு விளங்குகிறது. ஒன்றன் குறைவை ஒன்று தீர்க்க இரண்டும் நிறைந்து விடுகின்றன. குறைவே நிறைவாகிற மாயை இது தான். ஓர் அணுவின் வெளிப்புற வட்டத்தில் ஒரே ஓர் எதிர்மின்னி சுழல்கிறது. மற்றோர் அணுவின் வெளிப்புற வட்டத்தில் ஏழு எதிர் மின்னிகள் சுற்றி வருகின்றன. குறை நிலையில் இருக்கின்ற இந்த ஏழும், ஒன்றும், ஒன்றாகக் கூடிச் சேர்ந்ததும் எட்டு ஆகிவிடும். புற நிலை வட்டம் நிறைய எத்தனை வேண்டும்? எட்டு எதிர் மின்னிகள் அல்லவா? கீழே இருக்கும் படத்தைப் பார்த்தால் இது விளங்கும். சோடியத்தின் (Sodium) வெளிப்புற வட்டத்தில் ஓர் எதிர் மின்னி இருப்பதைப் பார்க்கலாம்.

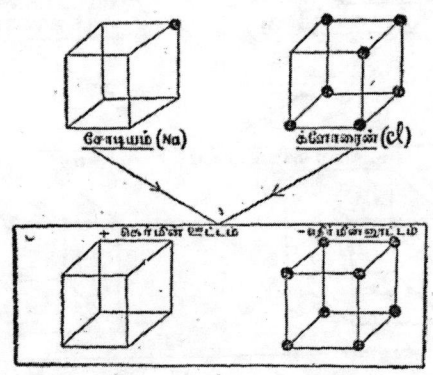

படம் 1. சோடியம் க்ளோரைட் (சோற்றுப்பு) Nacl மின்னூட்டமே இரண்டையும் பற்றவைக்கிறது.

அதற்குள்ளே எட்டு எதிர்மின்னி நிறைந்த ஓர் இடைநிலை வட்டமும் அதனுள்ளே இரண்டு எதிர்மின்னி நிறைந்த மற்றொரு அகநிலை வட்டமும் உண்டென்று கொள்ள வேண்டும். க்ளோரைன் (Chlorine) என்ற இதிலும் முன்போல அகநிலை வட்டமும் இடைநிலை வட்டமும் நிறைந்திருக்கும். புறநிலை வட்டம் மட்டும் நிறையாமல் ஒன்று குறைந்து ஏழு எதிர்மின்னிகளுடனே விளங்குகிறது க்ளோரைனும் சோடியமும் என்ற இரண்டும் ஒன்றான உடன் குறைவே காணோம். இரண்டும் நிறை நிலையில் இயைந்து விளங்குகின்றன. க்ளோரைன் அணுவின் புறவட்டம் நிறை நிலைவட்டமாகி விடுகிறது. சோடியமும் நிறைநிலையில் நிற்கின்றது. எப்படி? புறநிலை வட்டம் மறைகிறது. அகநிலை வட்டமும் இடைநிலை வட்டமும் முன்னரே நின்ற நிலையில் இருந்தவைதானே! அங்கே எதிர்மின்னிகள் வந்து புக இடமில்லை. இங்கு நிகழ்ந்தது என்ன? சோடியம் எதிர் மின்னி ஒன்றனை இழந்தது. க்ளோரைன் எதிர்மின்னி ஒன்றனைப் பெற்றது. சோடியமும் க்ளோரைனும் சேர்ந்ததுதான் நாம் உண்ணும் சோற்றுப்பு அல்லது கறி உப்பு. இது ஒரு கலவை.

தீண்டுமா?

ஆனால் ஓர் ஐயம் பிறக்கிறது. நிறை நிலையில் உள்ள இரண்டு அணுக்கள் ஒன்று ஒன்றினைத் தீண்டுவதில்லை என்று அல்லவா கண்டோம். எதிர்மின்னியை இழந்தும் பெற்றும் இவை நிறை நிலையில் நின்றால் இவை இரண்டும் கலவையாவது எங்ஙனம்? அணு நேர்நிலையோ எதிர் நிலையோ இன்றி சமநிலையில் இருக்கின்றது. அதிலே ஒரு எதிர்மின்னி குறையுமானால் நேர் மின்நிலை ஓங்கும். மற்றோர் அணுவில் எதிர்மின்னி வந்து சேருமானால் எதிர்மின்நிலை மேலோங்கும். ஆதலால் சோடியம் எதிர்மின்னியை இழந்து நேர்மின் ஊட்டம் பெறும். க்ளோரைன் எதிர்மின்னியைப் பெற்று எதிர்மின்னூட்டம் பெறும். நேர்மின் ஊட்டத்திற்கு முன் எதிர் மின் ஊட்டம் வருமானால் இரண்டும் ஒன்றை ஒன்று தழுவிக்கொண்டு கலவையாகும். சம மின் நிலையில் இருக்கும் அணுக்கள் நிறை வட்டங்கொண்டு நின்றால்தான் ஒன்றை ஒன்று தீண்டுவதில்லை. ஓர் அணுவின் வெளிப்புற வட்டத்தில் இரண்டு எதிர்மின்னியும், மற்றோர் அணுவின் வெளிப்புற வட்டத்தில் ஆறும் இருந்தால் அவையும் இவ்வாறே ஒன்றாகி நிறை நிலையிற் கலக்கும். புறநிலை

வட்டத்தில் முறையே ஐந்தும் மூன்றும் எதிர்மின்னிகள் நீரிலே கொண்ட இரண்டு அணுக்களும் இவ்வாறு கலவையாகும்.

அணுமுகம்

பூட்டும் சாவியும் போல இரண்டு அணுவும் ஒன்று சேரும். எத்தனை விசிறி (Lever) பூட்டில் இருக்கின்றதோ அத்தனை வளைவுப் படிகள் சாவியிலும் காணும். அணுக்கள் சேரும் போதும் வெளிவட்டத்தில் எத்தனை எதிர்மின்னிகள் ஒன்றிற்குறைகிறதோ அத்தனை எதிர்மின்னிகள் மற்றொன்றில் இருக்கும். இரண்டு எதிர்மின்னிகள் மிதந்த அணு ஒவ்வொன்றுகுறைந்த இரண்டு அணுக்களோடும் சேரலாம். குறை நிலையில் இருக்கின்ற முதல் அணு ஹைட்ரஜன் தான். இரண்டு எதிர் மின்னிகள் நிரம்பக்கூடிய வட்டத்தில் ஒரு எதிர்மின்னி கொண்டுதான் விளங்குகிறது ஹைட்ரஜன். பூட்டில் விசிறி என்று பேசுவது போல அணுக்கலவையில் ஹைட்ரஜனை அளவுகோலாகப் பேசுகிறோம். ''ஒரு ஹைட்ரஜன் அணுவோடு சேருகின்ற அணு; இரண்டு ஹைட்ரஜனோடு சேருகின்ற அணு; மூன்று ஹைட்ரஜனோடு சேருகின்ற அணு" என்றெல்லாம் பேசிக் கொண்டே போவர். இவற்றை ஒருமுக அணு, இருமுகஅணு, மும்முக அணு என்றும் பேசலாம். இங்கு அணுமுகம் என்பதை வெலன்சி *(Valency)* என்று ஆங்கிலத்தில் வழங்குவர். இதனைப் பிடி என்றும் கொக்கி என்றும் பலவாறு விளக்கிவைப்பது உண்டு. இருமுகம் என்றால் இரண்டு கொக்கி போலாம்.

ஒவ்வொரு கொக்கியும் ஒவ்வொரு ஹைட்ரஜன் அணுவிலாக இரண்டு ஹைட்ரஜன் அணுவில் மாட்டிக் கொள்ளும். ஹைட்ரஜன் அணு என்றால் ஹைட்ரஜன் அணுவே வர வேண்டியதில்லை. க்ளோரைன் போன்ற புறவட்டத்தில் ஓர் எதிர்மின்னி குறைந்த அணுக்களும் வரலாம். இந்த அணு முகத்தை எழுதிக்காட்டும் மரபை அடுத்த பக்கம் காணலாம்.

Na ~ cl (Na - சோடியம். *cl* - க்ளோரைன் இடையேயுள்ள கோடு *(Na - cl)* ஒருமுகம் அல்லது ஒரு கொக்கி என்பதனைக் காட்டுகிறது)

$Ca \begin{matrix} \sim cl \\ \sim cl \end{matrix}$ (Ca - கால்ஷியம் என்ற சுண்ணாம்புச் சத்து இருமுகம் இரு கொக்கியுடன் விளங்குகிறது.

$(Ca \begin{matrix} cl \\ cl \end{matrix})$

$al \begin{matrix} \sim cl \\ \sim cl \\ \sim cl \end{matrix}$ cl (al - அலுமினியம் இது மூன்று க்ளோரைன்களோடு சேரும் இந்த மும்முக நிலையை மூன்று கோடு இட்டுக் காட்டலாம்.

$\left(al \begin{matrix} — cl \\ — cl \\ — cl \end{matrix}\right)$ மூன்று கொக்கிகள் இட்டுக் காட்டி இருக்கிறது.

$cl \sim ca \sim cl$

Cl
Ca
Cl

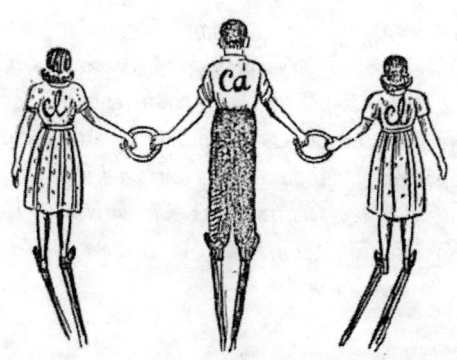

படம் 2. (சுண்ணாம்பு சத்து) கால்ஷியம் (Calcium)
($CaCl_2$)

ஆணும் பெண்ணும்:

ஆண் மரம், பெண் மரம், ஆண் பறவை, பெண் பறவை, ஆண் விலங்கு, பெண் விலங்கு, ஆண் சாவி, பெண் சாவி என்று உலோகத்தை எல்லாம் சக்தியும் சிவமுமாகப் பேசுவதுபோல அணுக்களையும் ஆண் அணு பெண் அணு எனக் கெண்டால் (Kendall) என்ற ஆசிரியர் பேசுகிறார். இவர் பேசுவது நகைச்சுவை ததும்பும் ஓர் கதை - ஆம் ஓர் அமெரிக்கக் கதை. உலோக அணுக்கள் எல்லாம் ஆண் அணுக்களாம். உலோகம் அல்லாத அணுக்கள் - உலோக மலிகள் (Non-metals) பெண் அணுக்களாம். பெண்களைக் கண்டதும் காமவெறி கொண்டு ஓடும் ஆண்கள் போன்றனவாம், உலோக அணுக்கள். இடம்பாச்சாரிகளைப் போல இவை தம்

எதிர்மின்னிகளைக் கொடுத்து ஒழிக்கின்றனவாம். சோடியமும் க்ளோரைனும் சோற்று உப்பாக ஒருங்கு சேருவது எதிர்மின்னியாம். பணத்திற்காக நிகழும் ஒரு மணமாகும்.

பேகன்:

எந்தக் காடியிலேனும் ஏதேனும் ஒரு லோகத்தை வைத்தால்— காடி கொண்டு உலோகத்தைத் தாக்கினால்—காடியிலுள்ள ஹைட் ரஜன் உலோகம் தள்ளிக் களைகிறது. ஹைட்ரஜனோடு கலந் துள்ளவை, ஹைட்ரஜன்போய்விட்டபடியினால், மற்றவைகளோடு கலந்து கொள்கின்றன. ஆக்ஸிஜன் முதலியவற்றோடு இணைந்து கொள்வதும் உண்டு. பேகன் கண்ணகியைத் தள்ளிவிட்டு வேறு ஒருத்தியைக் காதலித்து வாழ்ந்தது போலாகும் இது. அணுமுகம் என்று முன்னர்ப் பேசினோம். ஹைட்ரஜனை அளவுகோலாகக் கொண்டு இத்தனை முகம் என்று பேசுகிற வழக்கத்தையும் குறிப்பிட்டோம். ஒரு உலோக அணு எத்தனை ஹைட்ரஜன் அணு வினைத் தள்ளிக் களைகிறதோ அத்தனை முகம் கொண்டது அந்த உலோகம் என்று சொல்லலாம். காரியம், (Lead) வெள்ளியம் (Tin) போன்றவை இவ்வாறு பரத்தையர் மயக்கத்தில் ஹைட்ரஜனைத் தள்ளிக் களைவதில்லை. பொன்னும் வெள்ளியும் போன்ற ஆண் அணுக்களோ இந்த இடம்பாச்சாரி காமக்கேளிக்கையில் சேராத கொடாக் கண்டர்களாவார்கள்.

நேர்முகமும் எதிர்முகமும்:

இங்கு என்ன நிகழ்கிறது? உலோகம் எதிர்மின்னியை இழக் கிறது. உலோகம் அல்லாதவை இந்த எதிர்மின்னியைப் பெரு கின்றன. மின்னியை இழப்பதனை உடன்பாட்டு அணுமுகம் (Positive Valence) மின்னியைப் பெறுவதனை எதிர்மறை அணு முகம் எனலாம். (Nagative valence). கொக்கி என்றால் அந்தக் கொக்கியானது மாட்டிக் கொள்வதற்கு வளையம் ஒன்று வேண் டாவா? கொக்கியை உடன்பாட்டு முகம் என்றால் வளையத் தினை எதிர்மறைமுகம் எனலாம். மின்னிகளை இழத்தல் செல வாளிகளாம். உலோகங்களின் இயல்பு. மின்னிகளைப் பெறுதல் பணம் பிடுங்கும் பரத்தைகளாம் உலோக மலிகளின் இயல்பு.

தமிழ்த் தென்றல், *01-11-1951*

இடம்பாச்சாரி நாடகம்

பேராசிரியர்
[திருமதி. ச. த. இராசேசுவரி அம்மையார் M. A., L. T.]

வரவு செலவு:

கெண்டால் (Kendell) என்பார் மருதத்திணைப்பாட்டு ஒன்று பாடியதனைக் கேட்டோம். உலோக அணுக்கள் இடம்பாச்சாரி அணுக்கள். மற்றவை மதனசுந்தரி அணுக்கள். எதிர்மின்விதான் இங்கு வழங்கும் பொன். கொடுப்பவன் இடம்பன்; பறிப்பவள் மதனசுந்தரி இத்தகைய வாழ்வு அணுவுலகில் உண்டா? சோடியமும் க்ளோரைனும் சோற்றுப்பு ஆகிற கதையை அறிவோம். சோடியமும் ஒரு உலோகம். ஆண் அணு எதிர்மின்னியை இழப்பது. க்ளோரைன் உலோகமல்லாதது. பெண் அணு எதிர்மின்னியைப் பறிப்பது. சோடியம் எதிர்மின்னியை இழந்தால் என்ன ஆகும்? மின்சாரச் சமநிலை பிறழ்ந்து எதிர்மின் ஊட்டம் குறைந்து தோன்றும். அதாவது நேர்மின் ஊட்டம் பெற்றுத் தோன்றும். இந்த எதிர்மின்னியைப் பெறுவதால் எதிர்மின் ஊட்டம் மிக்குத் தோன்றும். சமநிலை பிறழ்ந்த அணுவைச் சொல்லி (ions) என்போம். எனவே சோடியம் நேர்மின் செல்வியாகவும் க்ளோரைன் எதிர்மின் செல்லியாகவும் மாறி விடுகின்றன. இது உண்மையா? என மின்வழிப் பிரிகிலை முறையில் காணலாம். (Electrolysis)

மின்னலில் கலவை:

மின்வழிப் பிரிகிலை என்றால் என்ன? முலாம் பூசுதல் எனப் பேசுகின்றோம். அங்கே பார்க்கலாம். ஒரு கண்ணாடித் தொட்டி. அதில் ஒரு கரைசல் (Solution)-. இவற்றைப் பார்க்கின்றோம். மின்சாரக்கம்பிகள் இரண்டும் பிரிந்து வலப்புறம் ஒன்றும் இடப்புறம் ஒன்றுமாகக் கரைசலில் தோய்ந்து கிடக்கின்றன. ஆணியை (Switch) அழுத்தியதும் மின்சாரம் பாய்கின்றது. கரைசலிலுள்ள கலவையோ மூலப்பொருள்களாகப் (Elements) பிரியத் தொடங்குகிறது. பொன் அல்லது வெள்ளி முலாம் பூசுதல் நிகழ்கிறது. இந்தக் கண்ணாடித் தொட்டியில் சோற்று உப்பைக் கரைத்து வைத்தால் என்ன காண்போம்? மின்சாரம் சமநிலை பிறழ்ந்து கிடக்கிறது. இடையே கம்பி இருந்தால் எதிர்மின்னி பாய்ந்து சமநிலை பிறந்து இருக்கும். கம்பி இல்லாமையால் செல்லிகளே ஒருபுறத்திலிருந்து மறுபுறத்திற்கு ஓடிச் சமன் செய்யப் பார்க்கின்றன. ஆனால் வெற்றி பெறுவதில்லை. இங்கே, எதிர்மின்

31. இடம்பாச்சாரி நாடகம்

வரவு செலவு

கெண்டால் (Kendell) என்பார் மருதத்திணைப்பாட்டு ஒன்று பாடியதனைக் கேட்டோம். உலோக அணுக்கள் இடம்பாச்சாரி அணுக்கள். மற்றவை மதனசுந்தரி அணுக்கள். எதிர்மின்னிதான் இங்கு வழங்கும் பொன். கொடுப்பவன் இடம்பன்; பறிப்பவள் மதனசுந்தரி இத்தகைய வாழ்வு அணு உலகில் உண்டா? சோடியமும் களோரைனும் சோற்றுப்பு ஆகிற கதையை அறிவோம். சோடியமும் ஒரு உலோகம். ஆண் அணு எதிர்மின்னியை இழப்பது, க்ளோரைன் உலோகமல்லாதது, பெண் அணு எதிர்மின்னியைப் பறிப்பது. சோடியம் எதிர்மின்னியை இழந்தால் என்ன ஆகும்? மின்சாரச் சமநிலை பிறழ்ந்து எதிர்மின் ஊட்டம் குறைந்து தோன்றும். அதாவது நேர்மின் ஊட்டம் பெற்றுத் தோன்றும். இந்த எதிர்மின்னியைப் பெறுவதால் - எதிர்மின்னியிடம் மிக்குத் தோன்றும். சமநிலை பிறழ்ந்த அணுவைச் சொல்லி (ions) என்போம். எனவே சோடியம் நேர்மின் செல்லியாகவும் களோரைன் எதிர்மின் செல்லியாகவும் மாறி விடுகின்றன. இது உண்மையா? என மின்வழிப் பிரிநிலை முறையில் காணலாம். (Electrolysis).

மின்னலில் கலவை

மின் வழிப் பிரிநிலை என்றால் என்ன? முலாம் பூசுதல் எனப் பேசுகின்றோம். அங்கே பார்க்கலாம். ஒரு கண்ணாடித் தொட்டி. அதில் ஒரு கரைசல் (Solution) இவற்றைப் பார்க்கின்றோம். மின் சாரக்கம்பிகள் இரண்டும் பிரிந்து வலப்புறம் ஒன்றும் இடப்புறம் ஒன்றுமாகக் கரைசலில் தோய்ந்து கிடக்கின்றன. ஆணியை (Switch) அழுத்தியதும் மின்சாரம் பாய்கின்றது. கரைசலிலுள்ள கலவையோ மூலப்பொருள்களாகப் (Elements) பிரியத் தொடங்குகிறது. பொன் அல்லது வெள்ளி முலாம் பூசுதல் நிகழ்கிறது. இந்த கண்ணாடித் தொட்டியில் சோற்று உப்பைக் கரைத்து வைத்தால் என்ன காண் போம்? மின்சாரம் சமநிலை பிறழ்ந்து கிடக்கிறது. இடையே

கம்பி இருந்தால் எதிர்மின்னி பாய்ந்து சமநிலை பிறந்து இருக்கும். கம்பி இல்லாமையால் செல்லிகளே ஒருபுறத்திலிருந்து மறுபுறத்திற்கு ஓடிச் சமன் செய்யப் பார்க்கின்றன. ஆனால் வெற்றி பெறுவதில்லை. இங்கே, எதிர்மின்முனையை நோக்கி அதனைப் பற்றிக்கொள்ளப் போகின்றவை சோடியச் செல்லிகளே. எதிர்மின் முனையை நோக்கி எதிர்மின் ஓட்டம் ஓடாது. இரண்டும் ஒன்றை ஒன்று வெறுத்துத்தள்ளும் அன்றோ? ஆகலின், சோடியத்தின் மின்னி நேர்மின் ஊட்டம் பெற்ற நேர்மின் செல்லியேயாம். க்ளோரைன் செல்லியோ நேர்மின்முனையை நோக்கி ஓடுகிறது. ஆகலின் அது எதிர்மின் ஊட்டம் பெற்ற எதிர்மின் செல்லியே ஆதல் வேண்டும். இவை இரண்டும் சோற்று உப்பாகக் கலந்து நிற்கும் போது இவை எதிர்மின்னியை இழந்தும் பெற்றும் விளங்குவது புலனாகிறது. சர் வில்லியம் ப்ராக் (Sir William Bragg) என்பவர் இந்த உப்பினைப் படம் பிடித்துக் காட்டுவதும் இதுபோலவே இருக்கிறது. படத்தினைக் காண்க.

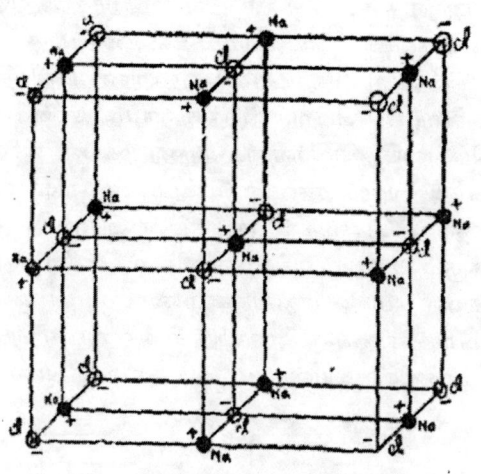

ப்ராக் கண்ட சோற்றுப்பின் படம்.

பெண்கள் சங்கம்

ஆனால் எல்லாக் கலவைப் பொருள்களையும் இப்படி நேர் முனை எதிர்முனை எனப் பிரிக்க முடியாது. பிரிக்க முடிவனவற்றை மின்முனைக் கலவை எனலாம். பிரிக்க முடியாதவற்றை மின் முனையலாக்கலவை எனலாம். எதிலீன், கார்பண்டை ஆக்சைட், கார்பண்டை சல்பைடு (ethelene CH_2, - Carbondi - oxide CO_2 - Carbondisulp- hide CS_2) என்பவை இத்தகைய மின்முனையலாக்

கலவைகளாம். இவற்றில் உலோகமே இல்லை. ஆதலின், இவற்றினை ஆண் வாடை வீசாத பெண்கள் சங்கம் எனக்கூறலாம்.

பெண்களின் செலவு

ஆண்கள் வந்தால் அவர்கள் பெண்களுக்கு எனச் செலவு செய்வதனை உலோகங்களிடம் கண்டோம். செலவின் நன்மையைப் பெண் அணுக்களே பெறுவதனையும் கண்டோம். ஆண்களே இன்றிப்பெண்களே வந்து கூடினால் என்ன ஆகும்? தத்தம் செலவினைத் தாங்களே கொடுத்துத் தொலைப்பர். ஆகவே, உலோக மல்லாதவை கலவையாகும் போது எதிர்மின்னியை இழப்பதுமில்லை; பெறுவதுமில்லை. தம் எதிர்மின்னிகளைப் பொதுவாகக் கொண்டு வாழ்கின்றன. இப்போது நேர்வகை அணுமுக எண் (Postive valence) எதிர்வகை அணுமுக எண் (negative valence) என்பன என்ன என விளங்குகின்றன. கலவையாகும்போது, ஓர் அணுவின் எதிர் மின்னிகள் மற்றோர் அணுவின் வெளி வட்டத்தில் புகுவதனைக் கண்டோமன்றோ? அதுவே நேர்வகை அணுமுக எண்ணின் இயல்பாம். கலவையாகும் போது தன் மின்னியை இவ்வாறு கொடாமல் ஓர் அணு பிறிதோர் அணுவின் எதிர் மின்னியைப் பெறுகின்றதனையும் கண்டோ மன்றோ? இவ்வாறு பெறுவதே எதிர்வகை அணுமுகஎண்ணின் இயல்பாம். உடன் வகை அணுமுக எண் என்பதும் (Co-valence) உண்டு. அது என்ன? அதுதான் பெண்கள் சங்கத்தின் இயல்பு. இரண்டு வேறு அணுக்களுக்கும் உள்ள எதிர்மின்னிகளைப் பொதுவாக வைத்து அம்மின்னிகளுக்கும் பொதுவாக மண்டலவழி ஒன்று அமைத்து அதிலே அம்மின்னிகளை ஓட விடுகின்ற நிலையே உடன் வகை அணுமுக எண்ணின் இயல்பாம். கீழே உள்ள படத்தில் காண்க.

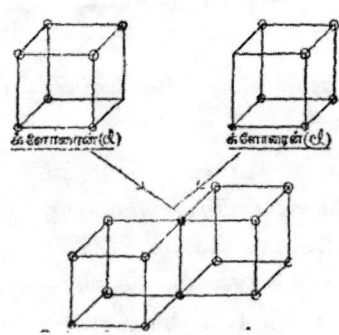

இரட்டைக் க்ளோரைன் (Cl_2)

இரட்டைக் க்ளோரைன் (Cl_2)

சோடியம் க்ளோரைட்டில் போல இங்கே எதிர்மின் ஊட்டம் நேர்மின்னூட்டம் என வேறு வேறு செல்லியாகிக் கலக்கவில்லை. ஆதலின் இது மின்முனைக் கலவை அல்ல. இரண்டு அணுவின் பொதுவான எதிர்மின்னிகள் கறுப்பாகக் காட்டப்பட்டு உள்ளன. இதுவே உடன் நிலை முகமாம். Covalence.

முனையலாக் கலவையைப் பெண்கள் சங்கம் என்றோம். உடன் வகை அணுமுக எண் அங்கு விளங்குவதும் அந்தப் படத்தில் காண்க. இவ்வாறு ஓர் அணு மற்றொரு அணுவோடு சேர்வதோ சேராததோ இங்குக்கூறிய இயல்பினைப்பொறுத்ததாம். இதனை வேதிக்காதல் (Chemical affinity) எனலாம். எனவே வேதிக்காதல் அணுவின் அமைப்பினைப் பொறுத்தது என விளங்குகிறது. ஒரு பொருளைப்பற்றி வேதி நூல் கூறும் இயல்புகளை எல்லாம் அணுவின் மண்டலங்களைக்கொண்டே கூற முடியும் என்ப தாயிற்று. சோடியம்போல் எதிர்மின்னியை எளிதில் இழக்கும் பொருள்கள் சோம்பேறிப் பொருள்கள் அல்ல; செயற்பாடுமிக்க பொருள்களாம் (Chemically active elements). ஆண்மைமிக்க வீரர்கள்என்று இவற்றைப்பற்றிப் பாடுவது உண்மையேயாம்.

கோடு காட்டும் குடும்ப ஒற்றுமை

இதோ அணு எந்திரத்தினைப் பார்க்கலாம்.

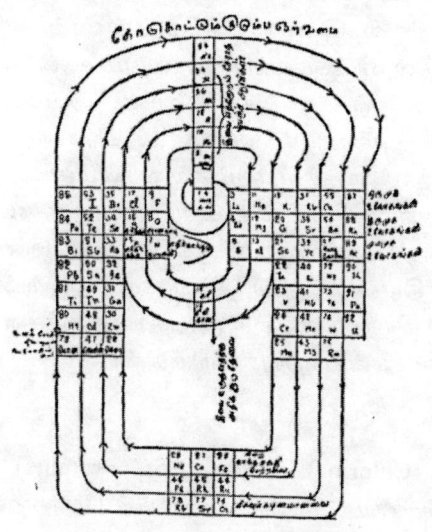

ஒரு பொருளைப்போலப் பல பொருள்கள் உலகில் இருக்கின்றன. அவற்றிற்கு அடிப்படை என்ன? அணுவின் அமைப்பே என்பதனை இந்தப்படம் விளக்குகிறது. ஒத்த

பொருள்களிடையே அங்கே கோடு இட்டுக்காட்டி இருப்பதைக் காணலாம். ஏன் இவை ஒத்து இருக்கின்றன? அணு மண்டலங்களிலுள்ள எதிர்மின்னியின் அமைப்பினாலேயே இவை ஒத்துள்ளன. இதனை “வெளிப்புற ஒற்றுமை” என முன்னார்ச் சுட்டிக்காட்டினோம். அருமண்கள் (Rare Earths) என்பவற்றைப் பற்றியும் முன்னர்க் கூறினோம். இவற்றினுடைய ஐந்தாவது மண்டலங்களும், ஆறாவது மண்டலங்களும் ஒரே கணக்காக நிரலே ஒன்பதும், இரண்டும் எதிர் மின்னிகளைக் கொண்டு விளங்கக்காண்கிறோம். நான்காவது மண்டலத்தில்தான் வேற்றுமை உண்டு. 18, 19 என்று ஒவ்வொன்றாக 32 வரை எதிர் மின்னிகள் ஏறிக்கொண்டுபோவதை அங்கே காண்கிறோம். இவை ஒரு குடும்பமாக அமைவதற்கு இப்போது காரணம் விளங்குகிறது. அகவட்டங்கள் நிரம்பாமல் குறைநிலையில் இருக்கும்போது நிறமுள்ள செல்லிகள் பிறப்பதற்கு ஏற்ற அடிப்பொருள்களைக் காண்கிறோம். அருமண்கள் (RareEarths) க்ரோமியம் (Chromium), மாங்கனீஸ் (Manganese), செப்பு (Copper) என்பவை இப்படிப் பட்ட்வையே. கருவானது சிக்கலாக இருக்கும்போது அரை குறையாக இருக்கின்ற மண்டலங்களில் நெருக்குண்டு திரியும் விடுதி மின்னிகளின் இடையே பெருங்குழப்பம் ஏற்படுகிறது. இதுதான் வீச்சு நிலை இயக்கத்திற்கே காரணம். எதிர்மின்னிகள் இந்தக் குழப்பத்தில் விட்டோடிப் போவதும் உண்டு. கருமட்டுமே நிற்கும். கருக்கள் ஒருங்கு செறிகின்றன. அப்போது அடர்த்தி நிலை மிகுவதால் எடையும் பெரிதாம். சிரியஸ் (Sirues) என்ற நட்சத்திரத்தின்தோழனாகச்சுழலும்ஒரு வான்மீனின்அடர்த்திநிலை நீரை விடப் பல்லாயிரம் மடங்கு பெரிதாம். ஒரு கட்டி அங்குளம் (ISquare inch) ஒரு டன்எடை இருக்கிறதாம். இதைவிட எட்டு மடங்கு அடர்த்தியுள்ள நட்சத்திரங்களும் இருக்கின்றனவாம். அணுக்கள் எதிர் மின்னிகளை இழப்பதால் கருக்கள் இடைவெளி இன்றி அவ்வளவு திணிப்புற்றுக் கிடக்கின்றன.

உப்பாக்கி

க்ளோரைன், (Chlorine) ப்ரோமைன் (Bromine), ஐயோடைன் (Iodine) முதலியவை க்ளோரைனைப் போன்றவை; வெளி

அணுவிலிருந்து தமக்கென ஒரு எதிர் மின்னியைப் பற்றிக் கொள்பவை. இவற்றின் வெளிப்புற மண்டலத்தில் அந்த மண்டலம் நிரம்புவதற்கு ஒரே ஒரு எதிர்மின்னிதான் குறைவு. இத்தகைய அணுக்களோடு உலோகங்கள் சேரும் என்று கண்டோம். அப்படிச்சேரும்போது உப்புகள் பிறக்கின்றன. ஆதலின், க்ளோரைன் முதலியவற்றை உப்பாக்கிகள் அல்லது உப்பு ஈனிகள் (Halogens) எனத் தனிக் குடும்பமாக்கி வேதி நூற் புலவர் பேசுவர். உலகத்திலுள்ள பொருள்களைக் காரப்பொருள்கள் (alhalies) என்றும், காடிப்பொருள்கள் (acids) என்றும், இவை இரண்டும் சமநிலையில் இருக்கும் உப்புப்பொருள்கள் என்றும் மூன்று பிரிவுகளாக்கிப் பேசுவதும் உண்டு. உப்பாக்கிகளோடு சேரும் உலோகங்கள் கார உலோகங்கள் என்ற குடும்பத்தைச் சேர்ந்தவை. இன்னும் எத்தனையோ அணுக் குடும்பங்களை மேலே காட்டிய படத்தில் காணலாம்.

சாவுப்பெட்டி

ஆனால், எதிர் மின்னிகள் இங்குக் கூறி வந்ததுபோல அசையாமலா இருக்கும்? இல்லை. இயங்கிக்கொண்டே ஓடுகின்றன. ஆதலின் இங்கே பெட்டிகளைப்போல அணுவைப் பேசி வருவது அதனைச் சாவும் பெட்டியில் (Coffin) வைத்து அடைப்பது போலாகும். அணுவோடு அணுக்கள் கலக்கும் போது இயக்கத்திடையேயும் ஒரு மாறாநிலைமை தோன்றுவதால் இவ்வாறு பெட்டிபோலப் பேசுவதிலும் தவறொன்றும் இல்லை என்கிறார், லாங்மூர் (Langmuir) என்ற பேராசியர். விளக்கமே பெரிதாகும். அவற்றின் இயக்க நிலை உண்மையை அடுத்த இயலில் காண்போம்.

தமிழ்த் தென்றல், 13-04-1952

குட்டிக்கரணம்

[பேராசிரியர் ச. த இராசேசுவரி அம்மையார்]

ஓயா மண்டலம்

கருவினைச் சுற்றி எதிர் மின்னிகள் சுழல்கின்றன வன்றோ? அவ்வாறு சுழலும் போது எந்தப் பொருளும் ஆற்றலை இழப்பதே இயல்பாகும்! சுற்றும் பொருள் ஆற்றலை இழந்தால் என்ன ஆகும்? ஓய்ந்து விழ வேண்டியது தான். "குந்தினையா குரங்கே சந்தடி அடங்க" என்பதன்றோ பழமொழி!

ஆற்றல் இழந்த பின் சுழல மாட்டாது ஓய்ந்த எதிர் மின்னியும் நேர் இயல் மின்னியிலே போய் விழ வேண்டி அன்றோ விழும். பையன் சுற்றி ஓடிக் கொண்டே இருக்கின்றான். புறமுக ஆற்றலால் உள்முகமாக விழாது ஓடினாலும், ஓடியதன் பயனாக ஆற்றலை இழந்து கொண்டே வருகின்றான். ஓய்ந்து பின் ஓட முடியாது நிற்கின்றான். அதுபோல எதிர் மின்னியும் ஆற்றலைக் கதிராக வீசி ஓய்ந்து அவிதல் வேண்டும். ஆனால், நாம் என்ன காண்கிறோம்? முன்னர் குறித்த மண்டலங்களில் எதிர் மின்னி சுற்றி வரும் போது ஒரு கதிரையும் வீசி வரக்காணோம். இவ்வாறு கதிர் வீசாத நிலைகளை எதிர் மின்னி சுழலுகிற நிலையான மண்டலங்கள் என வழங்கலாம். இங்குத் தான் எதிர் மின்னி மாறாத நிலைமையில் (Stationary State) இருக்கின்றது.

பழையபாடத்தில் புதியகதை

நிறமாலை ஆராய்ச்சியின் பயனாக இந்த மண்டலங்களிலுள்ள ஆற்றலின் அளவு தனித்தனி இவ்வளவு இவ்வளவு எனநன்கு விளங்கியுள்ளது. இந்த நிலை மண்டலத்தைப் பற்றி ஒன்று கூறலாம். கருவினுக்கு எவ்வளவு அருகில் இருக்க முடியுமோ, அவ்வளவு அருகிலே தான் இது இருக்கின்றது. மாறாத நிலையில் உள்ள எதிர்மின்னி மாறும் நிலைக்கும் வரும். தன் மண்டலத்திலேயே போவதை விட்டு மற்றொரு மண்டலத்திற்குள் ஏறிக்குதிக்கும்; பின் கீழே இறங்கும். அப்போது கதிரை வீசும்.

இத்தகைய கதிர் வீச்சுக்களை ஒளிர் வரி நிலை மாலையாக நூறு ஆண்டுகளாகப் படம் பிடித்து அறிஞர்கள் ஆராய்ந்து வருகிறார்கள். கதிர் வீசுவது என்றால் ஆற்றலை வீசுவது தானே. எனவே ஆற்றல் அளவில் மாறும் என்பதாயிற்று. எதிர் மின்னிகளின் ஆற்றல் எவ்வளவு எவ்வளவு அளவில் மாறி வரும் என்பதனை அறிஞர்கள் பிடித்த படங்கள் விளக்கி வைக்கின்றன.

— தமிழ்த்தென்றல்

32. குட்டிக்கரணம்

ஓயா மண்டலம்

கருவினைச் சுற்றி எதிர் மின்னிகள் சுழல்கின்றன என்றோ? அவ்வாறு சுழலும் போது எந்தப் பொருளும் ஆற்றலை இழப்பதே இயல்பாகும். சுற்றும் பொருள் ஆற்றலை இழந்தால் என்ன ஆகும்? ஓய்ந்து விழ வேண்டியது தான். "குந்தினையா குரங்கே சந்தடி. அடங்க" என்பதன்றோ பழமொழி.

ஆற்றல் இழந்த பின் சுழல மாட்டாது ஓய்ந்த எதிர்மின்னியும் நேர் இயல் மின்னியிலே போய் விழவேண்டி அன்றோ விழும். பையன் சுற்றி ஓடி கொண்டே இருக்கின்றான். புறமுக ஆற்றலால் உள்முகமாக விழாது ஓடினாலும், ஓடுவதன் பயனாக. ஆற்றலை இழந்து கொண்டே வருகின்றான். ஓய்ந்து பின் ஓட முடியாது நிற்கின்றான். அதுபோல எதிர் மின்னியும் ஆற்றலைக் கதிராக வீசி ஓய்ந்து அவிதல் வேண்டும். ஆனால், நாம் என்ன காண்கிறோம்? முன்னர் குறித்த மண்டலங்களில் எதிர் மின்னி சுற்றி வரும் போது ஒரு கதிரையும் வீசி வரக்காணோம். இவ்வாறு கதிர் வீசாத நிலைகளை எதிர் மின்னி சுழலுகிற நிலையான மண்டலங்கள் என வழங்கலாம். இங்குத்தான் எதிர்மின்னி மாறாத நிலைமையில் (Stationary State) இருக்கின்றது.

பழையயிடத்தில் புதியகதை

நிற மாலை ஆராய்ச்சியின் பயனாக இந்த மண்டலங்களிலுள்ள ஆற்றலின் அளவு தனித்தனி இவ்வளவு இவ்வளவு எனநன்கு விளங்கியுள்ளது. இந்த நிலை மண்டலத்தைப் பற்றி ஒன்று கூறலாம். கருவினுக்கு எவ்வளவு அருகில் இருக்க முடியுமோ, அவ்வளவு அருகிலேதான் இது இருக்கின்றது. மாறாத நிலையில் உள்ள எதிர்மின்னி மாறும் நிலைக்கும் வரும். தன் மண்டலத்திலேயே போவதை விட்டு மற்றொரு மண்டலத்திற்குள் ஏறிக்குதிக்கும்; பின் கிழே இறங்கும். அப்போது கதிரை வீசும்.

இத்தகைய கதிர் வீச்சுக்களை ஒளிர், வரி நிலை மாலையாக நூறு ஆண்டுகளாகப் படம் பிடித்து அறிஞர்கள் ஆராய்ந்து வருகிறார்கள். கதிர் வீசுவது என்றால் ஆற்றலை வீசுவது தானே. எனவே ஆற்றல் அளவில் மாறும் என்பதாயிற்று. எதிர் மின்னிகளின் ஆற்றல் எவ்வளவு எவ்வளவு அளவில் மாறி வரும் என்பதனை அறிஞர்கள் பிடித்த படங்கள் விளக்கி வைக்கின்றன.

"மேலே போ! கீழே வா!"

நகரத்தில் இருக்கும் பூங்கா வனங்களுக்குத் தெரு வழியாகப் போகலாமே அன்றி, தெரு வழியே இருக்கும் புல் தரையில் வண்டி ஓட்டிப் போகக் கூடாது. இது சட்டம். இது போல அணு உலகிலும் சட்டம் இருக்கின்றது போலும். எதிர்மின்னிகள் நிலையான மண்டலங்கள் வழியாகப் போகலாமே அன்றி இடையிலுள்ள வெட்ட வெளியில் (Forbidden Orbits) செல்ல லாகாது. ஆற்றல் அணு அணுவாகத் தவளைக் குதிப்பது போல் விட்டு விட்டு ஓடுகிற இயல்பினை இந்தச் சட்டம் விளக்குகிறது. உள்ளிருக்கும் நிலைமண்டலத்தின் ஆற்றல் (அ) என்ற அளவு என வைத்துக் கொள்ளலாம். அதற்குப் புறத்தே உயர இருக்கும் நிலை மண்டலத்தின் ஆற்றல் (இ) என்ற அளவாம். முதல் மண்டலத்திலிருந்து உயர இருக்கும் மண்டலத்திற்குள் எதிர் மின்னியைத் தள்ளப் புதிய ஆற்றல் வேண்டும் அன்றா? எவ்வளவு ஆற்றல் வேண்டும்? 6 குதிரை ஓட்டம் ஓடுகிற எந்திரம், 8 குதிரை ஓட்டம் ஓட இன்னும் எவ்வளவு புதிய ஆற்றல் வேண்டும் என்பது போன்ற கேள்வியே இது. சிறுவனும் 8 இல் இருந்து 6 ஐக்கழித்து 2 எந்திர ஓட்டம் என்று தன் கணக்கறிவை, எளிதில் வெளிப் படுத்திவிடுவான். [இ] இல் இருந்து [அ] என்பதனைக் கழித்தால் எவ்வளவு வருமோ அவ்வளவு ஆற்றல் எதிர் மின்னிக்கும் புதிதாக வேண்டும். அப்போதுதான் எதிர் மின்னி மேலே ஏறமுடியும்.

ஆனால் மேலே வீசிய கல் இருந்த இடத்திற்கே திரும்பி வரும் அன்றோ? அதே போல உயர உந்தப் பெற்ற எதிர் மின்னி திருப்பி பழைய இடத்திற்கே வந்து சேரும். அப்படிச் சேரும் போது பெற்ற ஆற்றலைக் கக்க வேண்டும் அன்றோ? அப்படித்தான் செய்கிறது. கதிர்வீச்சாக வீசி எறிகிறது. எனவே எதிர் மின்னி ஆற்றலைப் பெற்று மேலே ஏறுகிறது. ஆற்றலை கதிராக வீசிக் கீழே இறங்குகிறது என்பதாயிற்று.

தவளைக் கணக்கு

ஆற்றலோ ஆற்றொழுக்காக ஓடுகின்றதில்லை. அணு அணுவாக விட்டு விட்டுக் கிடக்கின்றது. ஆதலின் அதன் ஓட்டம் தவளை குதிப்பது போலத் தோன்றுகிறது. ஆற்றல் மாற்றங்களை நிற மாலைப் படங்கள் காட்டுகின்றன என்றோம். இந்த மாற்றங்களும் ஆற்றலணு, ஆற்றலணுவாகவே எழுகின்றதை அங்குக் காண்கின்றோம். இங்கே அறிஞர்கள் ஆற்றல் கணக்கை எழுதுகின்ற வகையை சிறிது அறிந்து கொள்ளுதல் வேண்டும்.

'ப்ளாங்க்' (Planck) என்ற பேராசிரியர் இங்கு ஒரு மாறா எண்ணினை கண்டார் அன்றோ? அதனை h என்று எழுதுவது வழக்கம் கதிர்வீச்சு ஆற்றல் என்றால் அலைதானே! மழையைப் பற்றி ஆராயும்போது வினாடிக்கு இத்தனை முறை அலைகின்றது என்று அளந்து கணக்கிட வேண்டும். இதனை அலையின் அதிர்ச்சி எண் (Frequency) என்று வழங்குகின்றார்கள். இதனை r (நியூ) என எழுதிக் காட்டுவதே வழக்கம். பிளாங்க் எண்ணினை அதிர்ச்சி எண்ணால் பெருக்கினால் வரும் தொகையை ஆற்றலணு (*Quantum*) என முன் கூறியதை நினைவில் வைத்துக்கொள்ள வேண்டும். E = hr. இரண்டு மண்டலங்களின் ஆற்றலையும் அறிந்தவுடன் அவற்றின் வேற்றுமையைக் கழித்தல் கணக்கு வழியே காண்பது எளிது இவ்வளவு ஆற்றல் மாற்றம்தான் எதிர்மின்னி இடையே எழும். இது தானே கதிர் வீச்சாக வரக் கூடும் எத்தகைய கதிர் வீச்சு என்று எப்படி அறிவது?

முன் கூறியபடி கதிர் வீச்சும் அலையாதலின் அதன் சிறப்பியல்பு அதன் அதிர்ச்சி எண்ணேயாம். இந்த அதிர்ச்சி எண்ணை எப்படி அறிவது? கழித்தல் கணக்கில் நாம் ஆற்றல் வேற்றுமையைக் கண்டுபிடித்தோமன்றோ. அதனை, h (6,5 x 10^{27}) என்பதனால் வகுக்க வேண்டும். வகுத்தவுடன் வரும் ஈவே கதிர் வீச்சின் சிறப்பு இயல்பாம் அதிர்ச்சி எண்ணாகும்.

மோதல் கணக்கு

கதிர் வீச்சு எழுகின்ற ஒளிகளின் நிறமாலைகளைக் கொண்டு இந்த மண்டலங்களில் விளங்கும் ஆற்றல்களை இவ்வளவு என அறுதியிட்டுக் கூறி விடலாம். ஒரு பையன் அசையாது நிற்கின்றான். அருகில் நிற்கின்ற பையனை மோதித் தள்ளுகின்றான். இதே பையன் ஒரு மைல் வேகத்தில் ஓடி வந்து அடுத்த பையன் மேல்

மோதுகின்றான். இரண்டு மைல் வேகத்தில் வந்து மோதுகிறான். ஒரே பையன் தான் மோதினாலும் மோதப்பாடு அவனுடைய வேகத்திற்கு ஏற்ப மாறிக்கொண்டே வருகிறதன்றோ!

எதிர் மின்னிகளும் இவ்வாறு மோதுகின்றன. ஆதலின் இந்த மோதல் கணக்கை அளந்து அறிய வேண்டும். ஒரு பொருளினை ஒரு விசை இரண்டு விசை என்று எடை போடுகின்றோம். இங்கு எதனை அளக்கின்றோம். அதன் பொருண்மையை (Mass) அளக்கின்றோம். இந்த பொருண்மையோடு வேகத்தையும் அறிந்தால் தான் மோதல் கணக்கு விளங்கும். பொருண்மையையும் வேகத்தினையும் பெருக்கி வரும் தொகையை (M=mv) விஞ்ஞானிகள் ஊற்ற நிலை (Momentum-M) என வழங்கி வருகிறார்கள்.

இதனை அறிந்தால் தான் மோதப்பாட்டின் வேற்றுமை எல்லாம் தெரியும். முட்டிய பொருள் எவ்வளவு வேகத்தில் விழும் என்று தெரியும். முட்டப்பட்ட பொருள் எவ்வாறு எல்லாம் ஆகும் என்றும் கூற முடியும்.

ஆனால் ஒன்று. நேர்க்கோடாக ஓடும்போது மட்டும் தான் இந்தக் கணக்குச் சரியாக வரும், வட்டமாகச் சுழலும்போது வேறு பல சிக்கல்கள் வருகின்றன. இது ஒரு கோணக் கணக்கு. அங்கு எழுகின்ற ஊற்ற நிலையையும் கோண ஊற்ற நிலை (Angular Momentum) என்கிறார்கள். எதிர் மின்னி வட்டமாகச் சுழல்வதால் அதன் கணக்கும் கோணக் கணக்கேயாம். இதனைக் கணக்கிடவும் ஓர் எளிய வழி உண்டு. வட்டம் என்றால் அதன் சிறப்பியல்பு அதனுடைய ஆரை தானே. [Radius] இந்த ஆரையால் முன் கூறிய நேர் ஊற்ற நிலையை [mv] வகுத்து வரும் தொகையே கோண ஊற்றமாம்.

கோண ஆற்றல்

எதிர் மின்னிகள் குறித்த ஓர் ஆற்றல் உள்ள குறித்ததோர் மண்டலத்தில் சுழன்று வருவன. ஆதலின் இவற்றின் கோண ஊற்றமும் குறித்ததோர் நிலையில் இருத்தல் வேண்டும், எந்த அளவில் அது இருத்தல் வேண்டும்? நிறமாலை ஆராய்ச்சி இதனை நன்கு விளக்குகின்றது.

இங்கு ஒரு அளவு தனியனாக (Unit) வருகின்றது. $h/2\pi$ என்பதே அத்தனியன். எதிர் மின்னியின் கோண ஊற்றம் ஒரு தனியன்,

இரண்டு தனியன், மூன்று தனியன், என்று {h/2л, 2h/2л, 3h/2л etc} வளர்ந்து வருவதாகவே காண்கிறோம். இவ்வாறு பின்னமில்லாமல் முழுது முழுதாக அமைதல் வேண்டும் என்பதும் தெரிகிறது. E= hr என்று கூறினோம்.

ஆதலின் கோண ஆற்றலை h என்பதனால் வகுத்தும், கதிர் வீச்சின் அதிர்ச்சி எண் r எளிதில் விளங்கி விடும் அன்றோ?

தமிழ்த் தென்றல், *14-01-1953*

கலைச்சொற்கள்

1. அசிடலீன் (Oxy-acetalyne)
2. அணு அறை (Cell)
3. அணுச் சக்தி (Atomic energy)
4. அணுத் திரள்கள் (Molecules)
5. அண்டக் கதிர்கள் (Cosmic rays)
6. அதிர்ச்சி எண் (Frequency)
7. அமுக்கம் (Pressure)
8. அருமண்கள் (Rare Earths)
9. அல்பா (Alpha)
10. ஆக்சிஜன், பிராணவாயு, உயிரியம் (Oxygen)
11. ஆர்க்கிமிடீஸ் திருகி (Archimedes screw)
12. ஆர்க்கிமிடீஸ் துரப்பணம் (Alchimeder drill)
13. ஆல்பா கதிர் (Alpha Rays)
14. இசைத் தட்டுகள் (gramaphons - plates)
15. இயல் மின்னி (Protons)
16. இரசம் (Mercury)
17. இராசி சக்கரத்து எழில் ஒளி (Zodiacal light)
18. இருமுறை செல்லியாயது (Doubly ionised)
19. இறுக்கம், அல்லது பிகுவு, அல்லது முறுக்கு நிலை (Surface Tension)
20. ஈயம் (Lead)
21. ஈஸ்ட்டு (Yeasl)
22. உடன்பாட்டு அணுமுகம் (Positive Valence)
23. உப்பு (Potassium)
24. உப்பு ஈனிகள் (Halogens)

25. உப்புகள் (Salts)

26. உயிர் அணுக்கள் (Cells)

27. உலோகங்கள் (Menerals)

28. உலோகத் தட்டு (Speculeem plate)

29. உலோகம் அல்லாத அணுக்கள் உலோக மலிகள்
(Non-metals)

30. உவர நீரகத் தீயதை (சோடியம் ஹைட்ராக்சைட்
(Sodium Hydroxide)

31. உள் எரி எந்திரங்கள் (Internal Combustion engines)

32. ஊதாவுக்கு அப்பால் ஒளிக்கதிர்கள் (Ultre violet rays)

33. ஊற்ற நில (Momentum-M)

34. எடை (Weight)

35. எண்ணெய் ஏடு (Oil film)

36. எதிர் செல்லி (Negative ions)

37. எதிர் மின் ஊட்டம் (Negative Charge)

38. எதிர் மின்னி (Electrons)

39. எதிர்மறை அணுமுகம் (Nagative valence).

40. எரிகந்தகம் (phospherous)

41. எழுதுகரி (Graphite)

42. ஐயோடைன் (Iodine)

43. ஒரு கட்டி அங்குளம் (ISquare inch)

44. ஒருமுறை செல்லியாயது (Singly lonised)

45. ஒளித்தடைப் பொருள் (Opaque)

46. ஒளிமின் கலம் (Photo-Electric Cell)

47. ஒளியூடுருவிப் பொருள் (Transparent).

48. ஓரிடத்தான்கள் (Isotopes)

49. கட்டிஅடி (Cubic feet)

50. கணக்கறிஞர் (Mathematicians)

51. கணையம் (Pancreas)

52. கதிர் வீச்சு எரிகந்தகம் (Radio-active phosphorous)

53. கதிர் வீச்சு ஓரிடத்தான்கள் (Radio-active Isotopes)

54. கந்தகம், (Sulphur)

55. கப்பிகள் (Pulleys)

56. கம்மாக் கதிர் (Gamma Rays)

57. கரு (Nucleus)

58. கரைசல் (Solution)

59. கள்வர் வெருட்டி (Burglers alarm)

60. கனலி (Calories)

61. காடிப்பொருள்கள் (acids)

62. காட்மியக் (Cadmium)

63. காப்சுயூல்ஸ் (Capsules)

64. காமா (Gama)

65. காரியம், (Lead)

66. கார்பன்டை ஆக்சைட்(Carbon dioxide)

67. காலன் (Gallon)

68. காலியம் (Gallium)

69. காற்றாலை (Wind Mill)

70. காற்று மண்டலம் (Atmosphere)

71. காற்றுத் திருகி (Air Screw)

72. கான்சர் (Cancer)

73. கிளாஸ்கோ (Glasgow)

74. கீற்றுப்பளிங்கு கிரேடிங் (Grating)

75. குமிழி (bubbles)

76. குவி முனை (Focus)

77. குழைகள் (Capsules)

78. குளிர் பனி நிலை (Air Conditioning)

79. கைகர் எண்ணி (Geiger counter)

80. கொக்கோ (Cocoa)

81. கொழுப்பு (Fat)

82. கோண ஊற்ற நிலை (Angular Momentum)

83. கோள் நிலை எதிர் மின்னிகள் (Planetary Electrons)

84. க்ரோமியம் (Chromium)

85. க்ளோரைன் (Chlorine)

86. க்ளோரோஸ்டரால் (Chlorosterol)

87. சங்கிலித் தொடர் நிலை இயக்கம் (Chain Reaction)

88. சவகாரத் தண்ணீரில் (Soap Solution)

89. சவ்வுப்பாகு (ஜெலடீன் Gelatine)

90. சாக்கடை ஆவி (Sewage gas)

91. சாவும் பெட்டி (Coffin)

92. சிலிகன் (Silicon)

93. சிவப்புக்கு இப்பால் ஒளிக்கதிர்கள் (Infra red rays)

94. சுரம் அளப்பான் (Clinical Thermometer)

95. சூடலப்பான் (Thermo Meter)

96. சூடுநிலை அளப்பான்கள் (High Tempereture thermometers)

97. சூட்டிணை (Thermocouple)

98. சூரிய பீடம் (Heliostat)

99. சூரியச் சூடளப்பான் (Pyrohelio- meter)

100. செப்பு (Copper)

101. செயற்பாடுமிக்க பொருள்களாம் (Chemically active elements).

102. செல்லி மண்டலம் (Ionosphere)

103. செல்லிகள் (lons)

104. சோடா (Soda)

105. சோப் (Soap)

106. டியூஸ்பெரி (Dewsbury)

107. டின்டால் (Tyndall)

108. டையர் (Tyre)

109. தரையடிக்கால்வாய்கள் (Underground Drainage)

110. தனியன் (Unit)

111. தானோடி(Motor car)

112. திசைக்கருவி (Compass)

113. திரட்டு இயக்கம் (Photo synthesis)

114. திருப்புமையம் (Fulcrum)

115. துரப்பணம் (Drill)

116. தூயநறவம் (alcohol)

117. தென்முனை (South Pole)

118. தென்முனைத் திகழ் ஒளி (Aurora Australis)

119. தேர்இயல் மின்னி (Proton)

120. நாகம் (Zinc)

121. நிகோடைன் (Necotine)

122. நீரிப் பொருள்கள் (Liquids)

123. நெகிழிப் பொருள்கள் (Plastics)

124. நெஞ்சு சுரப்பி (Thyrold gland)

125. நெரியம் (Nerlum)

126. நேர் மின் ஊட்டம் (Positive Charge).

127. நேர்செல்லி (Positive ions)

128. நோயை விளைவிக்கு உண்ணி (bacterial germs)

129. பச்சை (Oldloroplayl)

130. பளிங்கு (Cryital)

131. பிசிதம் (Protein)

132. பீடர் கதிர் (Beta Rays)

133. புதிர்க் கதிர் (X-RaY)

134. புறமுக ஆற்றல் (Centrifugal Force)

135. பெக்டின் (Pectin)

136. பேயம்மை (Asteroids)

137. பொது இயல் மின்னி (Neutron)

138. பொய்ப் பல்கள் (False teeth)

139. பொருள்கள் (Elements)

140. ப்ரோடப்ளாஸம் (Protoplasm)

141. ப்ரோடீன் (Protein)

142. ப்ரோமைன் (Bromine)

143. மத்திய ரேகை (Equator)
144. மாங்கனீஸ் (Manganese)
145. மாத்திரைகள் (Pastilles)
146. மார்கரைன் (Margarine)
147. மாவுப்பொருள் (Starch)
148. மாறாஎண் (Constant)
149. மாறாத நிலைமை (Stationary State)
150. மின் ஊட்டம் (Charge)
151. மின் காந்தம் (Electro magnet)
152. மின்காந்த அலைகள் (Electro Magnetic Waves)
153. மின்வழிப் பிரிநிலை (Electrolysis).
154. மின்னி (Neutrons)
155. மூலப்பொருள் (Elements)
156. மெத்தீன் (Methane)
157. மேலைனின் (Melanin)
158. யுரேனியம் (Uranium)
159. ரிபோப்ளாவின் (Riboflavin)
160. ரேடியம் (Radium)
161. வட முனை வளர் ஒளி (Aurora Borealis)
162. வடமுனை (North Pole)
163. வடிகுளங்களும் (Septic tanks)
164. வானநூற் புலவர் (Astronomers)
165. விசிறி (Lever)
166. விஞ்ஞானச் செய்க்காட்சி (Laboratory)
167. விஞ்ஞானப் புலவர் (Physicists)
168. வினைவீதம் (Power)
169. வின்ட்லாஸ் (Windlass)
170. வெட்ட வெளி (Forbidden Orbits)
171. வெல்வெட் (Velvet)
172. வெள்ளியம் (Tin)

173. வெள்ளை உயிர் அணுப் பரவி இரத்தம் மெலிவது Leukaemia
174. வேதிக்காதல் (Chemical affinity)
175. வேதிப் புலவர் (Chemists)
176. வைடமின் B (Vitamin B)
177. ஜெர்மானியம் (Germanium)
178. ஹக்ஸ்லி (Huxley)
179. ஹீலியக் கருக்கள் (Helium Nucleus)
180. ஹீலியம் (Helium)
181. ஹைட்ரஜன் (Hydrogen)